காற்று...
காற்று...
உயிர்

முதற்பதிப்பு: 2023

First Edition: 2023

Kaatru... Kaatru... Uyir

காற்று... காற்று... உயிர்

Indira Soundarajan

இந்திரா சௌந்தர்ராஜன்

ISBN: 978-93-5695-651-3

Pustaka
EBooks | Audiobooks | Paperback

Pustaka Digital Media Pvt. Ltd.
#7-002, Mantri Residency,
Bannerghatta Main Road, Bengaluru - 560 076
Karnataka, India

+91 7418555884

காற்று... காற்று... உயிர்

இந்திரா சௌந்தர்ராஜன்

Pustaka
EBooks | Audiobooks | Paperback

1

ஒரு அமானுஷ்யமான குரல் அவர்களைக் கடந்துபோனது. 'வேண்டாம்! சரவணன் இங்க படுக்க வேண்டாம்!'

மேற்கு அடிவானம் ஆரஞ்சு வண்ணத்திற்கு சவால்விடும் இன்பமாலை! குதூகலமாகத் தென்பட்டான் சரவணன். கைகளில் மாவிலைத் தோரணம். தோரணத்தின் ஒரு முனையைச் 'சாந்தி நிவாஸ்' என்ற அந்தப் புதிய வீட்டின் முகப்பில் கட்டிக்கொண்டிருந்தான்.

விடிந்தால் கிரகப்பிரவேசம்.

தன் புதிய வீட்டின் எழிலுக்குள் சரவணன் தன் மனதைக் கரைய விட்டுக்கொண்டு தன்னையும் மறந்தவனாய்த் தோரணம் கட்டுவதில் முழுமுனைப்பாய் நின்றபோது, அவன் காதுக்குள்ளே திடீரென்று கொலுசு சப்தம் ஒன்று சிணுங்கலாய் நுழைந்து பார்த்தது!

அடுத்து, இனிப்பான குரல்,

"அத்தான்... அத்தான்...!"

சரணவன் திரும்ப, அவன் எதிரே கார்த்திகா.

இருபது வயதில் இருபத்தி ஆறு வயது வளர்ச்சியோடு கண்களில் கருந்திராட்சை, கன்னத்தில் ஆப்பிள், உதட்டில் பிளம்,

கீழே மல்கோவா என்று ஒரு கனித்தோட்டத்தையே குத்தகை எடுத்தவளாய், உதட்டில் உலராத மோனாலிசாப் புன்னகையோடு காட்சி தருபவள், இன்று வித்தியாசமாய் சல்வார் கம்மீசில், ஹை ஹீல்சோடு சரவணனை ஏறிட்டாள். ஆச்சரியம் ததும்பப் பார்த்தான் சரவணன்.

“ஏய் கார்த்தி! நீயா... எப்படா வந்தே?” வாஞ்சையோடு காதல் ததும்பும் குரலில் விசாரித்தவனை, விழுங்காத குறையாகப் பார்த்தவள், தனது ஈர உதட்டைச் சற்று நயத்தோடு சுழித்தபடி வாய் திறந்தாள்.

“இப்பத்தான்...!”

அந்தப் புதிய வீட்டை அவள் விழிகள் பெருமிதத்துடன் ரசிக்கத் தொடங்கின. என்றோ ஒருநாள் தன் அப்பா, சரவணனின் மனதில் அபத்தமாய்க் கீறின கீறலுக்குத்தான் எத்தனை சக்தி!

‘ஓர் அங்குல நிலம் உனக்குன்னு சொந்தமா உண்டா? என் பெண் போல ஒரு மினி இண்டஸ்ட்ரியே இருக்குது! இந்த லட்சணத்துல நீ என் பொண்ணைக் கல்யாணம் பண்ணிக்க ஆசைப் பட்றியே, உனக்கே வெட்கமாயில்ல?’

இந்தக் கேள்விக்குப் பதிலாகச் சரவணன் உருவாக்கியது தான் இத்தனை அழகான ஒரு வீடு.

நினைக்கும்போதே கார்த்திகாவுக்கு இனித்தது.

அந்தப் புதிய வீட்டுக்கு வெளியே பரவிக் கிடக்கும் மேடும் பள்ளமுமான மண்பாதையின் மேல் இருட்டு கவிழ்ந்து கொண்டிருக்க, வானத்தில் நிலா தெரியத் தொடங்கியிருந்தது.

அந்தகாரமான அப்பிரதேசத்தில் அனேக இடங்கள் காலி மனைகளாய், ‘பாரதிநகர்’ என்ற பெயருக்குள்ளே புகுந்து கொண்டு விற்பனைக்குக் காத்துக் கிடக்க, அங்கிருந்து பத்தாவது மைலில் ஜொலிப்பாகத் தெரிந்தது மதுரை டவுன்.

அந்தப் பாரதிநகரையும், அதன் மயான அமைதி சூழ்ந்து இருண்ட நிலையையும் நினைத்த போது, கார்த்திகாவுக்குள் அடிவயிற்றில் ஒரு பயம் சுருளத் தொடங்கியது.

தனக்குள்ளேயே சரவணனை நினைத்து லேசாய் மறுக ஆரம்பித்தாள் கார்த்திகா. சரவணனோடு மேஸ்திரி ஒருவர் பேசிக்கொண்டிருந்தார். மிச்சமிருந்த வேலையாட்கள் தார்ச்சாலையை நோக்கிக் கலைந்து கொண்டிருந்தார்கள். கார்த்திகா, சரவணனுக்குப் பின்னாலேயே போய் அவனை உரசின மாதிரி நிற்க ஆரம்பித்தாள்.

“தம்பி! மனசு போல வீடு நல்லபடியா அமைஞ்சிடிச்சு. இன்னும் சின்னச் சின்ன வேலைங்கதான் பாக்கி. பூஜை அறையில் சாமிக்குன்னு கட்ட வேண்டிய மேடை மட்டும் முக்கியமா பாக்கி இருக்கு. ஏனோ தெரியலை, அதைத் தொடலாம்னு நெனைக்கிற நேரமெல்லாம் ஏதாச்சும் தடங்கல் வந்துக்கிட்டே இருந்தது. கிரகப்பிரவேசத்தை மொதல்ல முடிங்க. ஒரு நல்லநாள்ல குறை வேலைகளை முடிச்சிடலாம்”

மேஸ்திரி பேசிவிட்டுக் கொஞ்சம் மரியாதை கலந்த சிரிப்போடு கேட்டார்.

“யார் தம்பி இவங்க? இதுக்கு முந்தி பார்த்த மாதிரி தெரியுதே?”

கார்த்திகாவைப் பார்த்து கிளை விட்ட கேள்விக்கு சரவணன் உடனேயே பதில் தந்தான்.

“என் வீட்டு அத்தை மகளுங்க. நாம வீடு கட்ட பூஜை போட்ட சமயம் வந்திருந்தா...”

“ஆங்ங்...”

“அந்தப்பொண்ணா?” உற்சாகமாய் சிலாகித்த மேஸ்திரி “ஆமா உங்க வீட்டுல எல்லோரும் விடியகாலம்பற வர்றாப்பல இருக்காங்களா?” என்று லகுவாகக் கேட்டார்.

“ஆமாங்க மேஸ்திரி! பொழுது விடியறதுக்குள்ள வேன்ல வர்றாங்க! என் தம்பி பாஸ்கர் இன்னும் கொஞ்ச நேரத்துல வந்துடுவான், ராத்திரி எனக்குத் துணையா படுத்துக்க!” என்றான் சரவணன்.

"நல்லது தம்பி! அப்ப நான் கிளம்பறேன். வேலையாட்களை பஸ்சுல அனுப்பணும். கொஞ்சம் நேரமானாக்கூட காலையில் நானும் வந்துடறேன்!"

வாஞ்சை ததும்பப் பேசியபடி மேஸ்திரி அகலவும், கார்த்திகா சரவணனை அதிகமாக உரச ஆரம்பித்தாள். வெட்கத்தைச் சற்று மூட்டை கட்டிவிட்டு, சரவணனின் முதுகில் தன் உடல் அழுந்த அவனை அணைத்தாள்.

சரவணன் ஒரு வினாடி தடுமாறினாலும் அந்த இணைப்பைக் கத்தரித்துக் கொள்ளாமல் அவளை அப்படியே கட்டித் தூக்கினான். வீட்டுவாசலில் எதற்கு இந்த மாதிரி சரசமாடிக் கொண்டு என்பதுபோல், புதிய அந்தரங்க உபயோகத்துக்கு எனக் கட்டப்பட்டிருக்கும் திறந்து கிடந்த அறைக்குள் நுழைந்தான்.

"ஏய் கார்த்தி! இதுதான் நம்ம பெட்ரூம்!" என்றான். அவள் மகிழ்ச்சியாக அந்த அறையைப் பார்த்தாள். பார்த்துவிட்டு ஏனோ உடனேயே சோக மயமானாள்.

"ஏய்! ஏண்டா. டல்லாயிட்டே?" சரவணன் அவள் மோவாய்க் கட்டையை உயர்த்திக் கேட்கவும், அவள் கண்களில் சோகம் கண்ணீராய்த் திரண்டிருந்தது.

"அத்தான்... இந்த பெட்ரூம்ல உங்களோட சேர்ந்து படுக்கற பாக்யம் எனக்குக் கிடைக்குமான்னு சந்தேகமா இருக்கு. அப்பா எனக்கு வெளியில மாப்பிள்ளை பார்க்கறாரு!" என்றவள், அவன் மார்பைச் சட்டென்று சேர்த்து அணைத்துக் கொண்டாள்.

சரவணன் அதைக்கேட்டு இலேசாய் அதிர்ந்தாலும் முகத்தில் அதைக் காட்டாமல், அளவாகச் சிரித்தபடி, "பார்த்தா பார்க்கட்டுமே, உன் கழுத்துல தாலி கட்டப்போறதென்னமோ என் கைதான் அதுல உனக்கு நம்பிக்கை இருக்கா, இல்லையா?" என்றுகேட்கவும், அவள் தன் நம்பிக்கையை அணைப்பின் இறுக்கத்தைக் கூட்டி நிரூபித்தாள்.

"உங்க அப்பாவுக்கு இந்த உலகத்துல, பணம் காசுதான் பெரிசு. அது இருந்துட்டா போதும். சொந்த பந்தம், நல்ல குணம், ஒழுக்கமெல்லாம் அவருக்கு இரண்டாம் பட்சம் தான்!"

அவன் சலிப்பில் சமுத்திரமாகி மெல்ல அணைப்பை விலக்கிக்கொள்ளவும்.

"இப்ப கூட அவருக்குத் தெரியாமதான் உங்களைப் பார்க்க வந்திருக்கேன். நாளைக்குக் கிரகப்பிரவேசத்துக்கு அவர் வரப்போறதில்லை. அம்மா தான் வருவாங்க! அதுவும் அப்பாவுக்குத் தெரியாம..." என்றாள் கார்த்திகா.

"உங்க அப்பாவுக்குச் சரியான பாடம் கத்துத் தரப்போறேன் கார்த்தி. அவர் முகத்துல கரியைப் பூசிப் பார்க்கவாவது நான் பெரிய லட்சாதிபதியாகிக் காட்டலை. என் பேர் சரவணன் இல்ல..."

சபதமிடும் தோரணை அவனிடம்! அப்பொழுது வீட்டுவாசலில் ஸ்கூட்டர் சத்தம்.

"பாஸ்கர் வந்துட்டான்னு நினைக்கிறேன். சரி சரி, நீ கிளம்பு கார்த்தி. அப்புறம் உங்க அப்பா இங்கேயே தேடிகிட்டு வந்தாலும் வந்துடலாம்."

அவன் அவளுக்கு விடை கொடுக்க, அவள் அரைமனதாக அங்கிருந்து அகல ஆரம்பித்தாள்.

அப்பொழுது பார்த்து கைகளில் ஹெல்மட்டோடு உள்ளே நுழைந்தான் பாஸ்கர்.

கார்த்திகாவைப் பார்த்துவிட்டு, அர்த்த புஷ்டியோடு சிரித்தவன், "என்ன கார்த்தி... நாளைக்கு நீ குடும்பம் நடத்தப்போற வீடு எப்படி இருக்குன்னு பார்க்க வந்திருக்கிறியா?" என்றான்.

புன்னகையோடு அதை அங்கீகரித்தவள், அன்னம் போல் வாசலுக்கு வந்தாள்.

"அண்ணே... நான் கார்த்திகாவைப் பஸ் ஏத்திட்டு வந்துடறேன்!" என்ற பாஸ்கர் இருள் சூழ்ந்து கொண்டிருந்த நேரத்தை உத்தேசித்து அவளுக்குத் துணையாகப் புறப்பட்டான்.

இருவரும் பாதையில் இறங்கி நடக்க ஆரம்பித்தார்கள்.

அதிக அகலமில்லாத புதிய மண்பாதை! சூழ்நிலையோ மயான அமைதி!

தொலைவில் விமான நிலையத்தை ஒட்டிய தார்ச்சாலை வளைவு! அந்த வளைவின் மேல் இரண்டொரு வாகனங்கள் விரைந்து கொண்டிருக்க, அவை வெளிச்சப்புள்ளிகளாய்த் தென்பட்டன.

“நீ எதுக்கு இவ்வளவு தூரத்துக்குத் தனியா வந்தே கார்த்தி?” பாஸ்கரின் கேள்வி.

“அத்தானைப் பார்க்கணும்னு தோணிச்சு. கிளம்பி வந்துட்டேன். ஆனாலும் அத்தான் ஊருக்கு இவ்வளவு வெளியவா வீட்டைக்கட்டும்?” கார்த்திகா சங்கீதக் குரலில் சலித்துக்கொண்டாள்.

“என்ன பண்றது கார்த்தி இங்க தான் பிளாட் சீப்பா கிடைச்சது...”

பாஸ்கர் சொல்லிக் கொண்டிருக்கும்போதே அவன் தோளை ஒரு கரம்பற்றி அழுத்துவது போல உணர்வு.

சட்டென்று திரும்பிப் பார்த்தான் ஒருவருமில்லை! தனக்கு வலப்பக்கமாக, கார்த்திகா மட்டும் சில அடிகள் தள்ளி அலைபாயும் கூந்தலை அடக்கி ஆண்டபடி நடந்து வந்து கொண்டு இருந்தாள்.

“கார்த்தி! நீ இப்ப என் தோளைத் தொட்டியா?” பாஸ்கர் அவளைப் பார்த்த வினாடியிலே கேட்டுவிட்டு அப்படியே நின்றான்.

“நானா! உன்னையா? இல்லையே!” அவள் மறுத்து வாய் மூடிய அந்த வினாடிகளில், அவளுக்கு மிக அருகில் மூன்றாவதாக ஒரு நபர் நின்று கொண்டிருப்பது போல் அவனுக்குள் ஒரு பிரமை! உடனேயே கண்களைக் கசக்கிக்கொண்டு பார்க்க ஆரம்பித்தான்!

“என்னாச்சு பாஸ்கர் உனக்கு?” கார்த்திகா அவன் செயலைப் பார்த்து சற்று பயத்தோடு கேட்கவும், சல்வார் கம்மீசின்

அவளது மேலாடை கழுத்தை விட்டு யாராலோ இழுக்கப்படும் விதமாய் நழுவ ஆரம்பித்தது. பக்கமாய் பாஸ்கர் பிரமைதட்டி நிற்க, தன் கழுத்தைவிட்டுத் தானாக நழுவிக் கொண்டிருக்கும் மேலாடையைப் பார்த்த கார்த்திகாவுக்கு ஏனோ குப்பென்று வியர்த்தது! இழுப்பது வேறு யாராக இருக்கும்? கேள்வியோடு தைரியத்தை வரவழைத்துக்கொண்டு சட்டென்று திரும்பிப் பார்த்தாள்.

அவள் பார்த்த அந்த மைக்ரோன் செகண்டுகளில் புகைபோல் ஒரு உருவம் அவளது மேலாடையை உடனேயே விட்டுவிட்டு கலைந்து காணாமலும் போனது.

"பாஸ்கர்!" என்று அலறியபடி அவனை நெருங்கி அவனது தோளுக்குப் பின்னாலே ஒரு புறாக் குஞ்சைப்போல் ஒளிவாகப் போய் நின்று கொண்டாள். பாஸ்கரிடம் பேச்சு மூச்சு இல்லை. அவன் பார்வையிலும் அந்தப் புகை உருவம் தோன்றி மறைந்திருந்தது.

சில வினாடிகள் வரை இருவரும் அசையக்கூட பயந்த மாதிரி அப்படியே நின்று விட்டார்கள்.

தென்றல் மட்டும் 'எனக்கேது பயம்!' என்பது போல் இடைவிடாமல் வீசிக் கொண்டிருந்தது. அவர்களுக்கு தைரியம் தருவது போல் திடீரென்று தார்ச்சாலை மேல் ஓடிவரும் வாகனத்தின் ஹெட்லைட் வெளிச்சம் இரட்டை மஞ்சள் புள்ளிகளாய்த் தென்படத் தொடங்கியது.

அதைப் பார்த்து விட்டு பாஸ்கர், சற்று தைரியத்தை வரவழைத்துக்கொண்டான். "வா கார்த்தி! வேகமா ரோட்டுக்குப் போய்டுவோம்..." என்றபடி நடக்க ஆரம்பித்தான்.

கார்த்திகா அவன் கைகளை இறுக்கமாகப் பிடித்துக்கொண்டு அவனோடு சேர்ந்து நடக்க ஆரம்பித்தாள். அந்தச் சில நிமிடங்களில் ஏற்பட்ட அனுபவத்தால் இருவரின் இதயமும் காதுகளையே அடைத்துவிடும் விதமாகத் துடிக்கத் தொடங்கியிருந்தது.

தார்ச்சாலை மேல் தெரிந்த அந்த வெளிச்சப்புள்ளிகள் இரண்டும் இப்பொழுது காணாமல் போயிருந்தன. மீண்டும் மிதமான நிலவொளி சூழ்ந்த, தென்றல் பாயும் இருண்ட சூழல்.

பாஸ்கர் தைரியத்தைக் கைவிடாமல் வேகமாக நடக்க ஆரம்பித்தான். ஓடினால் கூட தேவலை என்று தோன்றியது. கார்த்திகாவும் அவனை ஒட்டிக்கொண்டு வேகமாக நடந்தாள்.

"பாஸ்கர் எனக்கு ரொம்ப பயமா இருக்கு! அத்தான் இங்கே தான் ராத்திரி தங்கணுமா?"

கார்த்திகா கேட்ட கேள்விக்கு "உஸ்ஸ்!" என்று பாம்பின் சீற்றம் போல, சப்தம் சற்று அருகிலிருந்து முதலில் பதிலாக வந்தது.

உடனேயே ஒரு அமானுஷ்யமான குரல். காய்ந்த இலைச்சருகுகள் காலடிபட்டு நொறுங்குவது போல சலசலப்பான ஓசையுடன் அவர்களைக் கடந்துபோனது!

"வேண்டாம்...! சரவணன் இங்க படுக்க வேண்டாம்!"

2

அமானுஷ்யமான அந்தக் குரலில் தொனித்த கட்டளையைக் கேட்ட மாத்திரத்தில் பாஸ்கருக்கு ஒரு வினாடி உடம்பின் இயக்கமே நின்று போய்விட்ட மாதிரி ஆனது.

கார்த்திகா இப்பொழுது அவனை இறுக்கிக் கட்டிக் கொண்டிருந்தாள். கண்களைத் திறந்து பார்க்கக் கூட பயந்த அவள் நடுங்கிக் கொண்டிருந்தாள்.

"பாஸ்கர்! யார் அது? இப்ப என்னவோ சொல்லிச்சே எனக்குப் பயமா இருக்கு பாஸ்கர்!"

அவள் உதடுகள் தந்தியடித்துக் கொண்டிருந்தன. பாஸ்கர் தானும் பயப்பள்ளத்தில் உருண்டு இருந்தாலும் ஆண்மைக்கே உரித்தான நிமிர்வைக் கைவிடாமல் அவளை வாஞ்சையாகத் தட்டிக்கொடுத்தான்.

"கார்த்தி! பயப்படாதே! நான் இருக்கேன். ஒண்ணுமில்லம்மா, பயப்படாதே..."

அவன் அவளுக்குத் தைரியம் சொன்ன வேளை பார்த்து விமான நிலையத்து வளைசலான சாலை மேல் ஏகமாய் வெளிச்சப் புள்ளிகள்.

ஒன்றன் பின் ஒன்றாய் வாகனங்கள் நிறைய வருவதைப் பார்த்து தைரியத்தோடு, "கார்த்தி வா. நிறைய பஸ்சுங்க வர

ஆரம்பிச்சிடிச்சு. நடந்து வரப்பயமா இருந்தா சொல்லு, ஓடிப் போவோம். இடையில் ஒரு நூறு அடி கூட இருக்காது."

அவன் பேச்சுக்குப் பதிலாக, அவள் அவனைக் கட்டிக்கொண்ட கைகளை விலக்கினாள்.

உடனேயே இருவரும் ஓட ஆரம்பித்தார்கள். எது வந்தாலும் சரி, நிற்கக்கூடாது என்ற வேகம் மிக்க ஓட்டம்! மண் சாலையில் கார்த்திகாவின் ஸ்லிப்பரின் பின்பக்கக் கூரான குளம்படிகள் மண் கவளங்களைக் கிள்ளிக் கிள்ளி காற்றில் வீச, ஓட்டம் ஒரு வழியாக தார்ச்சாலையை எட்ட முடிந்தது.

பாஸ்கர் பயத்தோடு ஓடிவந்த பாதையைச் சற்றுத் திரும்பிப் பார்த்தான். அதே பாதையில் தனி ஒருவனாகத் திரும்பிப் போக வேண்டியதை நினைத்த போது நாவின் மேலண்ணங்கள் உடனேயே அக்னி பட்ட மாதிரி வறண்டு போயின.

கார்த்திகாவின் பார்வையோ, வாகனம் ஏதும் உடனே வராதா என்ற ஏக்கத்தில் சாலையின் இரண்டு புறங்களையும் பார்த்தது.

அவளுக்குத் தைரியம் சொல்வது போல், மதுரையிலிருந்து அருப்புக்கோட்டை வழியாகத் தூத்துக்குடி செல்லும் லாரிகள், ஒய்யாரியின் கொண்டையைப் போல் ஏகப்பட்ட 'லோடு'களோடு அவளைக் கடந்தன.

"பாஸ்கர், எனக்கு இங்க நிற்கப் பயமா இருக்கு. இதே ரோட்ல ஒரு கிலோமீட்டர் தெற்கப் போனா, வலையங்குளம் வரும். அங்க நிறைய பஸ் வரும். அதுல ஏறி நான் போய்க்கறேன். தயவுசெய்து என் கூட வலையங்குளம் வரைக்கும்..."

அவள் குரலில் கெஞ்சல்.

"சரி வா... நடப்போம்!" பதில் சொன்ன கையோடு பாஸ்கர் நடக்க காலெடுத்தான்.

"ஆமா நீ எப்படித் திரும்பிப் போவே? அங்க சரவணன் அத்தான் வேற தனியா இருக்காரு... ஆங்... அந்தக் குரல் சொன்னதைக் கேட்டியா? 'வேண்டாம், சரவணன் இங்க படுக்க

வேண்டாம்னு யார் நம்ம கூட பேசினது...?' எனக்குப் பயமா இருக்கு. என்ன பண்றதுன்னே தெரியலை."

வரிசையாகச் சாலை ஓரமாகப் புளிய மரங்கள். இதமான நிலாவின் வெளிச்சம் ஊடே கருப்பாய் கம்பளிப்புழுப் போன்ற வளைசலும் நெளிசலுமான தார்ச்சாலை.

அதன் மேல் தவிப்பான தவிப்பில் நடக்கும் கார்த்திகாவிடமோ கேள்விக் கொப்பளிப்புகள்.

அவன் பதில் பேசாமல் நடந்த போதிலும் அந்தக் குரலின் எச்சரிக்கை கலந்த கட்டளையை நினைத்து அச்சப்படாமல் இல்லை.

ஆமாம்! ஆவி, பேய், பிசாசுன்னு சொல்றாங்களே... அந்த மாதிரி இருக்குமோ?

கார்த்திகா தன் பயத்தை மறக்க எதாவது பேசினால் தேவலை என்னும் பாங்கில், தனது சந்தேகத்தைக் கேள்விகளாக்கி அவனை நிமிண்டிக் கொண்டே வந்தாள்.

சிந்தனையோடு நடந்த அவனோ, அவளை மவுனமாகப் பார்த்தான். பின்னர் மெலிவாகப் பதிலைத் தந்தான்.

"நானும் அப்படித்தான் நினைக்கிறேன் கார்த்தி. எனக்கு இந்த ஆவி பேய், பிசாசு மேல் எல்லாம் நம்பிக்கை கிடையாது. எல்லாம் வெறும் ஹம்பக்குன்னு நினைக்கறவன் நான். ஆனா இன்றைய அனுபவத்தை நினைச்சா... அப்படி நினைக்க முடியலே..."

அவன் பதில் சொல்லி முடிக்கவும் "அப்ப நாம பார்த்ததும் கேட்டதும் ஆவியவா? அதோட குரலையா" என்று அவனது காதோரமாய், குரலில் சப்தமே இல்லாதபடி கேட்டாள் கார்த்திகா.

'வேற எப்படிச் சொல்றது?' அவன் அவளை விலக்கியபடி திருப்பிக் கேட்டான்.

'இப்படி நீ சொல்றதைக் கேட்டா என் குலையே நடுங்குது. நீ இப்ப எப்படித் திரும்பிப் போவே? பேசாம என் கூடவே

மதுரைக்கு வந்துடு அவள் அவனைத் தன்னோடுஅழைத்த சமயம், வலையங்குளம் வந்துவிட்டதன் அறிகுறியாய், ஒரு டீக்கடையின் காசட் ரிக்கார்டர் பாடல் ஒன்று மெலிதாய் அவர்கள் காதுகளுக்குள் பாய்ந்தது.'

"கார்த்தி! வலையங்குளம் வந்துடுச்சி... உன்னை பஸ் ஏத்திட்டு நான் கிளம்பறேன். சரவணன் புது வீட்ல தனியா காத்துகிட்டு இருப்பான்..." என்றான் பாஸ்கர். பதிலில் அவன் சரவணனுக்குத் துணையாகத் திரும்பிப் போக விரும்புவது தெரிந்தது.

"அது சரி! பயமா இல்லையா உனக்கு? பார்த்துப் போ! அத்தான் அங்க தனியா இருக்காருங்கறதால தான் உன்னை நான் அனுப்பச் சம்மதிக்கிறேன். இல்லேன்னா" அவள் பேச்சை முடிக்கும் முன் அங்கே மதுரை செல்லும் ஜெயவிலாஸ் பஸ் ஒன்று செருமியபடி வந்து நின்றது. அதைப் பார்த்த உடனேயே வேகமானாள் கார்த்திகா.

இரண்டுபேர் இறங்கிக் கொள்ள இருபதுபேர் பஸ்சில் ஏறத் தயாராக இருந்தார்கள். கார்த்திகா அவனைத் திரும்பித் திரும்பிப் பார்த்தபடி ஓடிப்போய் ஜெயவிலாசுக்குள் தானும் ஏறிக்கொண்டாள்.

சீறிக்கொண்டு கிளம்பி அதனுள் ஜன்னலோரமாகச் சரிந்தபடி, 'அப்பாடா' என்ற பெருமூச்சுவிட்டாள்.

வலையங்குளமோ தூங்கத் தயாராகிக் கொண்டிருந்தது!

ஒரு வழியாக, கார்த்திகாவைப் பஸ் ஏற்றிவிட்ட நிம்மதியில் பாஸ்கர் டீக்கடை ஒன்றின் முன் போய் நின்றான். டீ குடித்தால் தேவலை என்று தோன்றவே, ஒரு டீ சொல்லிவிட்டுப் பக்கத்து மரப்பெஞ்சின் மேல் போய் உட்கார்ந்தான்.

தூக்கலான பாம்பேடையிங்கின் பாண்ட்டும் சட்டையும் மிதமான டீக்கடையின் பல்பு வெளிச்சத்தில், அந்த ஊரிலேயே துப்புரவானவன் அவன் ஒருவன் தான் என்பது போல் காட்டிக் கொண்டிருந்தது.

முகம் மட்டும் பொலிவில்லாமல் நிகழ்ந்த சம்பவங்களால் சூம்பிப் போயிருந்தது. இப்பொழுது அவனுக்குப் பக்கமாய்க் கருப்புப் போர்வை ஒன்றுக்குள் தேகத்தைப் பதுக்கியபடி தள்ளாடலாய் கிழவி ஒருத்தி வந்து அங்கு அமர்ந்தாள்.

அவளைப் பார்த்த மாத்திரத்தில் டீக்கடைக்காரன் ஓடிவந்து, அவள் முன் உடலைக் குனிந்து கொண்டு நின்றபடி பேசினான்.

“வரணும். காடம்மாவரணும்! சொல்லியனுப்பியிருந்தா உன் கோவிலுக்கு நானே தேவையானதைக் கொண்டுகிட்டு வந்திருப்பேனே தாயே!” அந்த டீக்கடைக்காரன் அவள் முன்னால் கைகட்டிப் பணிவாகப் பேசின பாவனை, பாஸ்கரை ஆச்சரியப்படுத்தவே அந்தக் கிழவியைச் சற்று ஊன்றிக் கவனித்தான்.

முகம் முழுக்க தொங்கு சதை. குழி விழுந்து அடைத்துப் போயிருந்த கன்னங்கள், முப்பத்தி இரண்டு பற்களையும் அவள் தொலைத்து வெகுகாலமானதைச் சொல்லாமல் சொன்னது.

தலைமுடியிலோ நரை பறந்து கொண்டிருந்தது.

ஆனால், கண்களில் மட்டும் ஒரு அசாத்திய தீர்க்கம். துளி கூட ஈரப்பளபளப்பு இல்லாமல், வெள்ளையும் கருப்புமான கூழாங்கற்களைப் பிடுங்கி வைத்துக் கொண்ட தினுசில், உற்றுப்பார்க்கும் பாஸ்கரை வெறித்தது.

பாஸ்கருக்கு அந்தக் கிழவியின் பார்வை என்னவோ செய்தது. டீக்கடைக்காரன், காடம்மா என்னும் அந்தக் கிழவி தன் கேள்விக்குப் பதில் சொல்லாமல் பாஸ்கரையே வெறிப்பதைப் பார்த்து, சற்றுப் பயந்தவனாய் “காடம்மா… தாயி!” என்று அந்தக் கிழவியை அழைத்துப் பார்த்தான்.

அவன் அழைப்புக்கு இணங்கினவளாய் மெல்ல அவன் பக்கம் பார்வையைத் திருப்பினாள் அந்தக் கிழவி. பின்னர் தன் பொக்கை வாயைத் திறந்தாள். கிணற்றுக்குள்ளிருந்து வெளிக்கிளம்பும் சப்தம் போன்ற குரல்.

"உன் கிட்ட டீ வாங்கிக் குடிக்க நான் வரலைடா. என் முத்துப்பாண்டியை, பாத்துப் போக வந்தேன். கொஞ்சநாளா மனைப் பொன்னா பணிஞ்சுக் கிடந்தவன் இன்னைக்கு நிலாவைப் பாத்துட்டு உலாத்தக் கிளம்பிட்டாண்டா வெளியில்... என் ஜீவன் வெளிய திரியும் போது நான் மட்டும் குடிசைக்குள்ளாற குந்தி இருந்து என்ன பிரயோஜனம்?"

டீக்கடைக்காரனைப் பார்த்து எதிர்க்கேள்வி கேட்ட காடம்மை எனும் அந்தக் கிழவி, கேள்வி கேட்ட வேகத்தில் எழுந்துகொண்டாள்.

கையோடு கொண்டு வந்திருந்த கருவேலந்தடியை ஊன்றியபடி தார்ச்சாலை மேல் பாஸ்கரும் கார்த்திகாவும் நடந்து வந்த திக்கில், தள்ளாடியபடி நடக்க ஆரம்பித்தாள் கிழவி!

டீக்கடைக்காரன் ஏனோ வாய் மூடி மவுனமாகியிருந்தான்.

பாஸ்கருக்கு ஒன்றும் புரியவில்லை. டீக்கடைக்காரனைப் பார்த்துக் கேட்டான்.

"ஏங்க! யாருங்க இந்தக் கிழவி! யார் அந்த முத்துப்பாண்டி?" பாஸ்கரின் கேள்விக்கு அந்த டீக்கடைக்காரன் ஒரு தினுசாக அவனைப் பார்த்தான்.

"நீங்க மதுரையா?" எதிர்க்கேள்வி கேட்டான்.

"ஆமா!"

"பாத்தா நிறையப் படிச்சவர் மாதிரி தெரியுது. நான் சொல்றதைக் கேட்டா உங்களால நம்பமுடியாது. எதுக்கு சார் இதெல்லாம்? வந்தமா, டீ குடிச்சோமா, போனோமான்னு இருங்க..."

டீக்கடைக்காரன் பொடி வைத்துப் பேசின பேச்சு பாஸ்கருக்குள் ஆர்வத்தைப் பெரிதாக வளர்த்தது.

"அப்படியெல்லாம் ஒண்ணுமில்லை. சும்மா சொல்லுங்கண்ணே!" என்றான் சற்று நைச்சியமாக.

அவன் தன் பேச்சில் 'அண்ணே' என்று அன்பைக் கலந்த விதம், அந்த டீக்கடைக்காரனுக்கு மிகவும் பிடித்துப் போயிற்று.

மெல்ல வாய் திறந்தான்.

"நீங்க பார்த்த காடம்மா எங்களுக்கெல்லாம் தெய்வம் மாதிரி! அவ சொன்னா சொன்னது நடக்கும் சபிச்சா, சர்க்கார் மந்திரியா இருந்தாலும் அவன் தொலைஞ்சான். அவளுக்கு அவ்வளவு சக்தி! ஒரு வியாதிவெக்கை எங்களை அணுக விட மாட்டா, என் தாயி. அந்தத் தாய்க்கும் ஒரு பெரும் சோகம். அவளோட ஆசைப் பேரன் போன வருஷம் இதே மாதிரி ஒரு பவுர்ணமி அன்னிக்கு, இங்கே இருந்து கொஞ்சத் தொலைவுல பாரதிநகர்ங்கற புதுக்குடியிருப்புக்குப் போற மண்பாதைப் பிரிவு கிட்ட ஒரு லாரியில் அடிபட்டு, செத்துட்டான். அவனைப் பார்க்கத் தான் என் தாய் போய்க்கிட்டிருக்கா!"

டீக்கடைக்காரரின் அசாதாரணமான பதில் பாஸ்கரைப் பிடித்து ஒரு உலுக்கே உலுக்கிவிட்டது.

3

பாரதிநகர் குடியிருப்புக்குப் பிரதானசாலையில் இருந்து செம்மண் சாலை பிரியும் விலக்கில், ஒரு வருடத்துக்கு முன் செத்துப்போன தன் பேரனைப் பார்ப்பதற்காகத் தான் காடம்மா அந்தப் பவுர்ணமி இரவில் போயிருக்கிறாள் என்று டீக்கடைக்காரர் சொன்ன உண்மை, பாஸ்கரின் எலும்பில் குளிர் தாக்கியதைப் போல் திகைக்க வைத்தது.

"என்ன அண்ணே சொல்றீங்க! போன வருஷம் செத்துட்டாங்கறீங்க. செத்தவனை இப்பப் போய் எப்படிப் பார்க்க முடியும்?"

பாஸ்கர் டீக்கடைக்காரரைப் பார்த்துக் கேள்வி கேட்கவும், அவர் சற்று நிதானமாகப் பாஸ்கரை வெறித்தார்.

"சார், நான் படிக்காதவன். எனக்கு விவரமாக சொல்லத் தெரியாது. உங்களுக்குச் சந்தேகமா இருந்தா, நீங்க, காடம்மா போன திக்குல போய்ப் பாருங்க!"

டீக்கடைக்காரரின் குரலில் ஒரு அசாத்திய உறுதி தொனித்தது. அதில துளி கூடப் பொய் சொல்லும் பாங்கோ, கண்மூடித்தனமோ தென்படவில்லை. இருந்தாலும் பாஸ்கருக்கு அதை ஒப்புக்கொள்ளவோ, சோதிக்கவோ தோன்றவில்லை.

அவன் ஈரக்குலையில் பயம் புகுந்துகொண்டு அவனை மிரட்டிக்கொண்டிருந்தது.

"நீங்க சொல்றதை நம்பமுடியலை! நீங்களே சொல்லுங்க, செத்தவங்களோட யாராவது பேச முடியுமா?"

இந்தமுறை பாஸ்கரின் கேள்விக்கு டீக்கடைக்காரர் உடனே சற்றுப் பெரியதாகவே முறைத்தார். பின்னர் கடுப்போடு வாய் திறந்தார்.

"சார் நான் கொஞ்சம் முந்திதான் டீக்குடிச்சிட்டு போய்க்கிட்டே இருங்கன்னு சொன்னேன். உங்க படிப்பு வெறும் ஏட்டுச் சுரைக்காய், அதுக்கு இந்த மாதிரி கிண்டல் கேள்விங்க மட்டும் தான் தெரியும். செத்தவங்களோட யாராவது பேச முடியுமான்னுதானே கேட்டீங்க? நான் பேசியிருக்கேன். காடம்மா தேடிக்கிட்டுப் போயிருக்காளே முத்துப்பாண்டி! அவன் கூடவே பேசியிருக்கிறேன்.

அவனுக்கு இந்த ஊர் மக்கள் பேர்ல எவ்வளவு அன்புங்கறது உங்களுக்குச் சொன்னா புரியாது. ஆமா நீங்க இதை எல்லாம் தெரிஞ்சிகிட்டு என்ன பண்ணப்போறீங்க?"

பொட்டில் அடித்த மாதிரியான டீக்கடைக்காரரின் பேச்சு பாஸ்கர் வயிற்றில் இலேசாப் புளியைக் கரைத்தது. சற்றுமுன் அவன் அனுபவித்த நிஜமான அனுபவம் டீக்கடைக்காரர் பேச்சை சத்தியவாக்காகவே கேட்டுக் கொண்டதை நினைத்துப் பார்த்தான்.

திரும்ப எப்படித் தனியாக வீடு திரும்புவது என்ற கவலைக்கு நடுவே ஊசலாடும் சமயத்தில், மேலும் மேலும் கதிகலக்கும் விதமாக, காதில் விழும் விஷயங்களின் எதார்த்தம் பாஸ்கரைத் துவட்ட ஆரம்பித்தது.

"சார் நீங்க யாருன்னு கேட்டேன், பதிலே சொல்லலியே?" கடைக்காரர் விடாமல் கேட்ட சமயம் விடலைப்பையன் ஒருவன், டிராயர் மட்டும் அணிந்த நிலையில் அங்கே வந்தான்.

தலையில் முடி, காடாய் முளைத்து அழுக்கேறி, செக்கிலாட்டிய கடலைப் புண்ணாக்கைப் போல், லேசான எண்ணைப் பசையோடு ஒரு ஒழுங்கில்லாதபடி கலைந்து கிடந்தது. திறந்த மார்பின் மேல் தவிட்டுத்தூள்கள் ஒட்டிக்கொண்டிருந்தன. வந்தவன் தோரணையாக டீக்கடைக்காரரைப் பார்த்து, "வீரண்ணா ரைஸ் மில்லுக்கு ஒரு நாலு டீ போட்டு அனுப்புவியாம். எனக்கு இங்கேயே கொடுத்துடு" என்றான்.

அப்படியே திரும்பி பாஸ்கரைப் பார்த்தவன். சற்று அதிசயமாகப் புருவங்களை உயர்த்தினான்.

"டேய்! மொச்சகொட்டை கொஞ்சம் நில்லுடா..." என்று அவன் அவசரத்தை அடக்கிய டீக்கடைக்காரர் பாஸ்கரைத் தன் பக்கம் திருப்பினார்.

"நீங்க சொல்லுங்க சார்!"

"இங்க பக்கத்துல பாரதி நகர்ல, என் அண்ணன் புதுசா வீடு கட்டியிருக்காரு. நாளைக்கு விடிஞ்சா கிரகப்பிரவேசம். அதுக்குத்தான் மதுரையிலிருந்து வந்திருக்கேன்..."

பாஸ்கர் பதில் சொன்ன மறுநிமிடமே, டீக்கடைக்காரர் முகமும் ஏனோ காகிதம் மாதிரி வெளுத்தது.

"ஏன் சார்! உங்களுக்கு இந்த நாடு நகரத்துல வேற இடமே கிடைக்கலியா?" வீரண்ணன் எனும் அந்த டீக்கடைக்காரர் ரொம்பத்தான் கழிவிரக்கமாகக் கேட்டார்.

"ஏங்க, அந்த இடத்துக்கு என்ன? பாஸ்கரிடம் உடனேயே வேக வேகமான கேள்வி."

"இடத்துக்கு என்ன...? நல்ல ஊத்துத் தண்ணி கிடைக்கற செழிப்பான இடம் தான்! ஆனா நிம்மதியாக காலந்தள்ள முடியாது..."

"அதான் ஏன்?"

"எல்லாம் காத்து தொல்லை தான்...!"

"காத்துத் தொல்லையா?"

"காத்துன்னா வீசற காத்தில்லை சார். உயிர் காற்று! உடம்புல ஐம்பது அறுபது வருஷம் சுவாசமா ஓடிக்கிட்டு உயிரை நிக்க வெச்சுக்கிட்டிருந்த உயிர்க் காற்று! நாங்களே அந்தப் பக்கம் ராத்திரியானா தலைகாட்ட மாட்டோம்..."

"ஆவி, பேய், பிசாசும்பாங்களே அந்த மாதிரியா?"

"படிச்சவங்க காத்துக்கு வெச்சுருக்கற பேர் ஆவி! நாங்க காத்துன்னு தான் சொல்வோம். காடம்மா இருக்கறதால அதுங்க இந்த ஊர் எல்லைக்குள் நுழையாது. இல்லேன்னா...?"

"இல்லேன்னா, என்னண்ணே பண்ணும்?"

"பிடிச்சு ஆட்டிப்புடும் தம்பி. நம்புவீங்களோ மாட்டீங்களோ? ராத்திரியில தனியா அந்தப் பக்கமா மோட்டார் சைக்கிள்ள போற ரொம்பப்பேர் ஒரு காரணமும் இல்லாம, புளியமரத்துல மோதி ரத்தம் கக்கி, செத்துருக்காங்க. சமயத்துல பல பஸ் டிரைவருங்க வேர்த்து விறுவிறுத்து என் கடை முன்னால வண்டியை நிறுத்திவிட்டு அதுங்களைப் பார்த்த விவரத்தைச் சொல்லிப் புலம்பியிருக்காங்க."

டீக்கடைக்கார வீரண்ணன் பேசப் பேச பாஸ்கருக்கு உடம்பெல்லாம் ஈரம் பூத்தது.

"அண்ணே ஆவி பேசுமா?" என்றான் அடுத்த வினாடியே...

"எனக்கு அது தெரியாது. ஆனா காடம்மா பேரன் முத்துப்பாண்டி பேசுவான். நாளைக்கு எனக்கு ஏதாவது ஒரு நல்லது கெட்டது நடக்கப் போவுதுன்னாலும் எந்த ரூபத்திலாவது சொல்லிவிட்டுப் போயிடுவான்."

ஒருநாள் பக்கமா கண்மாய் மேட்டுக்கு கொல்லைக்குப் போகக் கிளம்பினேன். வேட்டியை யாரோ பிடிச்சு இழுத்த மாதிரி இருந்திச்சு.

'போகாதே வீரண்ணா'ன்னு குரல் வந்திச்சு! உத்துப் பார்த்தேன்! என் தோள் உயரத்துக்கு கையில் ஒரு குச்சியோட முத்துப்பாண்டி

உருவம் புகை மாதிரி தென்பட்டு உடனே மறைஞ்சிடிச்சி. நானும் போகலை.

விடிஞ்சுப்பாத்தா கண்மாய் மேட்டுல இரண்டு பேர் நல்லபாம்பு கடிச்சு செத்துக் கிடந்தாங்க! அங்க ஒரு காட்டு நாகம் பேயா திரிஞ்சுக்கிட்டு இருக்கு. அதோட வேலை. நான் போயிருந்தா இருட்டுல என்னையும் கொத்தித் தள்ளியிருக்கும். அதை இப்ப நினைச்சாலும்..."

வீரண்ணன் பழைய நினைப்பின் பரவசத்தில் முத்துப்பாண்டியின் உதவியை எண்ணிச் சிலிர்த்து நிற்கவும், பாஸ்கர் சட்டென்று அந்த டீக்கடைக்காரர் கைகளைப் பிடித்தான்.

"அண்ணே! நீங்க சொன்ன முத்துப்பாண்டி உங்களுக்கு மட்டும் தான் உதவுவானா இல்லை எல்லோருக்குமா?" பதட்டமான குரலில் கேட்டான்.

"ஏன் சார் அப்படிக் கேட்கிறீங்க?"

"நான் வர்ற வழியில என் கண்ணுலேயும் ஒரு புகை உருவம் தென்பட்டிச்சு. 'வேண்டாம் சரவணன் இங்க படுக்க வேண்டாம்'னுச்சு!"

"நீங்கதான் சரவணனா?"

"இல்லை எங்க அண்ணன். இப்ப அந்தப் புது வீட்ல தான் இருக்காரு. நாளைக்கு கிரகப்பிரவேசமாச்சே! நிறைய சாமான் செட்டெல்லாம் கொண்டு வந்து இறக்கி இருக்கிறோம்! காவலுக்கு அங்க தான் தங்கியிருக்கார். கிரகப்பிரவேசம் முடிஞ்ச பிறகு இங்கேயே குடிவந்துடற ஐடியாவுல இருக்கோம்"

"அப்படியா? புகைமாதிரி தெரிஞ்ச உருவம் எப்படி இருந்திச்சி? என் தோள் உயரம் இருக்குமா?"

"இருக்கும். பயத்துல நான் சரியா கவனிக்கல என் அத்தைப் பெண்ணோட துப்பட்டியைக் கூட பிடிச்சு இழுத்திச்சு?"

"அப்ப அந்த முத்துப்பாண்டியேதான். சார்" முத்துப்பாண்டி படுக்கவேண்டாம்னு சொன்ன, படுக்காதீங்க. படுத்தா ஏதாவது

ஆபத்து வரலாம். நான் சொல்றதை நம்பினா உங்களுக்குதான் நல்லது."

"அண்ணே நீங்க சொல்றதையெல்லாம் கேட்டா எனக்கு ரொம்பப் பயமா இருக்கு. உடனேயே நான் அங்கே போய் என் அண்ணனைப் படுக்க விடாதபடி பண்ணணும்."

"முதல்ல அதைச் செய்யுங்க. போங்க சார்."

"அண்ணே! எனக்குப் பயமா இருக்கு. கொஞ்சம் துணைக்கு வர்றீங்களா?" பரிதாபமாகப் பாஸ்கர் கேட்ட விதம் வீரண்ணனை நெகிழ வைத்தது.

"கடையை அப்படியே போட்டுட்டு எப்படித் தம்பி வரமுடியும்?" என்று எதிர்கேள்வியுடன் யோசித்தார்.

"அண்ணே நான் வரட்டுமா?" என்றான் அந்தச் சிறுவன்.

"டேய் முருகா! உனக்குப் பயமா இருக்காதா?" வீரண்ணன் திருப்பிக் கேட்டார்.

"உனக்குத் தெரியாதா வீரண்ணா... முத்துப்பாண்டி என் உசுர் சினேகிதன். போன வாரம் கூட சோளக்காட்டுல அவனைப் பார்த்தேன். அவன் என்னைப் பார்த்தா சந்தோஷம் தான் படுவான்."

முருகன் என்ற அந்தச் சிறுவனின் பதிலில் பாஸ்கருக்கு லேசாய் தலைசுற்றியது.

"சார்... மளமளன்னு கிளம்புங்க. முன்னால காடம்மா தாயி போயிருக்கு வழியில் பார்த்தா விவரத்தைப் பயப்படாம அதுங்கிட்ட சொல்லுங்க. எல்லாம் நல்லபடியா நடக்கும்."

வீரண்ணன் அப்படி பேசிய பிறகுதான் பாஸ்கருக்கு சற்று தைரியமே வந்தது. 'ஒரு தொண்டுக் கிழவி தைரியமாக அந்த இருட்டில் அத்தனை தூரம் போயிருக்கும் போது நமக்கு மட்டும் ஏன் உடம்பு இப்படி நடுங்குகிறது?' மனதில் நிமிர்ந்தான்.

இதற்குள் அந்தச் சிறுவன் முருகன் ஒரு வாடகை சைக்கிளை எடுத்து வந்திருந்தான்.

'சார், நான் நல்லா குரங்கு பெடல் அடிப்பேன்!' என்று சொல்லிவிட்டு அரை டிராயரை இழுத்து விட்டுக்கொண்டு, கள்ளமில்லாதபடி சிரித்தான்.

பாஸ்கருக்கு சைக்கிளோடு அவனைப் பார்க்கவும் அப்படியே அவனை உயரத் தூக்கிப் போட்டு பிடிக்கவேண்டும் போல் தோன்றியது.

டீக்கடைக்கார வீரண்ணனிடம் காசைக் கொடுத்துவிட்டு சைக்கிளை மிதிக்க ஆரம்பித்தான்.

பின்னால் முருகன் ஏறிக்கொண்டான். மதுரையை நோக்கிய தார்ச்சாலை வளைவில் புளிய மரங்களின் இருட்டுக்குள்ளே சற்றைக்கெல்லாம் இருவரும் கலைந்து மறைந்தார்கள்.

பாஸ்கரின் கால்கள் பெடலை அசுரத்தனமாக அழுத்திக்கொண்டு இருந்தன. கண்களிலோ காடம்மையைத் தேடும் வேகம்.

தள்ளாடியபடி கருப்புப் போர்வைக்குள் நடக்கும் காடம்மையோ மண்பாதைப் பிரிவை எட்டி இருந்தாள். இருட்டிலும் தீர்க்கமாகப் பார்க்க முடிந்த பாவனையோடு அருகாமைப் புளியமரங்களை அண்ணாந்து பார்த்தபடி அசைந்து கொண்டிருந்தாள்.

குளிர்ச்சியான பவுர்ணமி வெளிச்சத்தில் ஒரு நாகம், ஒரு சாரையோடு சங்கிலியாகப் பிணைந்திருந்தது. ஓரிடத்தில் பக்கமாகக் கொத்தாக சப்பாத்திக் கள்ளி... காடம்மைக்கு அதைப் பார்க்க முகம் கோணிப்போனது.

துளியும் பயமின்றி அது புணரும் போதே அவள் அதைத்தாண்டி நடந்தாள். பார்வையைப் பருந்தாகச் சுற்றிச் சுழலவிட்டாள்.

தொலைவில் ஒரு பாறைத் திட்டு! அதன் மேல் மல்லாந்த நிலையில் முத்துப்பாண்டி படுத்திருப்பது போல் ஒரு பிரமை அவளுக்குள் தட்டியது.

அவள் கால்கள் கைத்தடியோடு அங்குப் பதிந்த சமயம்...

க்ரீவீச்ச்ச் என்ற உக்ரமான சப்தம் ஒன்று பக்கத்து மரத்தில் இருந்து கேட்டது. மின்னல் வேகத்தில் சப்தம் வந்த திக்கைப் பார்த்தாள் காடம்மை.

அந்த மரத்திலிருந்து குடையை விரித்து வானத்தில் பறக்க விட்ட பாவனையில், ராட்சத வௌவ்வால் ஒன்று சப்தத்தோடு நிலாவைக் குறிவைத்து மேலே ஏறிக்கொண்டிருந்தது.

4

சைக்கிளில் பாஸ்கர், சிறுவன் முருகனுடன் வேக வேகமாக மிதித்து முன்னேறிய போது, காடம்மை கிழவியின் உருவம் சற்று தூரத்தில் கருப்பு நிழலாகத் தெரிந்தது.

அவளோ, அப்படியோ அசையாமல் உயரே பறக்கும் வௌவ்வாலை அண்ணாந்து பார்க்கும் தருணம், விருட்டென்று அவளை ஒரு லாரி கடந்துபோனது.

அந்த டிரைவர் ஜன்னல் வழியாக எட்டிப் பின்பக்கமாகத் திரும்பி ஆச்சர்யமாகக் காடம்மையைப் பார்த்துக்கொண்டே போனான்.

அந்த ராத்திரியில் ஒரு கிழவி தன்னந்தனியாய்ப் புளியமரத்தடி ஒன்றில் நின்றபடி அண்ணாந்து மரக்கிளையைப் பார்த்து, ஏதோ பேசிக் கொண்டிருந்தால் யாருக்குத்தான் ஆச்சரியம் தட்டாது.

காடம்மை முத்துப்பாண்டியை நினைத்தபடி வௌவ்வாலையே பார்த்தபடி சலிப்போடு நிற்கவும், சற்று தள்ளி கிரீச்சிட்டபடி வந்துநின்றது பாஸ்கரின் சைக்கிள்.

சைக்கிளின் பின்பக்கத்தில் இருந்து எகிறிக் குதித்து, 'பாட்டி, பாட்டி...' என்றபடி அவளை நெருங்கினான் முருகன்.

"ஆரு முருகனா...? எங்கடா இந்த ராவுல, இந்த இடத்துல...?" காடம்மையிடம் கரிசனமான, சற்றே காட்டமான கேள்வி.

காடம்மை விசாரித்த அந்த வேளையில் ஒரு ஓரமாக பயத்தோடு சைக்கிளை ஸ்டாண்ட் போட்டு நிறுத்திவிட்டுப் பாஸ்கர் மெல்ல அவளை நெருங்கினான்.

“பாட்டி... இந்த அண்ணன் உன்னைப் பார்க்கணுமாம். கொஞ்சம் முந்தி, நம்ப முத்துப்பாண்டி இந்த அண்ணன் கண்ணுக்குப்பட்டு இருக்கான். ‘படுக்காதே... இங்க படுக்காதே!’ன்னு என்னவோ பேசிட்டு மறைஞ்சிட்டானாம்”

அந்தச் சிறுவனிடம் விஷயம் முழுவதையும் ஒரே மூச்சில் சொல்லிவிடும் வேகம் படபடப்பாக வெளிப்பட்டது.

காடம்மை நிலவொளியில் பாஸ்கரை அண்ணாந்தாள். சற்றுமுன் டீக்கடையில் பார்த்த அதே முகம்.

“நீ என் பேரனைப் பார்த்தியா? எங்கே, எப்போ?” காடம்மையிடம் அதிகம் பேச விரும்பாத, பட்டுக் கத்தரித்த மாதிரியான கேள்வி.

“ஒரு இரண்டு மணிநேரம் இருக்கும். இதே மண்பாதையில் எங்கப் புதுவீட்டுல இருந்து வரும்போது பார்த்தேன்.”

“அறிமுகமில்லாதவங்ககிட்ட என் பேரன் நெருங்கவே மாட்டானே. ஆமா... அது என் பேரன் தான்னு உனக்கு எப்படித் தெரியும்?” திருப்பிக் கேட்டாள்.

சடாரென்று அவர்கள் மூவர் மீதும் உயரமான வாகனம் ஒன்றின் ஹெட் லைட் வெளிச்சம் பாய்ந்து பிறகு அது அவர்களைக் கடந்த நிலையில் நுழைந்தும் போனது.

“வீரண்ணன் கிட்ட பேசும் போதுதான் எனக்கு விவரமெல்லாம் தெரிஞ்சுது பாட்டி! எங்க அண்ணன் ஒருத்தர், நாங்க புதுசா கட்டியிருக்கிற வீட்டுல காவலுக்குப் படுத்துக்க வந்துருக்கார். இன்னிக்குத்தான் அவர் அங்கே படுக்கப் போறாரு. நானும் அவருக்குத் துணையா படுத்துக்க வந்தேன். விடிஞ்சா அந்த வீட்டுக்குக் கிரகப்பிரவேசம்!”

“என் அத்தைப் பொண்ணு எங்களைப் பார்க்க வந்திருந்தா. அவளை பஸ் ஏற்றிவிட வந்தப்பதான், உங்க பேரனோட ஆவி

எங்களுக்குத் தெரிஞ்சிச்சு. கூடவே 'வேண்டாம் சரவணன் இங்க படுக்க வேண்டாம்'னு சொல்லிச்சு!"

பாஸ்கர் பேசி முடிக்கவும் காடம்மை மெல்ல மோவாயை வருடியபடி புளியமரத்தை அண்ணாந்தாள்.

"டேய் முத்துப்பாண்டி! என்னடா இதெல்லாம்? நீ இவங்களைப் பார்த்தியா?" மரத்தைப் பார்த்து அவள் மனதுக்குள் கேட்ட கேள்விக்குப் பதிலாக, இப்பொழுது அந்த வௌவ்வால் அந்த நிலவொளியில் மீண்டும் அந்த மரத்தை நோக்கிப் பறந்து வரத்தொடங்கியிருந்தது.

பாஸ்கர் கூட அதைக் கவனித்தான். உடனேயே அவன் தொண்டை வறள ஆரம்பித்தது?

ஆனால், முருகனோ துளி கூடப் பயப்படாத பாவனையில் காடம்மை பார்த்த அந்த ராட்சத வௌவ்வாலைத் தானும் அண்ணாந்து பார்த்தபடி, இடுப்பில் கைவைத்துக்கொண்டு நின்றான். பறந்து வந்த வௌவ்வால் காடம்மையின் தலைக்கு மேல் அவள் கேள்வியை ஆமோதிக்கும் விதமாக ஒரு சுற்று சுற்றிவிட்டுத் திரும்பவும் வானமேறிப் பறக்க ஆரம்பித்தது.

"என் பேரன் ஏதாவது ஒண்ணு சொன்னா அதுல ஆயிரம் அர்த்தம் இருக்கும். உன் அண்ணனை இங்கே படுக்க வேண்டாம்னு சொல்லியிருக்கான். அதுல என்னவோ இருக்கு. டேய் முத்து! என்னடா விஷயம்?"

பாஸ்கரைப் பார்த்து, பதிலைச் சொன்ன காடம்மை, அப்படியே கேள்வியை அண்ணாந்து வானத்தைப் பார்த்துக் கேட்கவும், மரம் முழுக்க நடுங்கிக் குலுங்கிய மாதிரி, காய்ந்த இலைகள் அவர்கள் மேனிமேல் வணங்கிச் சிந்தின.

தொடர்ந்து தார்ச்சாலையின் இடது ஓரமாய் புகைபோல் உருவம் ஊரை நோக்கி ஓடுவது மூவர் பார்வைக்கும் தெரிந்தது.

"தம்பி! என் பேரன் ஊர் எல்லைக்குப் போறான். அங்கதான் என் குடிசை இருக்கு. வாங்க அங்கப் போவோம்.

அவன் காரணத்தைச் சொல்ல விரும்பறான். பேசினா விவரம் தெரிஞ்சிடும்."

சொல்லிக் கொண்டே காடம்மை அடுத்த வினாடியே வந்த வழியே திரும்பி வேக வேகமாக நடக்க ஆரம்பித்தாள்.

பாஸ்கர் அவளுக்கு சமமாக சைக்கிளை உருட்டினான் முருகன் காடம்மையை ஒட்டிக்கொண்டு நடக்க ஆரம்பித்தான்.

பாஸ்கருக்குள், தான் காண்பது எல்லாம் கனவா இல்லை நனவா என்ற கேள்வி விஸ்வரூபமெடுத்தது.

'மாலை ஐந்து மணிவரை ஒரு நகரப் பிரஜையாக ஆபீஸ் போய் திரும்பிய கையோடு காப்பி குடித்து விட்டு, காசட்டில் 'ஹே ஐ லவ் யூ'வைப் பெரிதாக வைத்து ஆடியபடியே கேட்டு விட்டு, எதிர் வீட்டில் ஜன்னல் ஓரமாக, சாயந்திரமானால் பூக்கும் சவுதாமினிக்குக் கண்ஜாடை காட்டிவிட்டு, பஜாஜ் ஸ்கூட்டர் ஏறி இங்கு நுழையும் வரை, நான் வாழ்ந்த உலகம் இப்பொழுது அப்படியே தலைகீழாக மாறி, வாழ்க்கையின் மர்மமான பக்கத்திற்குத் தன்னை மிக வேகமாக இட்டுச் சென்றுவிட்டதை நினைத்தான்.'

அவனுக்குள் புயல் வீசி ஓய்ந்த மாதிரி ஒரு அமைதி மனதை இன்னும் திகைப்பில் ஆழ்த்தி இருந்தது?

இதற்குள் காடம்மையின் குடிசை வந்துவிட்டது, வெளியே சுற்றிலும் வேப்பமரங்களாய் முளைத்து நிற்க, நடுவில் கச்சிதமான திருத்தத்துடன் மிகத் துப்புரவான குடிசை.

குடிசையின் ஒரு ஓரத்தில் ஒரு நடுகல். அதன் மேல் குங்குமமும் மஞ்சளும் சிந்திக் கிடக்க, அதன் முன் உடைத்த தேங்காயும் சில வாழைப் பழங்களும். ஊதுபத்தி ஒன்று, அடிக்கட்டையை நெருங்கி அஸ்தமித்துவிடும் ரகமாய், புகையைக் கரைத்துக் கொண்டிருந்தது.

குடிசைப் பின்னாலே பசுமையான புல்வெளி. புல்வெளிக்கும் அப்பாலே சிலீரென்ற நீர்த்தேக்கம் ஒன்று. வானை, மேகத்தை,

வெள்ளித்தட்டாய் ஜொலிக்கும் நிலவை, ஊடே அணிவகுத்துப் பறக்கும் கொக்குக் கூட்டத்தை கண்ணாடி படம் பிடித்துக் காட்டிக் கொண்டிருக்கும்.

அந்தத் தேக்கத்தின் கரைவிளம்பில்போய் நின்று கொண்டாள், காடம்மை. அவள் பக்கத்தில் முருகன்.

“முத்துப்பாண்டி வேப்ப மரங்களைத் தாண்டி, குடிசைக்குள் வர இயலாதவன் போலவும், அவனை வெளியேயே எதிர்கொள்வதுதான் நல்லது என்பது போலவும் அவள் அங்கே போய் நிற்கிறாளோ?”

திடும் என்று யாரோ அவன் மேனி மேல் ஏறி அமர்ந்த மாதிரி ஒரு பார உணர்வுடன் உடம்பை வெட்டி முறித்து வேகமாக மூச்சை உள்ளே இழுத்த முருகன், மறுகணமே, ‘பாட்டி’ என்றான் வித்தியாசமான குரலில்.

காடம்மை அதைக்கேட்டுச் சிலிர்த்தபடி திரும்பினாள்.

அந்தக் குரல் முத்துப்பாண்டிக்குச் சொந்தமானதல்லவா? முருகனை நோக்கித் திரும்பினாள்.

‘ஏலே, முத்துப்பாண்டி....!’ குரலில் பாசம் ஒழுக அவனை வாரி அணைக்கப் பார்த்தாள்.

ஏனோ முருகன் அவளைத் தள்ளிவிட்டான், பக்கத்தில் பதட்டமாய் நிற்கும் பாஸ்கரை ஏறிட்டான். பாஸ்கரின் சட்டை பாக்கெட்டில் பவுண்டன் பேனாவின் தங்க நிற மூடி பளீரென்று வெளித் தெரிந்தது.

உடனேயே பெரிதாக, தான் தேடியது கிடைத்த பாவனையில் அதைக் கைநீட்டி வெளியே எடுத்தான்.

காடம்மைக்குப் புரிந்துவிட்டது, அவன் எதையோ எழுதிக் காட்ட விரும்புகிறான் என்பது.

“டேய் முத்துப்பாண்டி! என்னடா பண்ணப்போறே? எதையாவது எழுதிச் சொல்ல விரும்புறியா?” அவள் ஆர்வமாகக்கேட்டாள். முருகன் என்னும் அந்த முத்துப்பாண்டியின் பார்வை சுற்றிலும் ஒரு வகை வெறிப்போடு துழாவவிட்டது.

தூரத்தில் வலையங்குளத்துச் சாலை வளைசலின், வீரண்ணன் டீக்கடை அருகே வெளிச்சமும் அந்த வெளிச்சத்தில் ஒரு தட்டி மேல் மின்னும் சினிமாப் பட வால்போஸ்டர்களும் தெரிந்தன. பேனாவுடன் அந்தச் சுவரொட்டித் தட்டியை நோக்கி ஓட ஆரம்பித்தான்.

சுவரொட்டியை நெருங்கியவன் சுவரொட்டியில் ஒரு ஓரத்தில் முத்து முத்தான கையெழுத்தில் எழுத ஆரம்பித்தான்.

பள்ளிக்கூட வாசனையை இல்லாத முருகனா பேனா பிடித்து அத்தனை அழகாக எழுதுவது?

டீக்கடை வீரண்ணன் கடைக்குள்ளிருந்து வந்து பார்த்த போது, காடம்மையும் பாஸ்கரும்கூட அங்கு வந்து சேர்ந்திருந்தார்கள்.

சுவரொட்டின் ஒரு ஓரத்தில் இப்பொழுது ஒரு புரிந்தும் புரியாத செய்தி.

'எனக்குக் கடலை மிட்டாய் வாங்கித் தந்த அண்ணனுக்கு இன்றைக்கு முதல் ஜாமத்துல புது வீட்டுக்குள்ள பெரிய ஆபத்து காத்து இருக்கு!'

'என்னைப் போல உடம்பில்லாத ஆவி ஒண்ணு, அண்ணன் கையை நம்பி, நாலு கொலை பண்ணிப்பார்க்க, அலைஞ்சுக்கிட்டிருக்கு!'

'அப்புறமா சொல்றேன் மத்த சேதி. இப்ப உடனடியா ஓடிப்போய் அண்ணனைக் கவனி...! அண்ணன் உடம்பு தரை சாயக்கூடாது ஜாக்ரதை! ஜாக்ரதை!'

செய்தியைப் படித்த பாஸ்கர், காடம்மையை ஒரு வினாடி ஒன்றும் புரியாத பதட்டத்துடன் பார்த்தான். பிறகு கைக்கெடியாரத்தைப் பார்க்க அதன் ரேடியம் மணி பத்து என்றது!

இது சரவணன் பாய் விரிக்கும் நேரமல்லவா?

5

'தெய்வமே சரவணன் படுத்திருக்கக்கூடாது எதாவது வேலை இருந்து அதை அவன் முழித்தபடி செய்து கொண்டிருக்கவேண்டும்.'

சைக்கிளில் காற்றாய்ப் பறக்கும் பாஸ்கருக்குள் ஆதங்கம் அலைமோதியது.

சரியான எதிர்க்காற்று. எதிர்த்து சைக்கிளில் பெடல் போடுவதற்குள் போதும் என்றானது.

பின்னாலே அசாத்ய பாரத்தோடு முருகன். ஒரு சிறுவனுக்குண்டான கனத்தை மீறி ஒரு மூட்டையாய்க் கனத்த முருகன் எதுவும் பேசாமல் வெறித்தபடி அமர்ந்திருந்தான். பின்னால் அமர்ந்திருக்கும் அவனை நினைக்க உடம்பெல்லாம் உதறும் போல் தோன்றியது.

வானத்து நிலா வழிகாட்ட ஒரு வழியாகப் பாரதிநகருக்கு தார்ச்சாலையிலிருந்து பிரியும் மண்சாலையை எட்டினான். அசாத்திய வேகத்தோடு சைக்கிளை ஓடிக்கவும் மண்சாலையில் சைக்கிளின் முன்பக்கச் சக்கரம் சறுக்கியபடிச் சரிய, சைக்கிளோடு கூடித் தானும் சரிந்து கீழே விழுந்தான்.

சைக்கிள் கேரியரில் இருந்த முருகனும் ஒரு மூட்டையாக உருண்டு சாலை மேல் எகிறிவிழ, கீழே விழுந்த பாஸ்கரோ சாலையோரத்து மைல்கல் மேல் மோதி மயக்கமாகத் துவங்கினான்.

முன் நெற்றியில் இடது கண்ணுக்கு மேலே புருவ வளைசலில் நச்சென்று அடிபட்டு ரத்தம் குழம்பாக வழியத் தொடங்கியிருந்தது.

முருகன், பந்துபோல் உருண்டு எழுந்துவிட்டான். அரக்கபரக்க அவன் பாஸ்கரை நெருங்கிய போது. பாஸ்கர் முழு மயக்கமாகிவிட்டிருப்பது தெரிந்தது.

விருட்டென்று நிமிர்ந்து எதிரே தெரியும் மண்பாதையைப் பார்த்தான். வினாடியும் தாமதிக்காமல் ஓட கால் எடுத்தான்.

பார்த்துப் பார்த்து எல்லாக் காரியங்களும் செய்தாயிற்று. ஏனோ பளபளப்பான அந்த வீடு ஒவ்வொரு கோணத்திலும் சரவணனைப் பிரமிக்க வைத்துக் கொண்டிருந்தது. கார்த்திகாவைப் பஸ் ஏற்றிவிட்டு வரச்சென்றிருந்த பாஸ்கர் இன்னமும் திரும்பி வந்திராததை உணர்ந்து இலேசாய் கவலைகொண்ட படிவாசல் நிலைப்படி அருகே வந்து நின்றான். வெளியே உள்ள மண்சாலை மேல்பார்வையைத் துழாவவிட்டான்.

நிலவொளியில் தூரத்து வேங்கை மரம் மட்டும் சாமரவீச்சு போல் இலேசாய் ஆடிக்கொண்டிருந்தது. அதன் கீழே கயிற்றுக்கட்டில்! மேஸ்திரியின் மாமன் மகன் காவலுக்கு. அங்கே இதுநாள் வரைபடுத்துக்கிடந்தது சட்டென்று ஞாபகத்தில்பூத்தது.

'தானும் அங்கே காற்றாடப் படுத்துக்கொண்டால் என்ன? பாஸ்கர் வீட்டுக்குள் படுத்துக் கொள்ளட்டுமே...' கேள்வியோடு உள்ளே நுழைந்தவன், ஸ்டோர் ரூமில் மறுநாளைய கிரகப்பிரவேசத்தின் பொருட்டு கொண்டு வந்து வைத்திருந்த சாமான் செட்டுகளின் மேல் பார்வையைவிட்டான்.

துப்பட்டியும் தலையணையும் பாயோடு சுருண்டு அங்கே ஒரு மூலையில் கிடந்தது. அதுதவிர, ஒரு ஒற்றைத் தலையணையும் துப்பட்டியும் தனியாகக் கிடந்தது.

பாயோடு பாஸ்கர் உள்ளே படுத்துக்கொள்ளட்டும். தான் வெளியே படுத்துக்கொள்ள ஒற்றைத் தலையணையும் துப்பட்டியும் போதும், என்று எண்ணியவன், அதை எடுத்துக்

கொள்ள கைகளை நீட்டிய போது, 'தேவையில்லை அது!' என்று யாரோ அவன் தோளைத் தொட்ட மாதிரியில் ஒரு 'சிலீர்' உணர்வு. திரும்பிப் பார்த்தவனை எரியும் ஒற்றை மெழுகுவர்த்தி. கேலியாக ஒளியோடு பார்த்தது.

தன் மனதில் நொடி நேரம் தோன்றிய பயம் பற்றித் தனக்குத்தானே வெட்கத்துடன் சிரித்தபடி. தலையணையை எடுக்கத் திரும்பவும் கையை நீட்டியவன், யாரோ தன் பின் கழுத்து அருகில், உஷ்ணமாய் மூச்சுக்காற்றை நெருக்கமாய் நின்று விடுவதைப்போல் உணர்ந்தான் சரவணன்.

"பாஸ்கர்! வந்துட்டியா?"

என்று உற்சாகமாய், வந்திருப்பது பாஸ்கர்தான் என்று நினைத்துத் திரும்பியவனுக்கு யாருமற்ற சூழ்நிலை ஆச்சரியத்தை உண்டு பண்ணியது.

முகத்திலும் கூட இலேசான கலவரத்தின் ஆரம்பம்.

சட்டென்று அந்த அறையின் கதவு காற்று வீச்சால் அசைவதுபோல் புதிதாகப் பொருத்தப்பட்ட இரும்பு வளைவில் எருமைக்கண்ணுக் குட்டியின் முனகல் போன்ற சப்தத்தோடு அசையத் தொடங்கியது. துப்புரவாகக் காற்று வீச்சே இல்லாத நிலையில் கதவு அசைவது சரவணனுக்குப் புதிராகவும் பின் திகிலாகவும் மாறியது.

அவன் உடல் லேசாக வியர்க்கவும் ஆரம்பித்தது. முகத்தை இரண்டு கைகளாலும் துடைத்து விட்டுக்கொண்டு ஒரு தடவை இமையைச் சிமிட்டிவிட்டுக் கொண்டவன். அந்த அரைவினாடிக்கும் குறைவான காலகட்டத்தில் அந்த அறையின் மூலை ஒன்றில் முட்டிக்காலிட்டு அமர்த்தபடி முகத்துமோவாயைக் கூம்பி நிற்கும் முட்டி மேல் வைத்த நிலையில், ஒரு கறுப்பு உருவம் தன் மீது வெறிப்பதைப் பார்த்த போது, சரவணனின் ரத்தம் உறைநிலைக்குச் சென்றது.

அவன் கணுக்காலை நான்கைந்து நண்டுகள் வெடுக்கென்று கவ்வியது போல் துணுக்குற்று வியர்த்தது உடல்.

'யாரது?' கேள்வியின் ஓசை தொண்டைக்குள்ளேயே நின்று விட, மீண்டும் கண்ணைக் கசக்கி விட்டுக்கொண்டவன், இப்பொழுது அங்கே வெற்று மூலையைப் பார்த்துக் குழம்பிப் போனான்.

அவன் மூச்சில் உஷ்ணம் கூடிக்கொண்டே போனது. இதயத்தில் துடிப்பு, தன்னை இரண்டால் பெருக்கிக்கொள்ளப் பார்த்தது.

'அடேய் எல்லாம் பிரமை!' என்றது மூளை. அதனால் சற்று சுதாரித்தவன் வினாடியும் தாமதிக்காமல் குனிந்து தலையணையையும் துப்பட்டியையும் எடுத்தான்.

விறுவிறுவென்று அறைக்கு வெளியே வந்தான். வாசல் நிலைக்காலைக் கடந்து, வராந்தாவில் நடந்து படிகளில் கீழிறங்கி, வேங்கை மரத்துக் கட்டிலுக்குக் குறிவைத்து நடந்தவன், திடீரென்று ஏதோ ஒன்று கீழே விழுந்த மாதிரியான சப்தம் கேட்டு, அப்படியே நொறுங்கிப் போய் நின்றான்.

அதிர்ச்சியில் அவன் கை அக்குளிலிருந்த தலையணை தானாக நழுவிக் கீழே விழுந்தது. 'நானும்' என்றபடி நழுவியது துப்பட்டி.

சப்தம் பக்கத்துப் பூஜை அறையிலிருந்து வந்திருந்தது.

'சரியாகக் கட்டி முடிக்கப்பட்டிராத அந்த அறையில் ஒரு சாமான் கூட கிடையாதே? அப்ப சப்தம் எப்படி உண்டாகும்?'

மனக் கேள்வியோடு மறுகியவன், 'பாஸ்கர் இன்னமும் வரவில்லையே' என்ற தவிப்புடன் நின்றான்.

'என்ன நடக்கிறது இங்கே? எல்லாமே வெறும் எதார்த்தமான நிகழ்ச்சிகள்தானா? இல்லை வித்தியாசமாய் ஏதாவதா?'

அவனுக்குள் கேள்வி, விஸ்வரூபம் எடுத்தது. விடை சாமான்யத்தில் கிடைக்காது போல் தோன்றியது. எல்லாம் எதார்த்தமான சம்பவம்தான் என்ற முடிவுக்கே மனம் வந்தது. வலுக்கட்டாயமாக, பயத்தை ஒதுக்கி நிறுத்திவிட்டு நிமிர்ந்தான்.

புதிதாக ஒரு சக்தி பிறந்து அவன் கால்களை அசைத்து பூஜை அறையை நோக்கிச் செலுத்தியது. பாதி திறந்தும் திறவாமலும் கிடந்த கதவைத் தாண்டி, உள்ளே மெல்ல கால் எடுத்துவைத்தான்.

கால்களை நறநற வென்ற சின்னக் கற்கள் நெருடின. 'தரையெல்லாம் தான் வழவழ என்று பூசப்பட்டு விட்டதே? பிறகு ஏன் மண் தரை போல் நறநறக்கிறது வியப்போடு தரையைப் பார்த்தான். ஏற்றி வைத்த மெழுகுவர்த்தி வெளிச்சத்தில் சிமிண்ட் பூசி இறுகுவதற்காக ஈரமாக்கப்பட்டுக் கிடந்த தரைப்பரப்பு, சிலந்தி வலையாகக் கீறலிட்டு மின்னலைப் போல் கிளைவிட்டிருந்தது.'

எந்தப் பொருளும் விழுந்ததற்கான தடயமே இன்றிக் கீறலிட்டுப் பிளந்து கிடந்த தரையைப் பார்த்த போது சரவணனுக்குள் விதிர்ப்புப் பெருகியது.

ஒதுங்கி நின்ற பயம் மீண்டும் மனதில் மெல்ல வந்து ஒட்டப் பார்த்தது. பூஜைஅறையைக் கட்ட முயற்சிக்கும் சமயமெல்லாம் தடங்கல்கள் வந்து கொண்டிருந்ததாக மேஸ்திரி சொல்லிச் சென்றது சட்டென்று நினைவில் பந்தல் போட்டது.

பயத்தோடு நிமிர்ந்தவன் யதார்த்தமாய்த் திரும்பினான்.

அறைக் கதவின் வாசலில் சற்று முன், அவன் முன் மின்னலாய்த் தோன்றி மறைந்த அதே கருப்பு உருவம்!

அதைப் பார்த்து விழிகள் அகல விரிய, அப்படியே அறைச் சுவரின் மேல் அவன் ஒடுங்கிச் சாய்ந்து கொள்ளவும், அவனை நோக்கி அந்த உருவம் மெல்ல முன்னேற ஆரம்பித்தது.

துல்லியமான அதே வினாடியில், வீட்டுக்கு வெளியே மண்பாதை மேல் ஓடிவந்து கொண்டிருந்த முருகனின் காலடிச் சத்தமும் அந்தப் புதிய வீட்டு வாசலில் முற்றுப் பெற்றிருந்தது.

✦ ——— ✦

6

சைக்கிளில் வந்த போது சைக்கிள் சறுக்கிச் சரிந்து, ரத்தக்காயத்துடன் பாஸ்கர் மயக்கமடைந்து விட, அவனை அப்படியே விட்டு விட்டு மூச்சிறைக்க ஓடிவந்து, அந்த வீட்டின் முன்னே நின்ற முருகனின் மார்பு ஏறி இறங்கிக் கொண்டிருந்தது.

அவன் கண்களில் அரக்கு நிற ஒளி ஜ்வலிப்பாய் பிரகாசிக்கத் தொடங்க, வழக்கமான அவனது சின்ன நீலக்கண்ணின் கருநிற வட்டம், கோடு போட்டுப் பிரித்த தேசியக்கொடியின் அசோகச் சக்கரம் போல உருமாறியிருந்தது.

ஓடிவந்த வேகத்துக்கு உருவாகியிருந்த வியர்வை கழுத்தோரமாய்க்கோடு போட்ட படி அவனது திறந்து கிடந்த மார்பில் இறங்கிக் கொண்டிருந்தது.

ஏனோ கால்களை உள்ளே இயக்கிச் செல்ல வழி இல்லாதபடி ஒரு தடை உணர்வு அவனுள் ததும்பிக் கொண்டிருந்தது.

தனக்கு முன் ஒரு மாயவளையம் அக்னி ஜ்வாலையுடன் எரிகின்ற மாதிரியும் அதைத் தாண்ட, தன்னால் இயலாது என்பது போலவும் பார்வையை உள்ளே செலுத்தியவன் அப்படியே விதிர்க்க ஆரம்பித்தான்.

உள்ளே சரவணனின் கண்களில் தென்பட்டிருந்த அந்தக் கருப்பு உருவம், மிக விகாரமாய்த் தனது முழுவடிவம்

காட்டாமல் புகைக்கோளம் போலவும், அடர்ந்த முடிகளுடன் ஆளுயரத்துக்கு அசையும் கொரில்லாக் குரங்கு போலவும் பல மாதிரி உருவை அவன் கண்களுக்குக் காட்டி அவனைக் கலக்கிக் கொண்டிருந்தது?

'நோ... நோ...! யார் நீ? பாஸ்கர்! அந்த உருவத்தைக் கண்டு அஞ்சியவனாய்ப் பின்னோக்கி, சுவரில் மோதிச் சாய்ந்து, விழிகள் அகண்டு விரிந்து தெறிக்க, அச்சத்தில் உதடுகளில் பாஸ்கரை உச்சரித்தான் சரவணன்.'

பின்னர், திடும் என்று புகைபோல் அது கலைந்து போன விந்தை கண்டு, மெல்லச் சுதாரிப்புக்கு வந்தான்.

முதல் காரியமாக, கண்களைக் கசக்கிக் கொண்டான்.

தன் சரீரத்தைச் சற்று அவநம்பிக்கையோடு ஒரு பார்வை பார்த்துக் கொண்டான். தான் கண்டதும் வெறும் கனவுதானா? என்ற கேள்வியுடன் அறையை ஒரு முறை ஆழமாக நோட்டம் இட்டான்.

வட்டக்கண்ணாடியின் மையத்தில் ஒரு பிளவு நூறு நூறு கிளைகளோடு உருவான மாதிரியில் தரையின் மையத்தில் வெடிப்பு!

ஆச்சரியம், அவனுக்குள் பொங்கிக் கிளம்பியது. மனதில் திரும்பவும் கவிந்த பயம், முதலில் அறையை விட்டு வெளியேறச் சொன்னது.

அறையை விட்டு வெளியே வந்தவன், வாசலுக்கு அப்பால் மண்சாலை மேல் ஒரு கருப்பு உருவமாய், அரைகுறை நிலவொளியில் நிற்கும் முருகனைப் பார்த்தான்.

இதயம் திரும்பவும் பயத்தால் ஜில்லிப்புக்குச் சென்று ஒரு அதிர்வில் நிலைத்தது.

"யா... யாரது.?" திணறலான குரலுடன் தடுமாறினான். அவனை முருகன் அதிக நேரம் திகைக்கவிடவில்லை.

"அண்ணே! உடனே வெளியே வாங்க...! ஒரு ஆவி உங்க மூச்சுக்குழலை குறிவெச்சுக் காத்துக்கிடக்குது. உடனே வெளியே வாங்க!"

முருகன் தந்த பதிலின் கடூரம் அத்தனைச் சுவடத்தில் சரவணனுக்குப் புரியவில்லை.

"யாருப்பா நீ? என்ன சொல்றே?"

"அண்ணே! உடனே வெளியே வாங்க. தொப்புள் புள்ளியில் ஆள்காட்டி விரலை வெச்சுக்குங்க. கையை எடுக்காம, தைரியமா வெளியே வாங்க...!" முருகனிடமிருந்து ஓயாத அழைப்பு.

"நீ யாருடா... எதுக்கு என்னை வெளியே கூப்பிட்றே?" நின்ற இடத்தை விட்டு சற்று அசைந்தவனாய் அந்த இரவின் துவக்கத்தில் கேள்வி கேட்ட சரவணனுக்கு நடப்பது எல்லாமே புதிர் போலத் தோன்றியது.

பாஸ்கர் தனக்குத் துணையாக இல்லையே என்ற கவலை முகத்தில் உடனே ரேகைகளைப் பரப்பியது.

ஒன்றும் புரியாமல் குழம்பிய அந்த மோசமான வினாடிகளில், திடீரென்று யாரோ தன் மேல் ஏறி அமர்வது போல் அவனுக்குள் ஒரு அழுத்தம்.

'யார் அது?' என்பதைத் தலையை உயர்த்திப் பார்க்கக் கூட இயலாத நிலையில், நெற்றிப்பொட்டில் ரத்தத்தின் குபீர்ப் பாய்ச்சலில் கொப்பளிப்பான நாடிப்புடைப்பு.

கண்கள் இருட்டித் தள்ள நாசித் துவாரம் இரண்டும் வெற்றிடமானது போல் காற்றுக்காக அவன் இதயம் பரிதவித்தது.

வெளிக்காற்றைச் சுவாசிக்க இயலாதவனாய், உலகமே காற்றில்லாமல் போனது போல் உணர்ந்தவன் அப்படியே சுருண்டு விழுந்தான்.

கணுப்பாதம் நரம்பறுந்ததுபோல் அந்தப் புதிய வீட்டின் ஈரத்தரையில் உரசி நெளிய, சில வினாடிகள் அவன் சரீரமே

விட்டெறிந்த மாதிரியில் முனகலோடு பாம்புக்குச் சமமாய் நெளிந்து, பிறகு ஒருவாறு அடங்கியது.

வெளியே நின்று இவ்வளவையும் பார்த்துக் கொண்டிருந்த முருகன் முகம் சுண்டிச் சூம்பி விட்டிருந்தது. மருந்துக்குக் கூட இமையை அசைக்காமல், உள்ளே சுருண்டு விழுந்த சரவணனையே வெறித்துக் கொண்டிருந்தான். மெழுகு வெளிச்சத்தில் அவ்வளவும் இலேசாய்த் தெரிந்தது.

வால் மிதிபட்ட கருநாகம், தன் முகத்தை விருட்டென்று படத்தோடு விரித்து உயர்த்துகின்ற தினுசில், இப்பொழுது சரவணனின் சிரம் கீழே விழுந்து கிடந்த நிலையில் விருட்டென்று நிமிர்ந்தது.

இமையிரண்டும் இரும்பால் அடித்தது போல் படபடப்பை உதறி விட்டுத் திறந்த விழியின் புருவ மேட்டில் கயிற்றால் இழுத்துக் கட்டப்பட்ட மாதிரி அடங்கிக்கொண்டது.

பார்வையில் ஒரு வகை வெறிப்பு.

கைகளிலோ ஒரு யானை பலம். உடம்பில் நுழைந்த மாதிரியில் ஒரு உயிர்ப்பு. புலி ஒன்று ஆழ்ந்த நிலத்தில் பதித்து விருட்டென்று தேகத்தைத் தூக்கி நிறுத்திப் பின், வாலை இடவலமாய் அசைத்துப் பார்த்துவிட்டு, ஈர நாக்கால் வாயின் வெளிப்புறங்களை நக்கிவிட்டுக் கொண்டு, வேட்டைக்குக் கிளம்பும் வேட்டையோடு, சூழ்நிலையைப் பார்வையால் அளக்கின்ற மாதிரி, அந்தப் புதிய வீட்டை ஒரு புதியவன் போல் பார்த்தபடி எழுந்து நின்றான்.

நின்ற வேகத்தில் வாசல்புறம் பார்வையைச் செலுத்தினான்.

முருகனைக் காணோம்! அவன் தேகம் இறந்து போன முத்துப்பாண்டியால் இயக்கப்படும் நிலையில், புழுதி படிந்த அந்த மண்சாலையில் திரும்பி ஓடிக்கொண்டிருந்தது.

வாசலைக் கடந்து வெளியே வந்து மண்சாலை மேல் நின்றுகொண்டு, ஓடும் முருகனை நிலவொளியில் பார்த்த சரவணன் முகம் ஏனோ இலேசாய் கலங்கிப் போனது.

அப்படியே அண்ணாந்து பூர்ணச் சந்திரனைப் பார்த்தான் சந்திரனைப் பார்த்த அந்த நிமிடமே, 'சந்திரா' என்ற சொல் புதிதாய் அவன் இதயத்தின் அடித்தளத்தில் ஐஸ்கட்டியை வைத்த மாதிரியில் ஜிலுஜிலுப்பாகப் பரவியது.

'சந்திரா! உனக்குப் பொருத்தமான பேரைத்தான் உன் அப்பா அம்மா வெச்சிருக்காங்க... அந்தச் சந்திரன் மாதிரியே நீயும் கொள்ளை அழகு. அந்த சந்திரன் முழுசா பதினைந்து நாளைக்கு ஒரு தடவை தான் கண்ணுக்கு அகப்பட்றான். நீயும் என் கண்ணுக்குப் பதினைந்து நாளைக்கு ஒரு தடவை தான் தெரியறே. மத்த நாளெல்லாம் உன்னைப் பார்க்க, நான் நாயா உன் வீட்டுப்பக்கம் அலையற அந்தக் கொடுமையை நினைச்சாத்தான் தாங்க முடியலை!'

போன பவுர்ணமியில் இதே போல் வான ரசனைப் பார்த்தபடி ரசனையோடு அவனுடன் பேசிய பேச்சு, புதிதாகச் சரவணனின் மூளைச் செல்களில் பொங்கியது.

அதன் எதிரொலி, கண்களில் கண்ணீர்க் கோடாய்த் தெரிந்தது?

கை விரலால் அவன் கண்ணீரைச் சுண்டிவிட்டுக் கொண்டான்.

'அழாதீங்க ராஜேந்திரன்! நான் இருக்கும் போது நீங்க அழக் கூடாது!' பக்கத்திலே அந்த சந்திராவே நின்று ஆறுதல் கூறுகின்ற மாதிரி ஒரு உள்ளுணர்வு.

சட்டென்று தன் பெயர் ஞாபகத்துக்கு வந்துவிட்ட பிரமிப்பு. உடனேயே வீட்டிற்குள் திரும்பியவன், ஆவலாய், பார்வையை விரட்டி விரட்டி ஒரு கண்ணாடியைத் தேடினான்.

அதே சுவர் அலமாரியின் கதவில் மூன்றடி உயரத்துக்குக் குறைவில்லாத படி கண்ணாடி!

கண்ணாடியில் ஒரு புதிய மனிதனைப் போல் தன்னைப் பார்த்துக் கொண்ட சரவணனுக்குத் திடும் என்று கலக்கமாகிப் போனது.

'ஓ...' எனது உண்மைத் தேகம் ரத்தக் களறியாகி பூமிக்கடியில் மண் தின்னக் கிடக்கிறதோ? இது நான் வெறியோடு பற்றியிருக்கும் புதிய தேகமோ?

இது இந்த வீட்டுச் சொந்தக்காரனின் தேகம்!

பார்க்க அழகாகத்தான் இருக்கிறது. என் முகத்தில் கூட மூக்கு சற்று புடைப்பாக இருக்கும். உதடு கறுத்து இருக்கும். ஆனால், இந்தச் சரீரம் ராஜ அம்சமாகத் தெரிகிறது.

துருதுருப்பான மான் விழி! கம்பிச்சுருள் போல் கேசம்! அதைக்கூட கலா நேர்த்தியோடு வெட்டி விட்டிருக்கிறான். சரீரமும் போதுமான பலத்தோடு தென்படுகிறது.

நினைத்துக் கொண்டே கைகளை மடக்கிப் புஜபலத்தைப் பரிசோதித்துப் பார்த்தான் சரவணன். ஆனால், மனதுக்குள் தனது பெயரே மறந்தவனாய் ராஜேந்திரன் என்று புதிய பெயர் பெற்றிருந்தான்.

ஆமாம்; இந்த ஸ்தூல தேகத்துக்குச் சொந்தமானவனின் பெயர் என்ன?

சரவணனின் மூளைக்குள்ளே ராஜேந்திரனின் கேள்வி, விடை கேட்டுப் பயணம் செய்தது.

கோமாவில்கிடப்பவன் மூளை போல் புதிய தனது ஆதிக்கத்தால் செயலிழந்து கிடக்கும் மூளை, பதில் சொல்லாமல் அவனை வெறித்தது.

உடம்பின் அஷ்ட பிங்கள நாடியையும் இழுத்துக் கட்டிவிட்டு, ரத்த ஓட்டத்துக்குத் தடை வராதபடி இதயத் துடிப்புக்காக சுவாசித்துக் கொண்டு, அந்த உடம்பில் தனது சர்வ ஆதிக்கத்தையும் தான் செலுத்திக் கொண்டிருப்பது மெல்லப் புரிந்தது.

தேகத்துக்குச் சொந்தமானவன் யாராக இருந்தால் என்ன? இனி நான் ராஜேந்திரன்! நான் 'ராஜேந்திரன்!' உரக்க உடம்பின்

நூற்று எட்டு நாடியும் ஒரு வினாடி புடைத்து விம்ம, ஓங்கலாய் கத்தினான்.

சப்தம் வீட்டின் புதிய கூரையில் பட்டு அலைமோதியது. வெளியே மண்சாலை மேல், அக்கம் பக்கத்து பிளாட்டுகளின் மேல், அண்டி வளர்ந்து கிடக்கும் பார்த்தீனியச் செடிக் கும்பலின் மேல் எல்லாம் புகுந்து எதிரொலித்து.

'தம்பி! உன் பேரு என்ன சொன்னே?' இதே இடத்தில், ராஜேந்திரனாகிய சரவணன் நின்று கொண்டிருக்கும் இதே இடத்தில், சரியாகப் பதினைந்து நாளைக்கு முன் ஒருவன் கேட்டானே... கேட்க மட்டுமா செய்தான்? 'ராஜேந்திரன்' என்று பதில் சொன்ன வேகத்தில், நெற்றிப் பொட்டே தெறிக்கும் படி ஒரு அறைவிட்டானே... பாவி!

"டேய் உங்களை விட மாட்டேண்டா... உப்புல பொறட்டி, காரத்துலத் தோய்ச்சு, எண்ணெயில் வறுத்து, நாய் நரிகளுக்குத் தீனியாக்குவேண்டா... உங்களை விட மாட்டேன்!"

திரும்பவும் பழைய எண்ணத்தின் அலைமோதுதலால் சரவணனாகிய புதிய ராஜேந்திரனுக்குள் உக்கிரமான கத்தல்.

வெளியே மயக்கம் நீங்கி மண்பாதை மேல் தள்ளாடலுடன் நடந்து வந்து கொண்டிருந்தான் பாஸ்கர்! அவன் காதுக்குள்ளும் கத்தல் விழுந்தது.

'உப்பில் பிரட்டி, காரத்தில் தோய்த்து, எண்ணெயில் வறுத்து, நாய் நரிகளுக்குத் தீனியாக்குவேன்!' 'உங்களை விட மாட்டேண்டா!'

அந்தக் கடைசி வரிகள் பாஸ்கரைப் பயமுறுத்தின. சரவணன் எதற்காக இப்படிக் கத்திக் கொண்டிருக்கிறான்? யாரை இவன் விடப்போவதில்லை?

ரத்தக் களறியாகிவிட்ட தலையை வலியோடு ஈகித்தவன் சற்றுபயத்தோடும், படபடப்போடும் அந்த வீட்டின் படிகளில் வேகமாக ஏறினான். நான் என் உள்ளே ஹாலின் நடுவில்

சரவணன். ஆனால் இமைத் துடிப்பே இல்லாவனாக விழிகள் தெறிக்க, போருக்குக் கிளம்பி விட்ட நிமிர்ந்த வீரன் போல்...! அந்த வேளையில் எதிரே பாஸ்கரைப் பார்த்துவிட்டு, துப்புரவாக அவன் யார் என்பதே தெரியாமல் காட்டமாகக் கேட்டான்.

'யார் நீ?'

அந்தக் கேள்வி பாஸ்கரை மிகக்கோரமாகவே தாக்கிவிட்டது. அதே சமயம் எதைத் தடுக்க நினைத்தானோ, அது நடந்துவிட்டதும் புரிந்தது. பின் பீதியினால் உடல் சில்லிட்டுப் போக சோர்ந்து போய், அப்படியே சுவரோடு சுவராக ஒடுங்கிக்கொண்டு ஏறிட்டுப் பார்த்தான் பாஸ்கர்.

7

"யார் நீன்னு கேக்கறேன்ல?"

பாஸ்கரின் சோர்வைப் பொருட்படுத்தாமல் சரவணன் கேட்ட இரண்டாவது கேள்விக்குப் பாஸ்கர் பயத்தோடு தலையை உயர்த்தினான். என்ன பதில் சொல்வது என்பது புரியாத குழப்பத்தில் அவன் இருப்பதை, கலவரமான அவன் கண்கள் உணர்த்திக் கொண்டிருந்தன.

'எதிரே நிற்பவன் மனிதன் என்றாலாவது எதையாவது சொல்லி வைக்கலாம். இவனோ இறந்தவன்! இவனை எப்படிச் சமாளிப்பது? தெய்வமே!'

பாஸ்கரின் மனது கேள்விச் சிடுக்குகளில் தட்டுத் தடுமாறியது. உடம்பில் படபடப்பு ஆறாகப் பெருக ஆரம்பித்தது. சைக்கிளிலிருந்து தூக்கி எறியப்பட்டுக் கணிசமான அளவு ரத்தத்தை இழந்து பலவீனம் உடம்பை வெடவெடக்கச் செய்தது.

"நான் கேட்டுக்கிட்டே இருக்கேன். பதில் சொல்லாம முழிக்கிறியே, யாருடா நீ?"

சரவணன் மூன்றாவது முறையாகக் கேள்வி கேட்ட கையோடு சற்று பாஸ்கரை நெருங்கினான்.

பாஸ்கர் அந்த மோசமான சூழ்நிலையிலும் கஷ்டப்பட்டு தைரியத்தை வரவழைத்தவனாய், "நீ யாரு?" என்று திருப்பிக் கேட்டுவிட்டான்.

"நானா? நான் ராஜேந்திரன்!"

"ராஜேந்திரனா?"

"ஆமா, ராஜேந்திரன்தான்!"

"இல்ல, நீ சரவணன்!"

"சரவணனா? யார் அவன்?"

"என் கூடப்பிறந்த அண்ணன்"

"ஓகோ, இந்த உடம்புக்குச் சொந்தக்காரன் பேர் அது தானா? நீ அவன் தம்பியா?"

"வாயைத் திறந்து பதில் சொல்!"

"ஆங்... ஆமா, ஆமா..."

"ஆனா, நான் இப்ப சரவணன் இல்ல, ராஜேந்திரன்!"

"சரி இருக்கட்டும்... எதுக்கு என் அண்ணன் உடம்புக்குள்ளே நுழைஞ்சிக்கிட்டு பாடு படுத்தறே?"

"அது உனக்குத் தெரியத் தேவையில்லை..."

"நீ சொல்லலைன்னா நான் உன்னை விட மாட்டேன்!"

"உன்னால என்னை என்ன பண்ண முடியும்? என் சக்தி உனக்குத் தெரியாது..."

"உன்னைக் கெஞ்சிக் கேட்டுக்கிறேன். என் அண்ணனை விட்டுடு."

"உன்னை நானும் கெஞ்சிக் கேட்டுக்கிறேன். என்னைத் தொந்தரவு பண்றதை நீயும் விட்டுடு."

"இதோ பார் உன் ஆவேசத்துக்கு என் அண்ணன் தானா கிடைச்சான்? இது அவன் ஆசை ஆசையா கட்டின வீடு. விடிஞ்சா கிரகப்பிரவேசம்!. அப்பா அம்மா சொந்தக்காரங்க, நண்பர்கள் எல்லாரும் வந்து கலந்துக்கப் போற விசேஷம்... இந்த நேரத்துல அவனை நீ இப்படி ஆக்ரமிக்கலாமா? ப்ளீஸ்... அவனை விட்டுடு..."

"அது மட்டும் முடியாது. சரவணனைப் போலப் பத்து விரல்களிலும் சங்கு ரேகைக் கொண்டவனை, உச்சி மண்டையில் பொட்டு அளவு சூன்ய மச்சம் உடையவனை, நடுப்பாதமும் பூமியில் பதிய நடக்கிற ராட்சஸ கன தேகம் உள்ளவனை, என் மாதிரி அலைகிற ஆத்மாக்கள் பார்க்கிறதே அபூர்வம்.

எல்லாரையும் பிடிச்சு ஆதிக்கம் செலுத்த என் போன்ற ஆத்மாக்களால் முடியாது. பிடிச்ச தேகத்தை எந்தக் காரணத்துக்காகப் பிடிச்சோமோ அது நடக்கிறவரைக்கும் விட்டு விலகறதுங்கறதும் சாத்யமில்லை..."

"சரி எந்தக் காரணத்துக்காக என் அண்ணனை நீ பிடிச்சிருக்கே?"

"அதை உன்கிட்டே என்னால சொல்ல முடியாது!"

"காரணமும் சொல்ல மாட்டே, ஆளையும் விடமாட்டே... என்னை ஏன் இப்படி குழப்பறே? விடிஞ்சா கிரகப்பிரவேசம்! என் அண்ணன் தான் இந்த விசேஷத்துக்கு காரணமான முதல் நபர். வந்து கேக்கறவங்களுக்கு என்ன பதில் சொல்றது நான்?"

"ஒரு பதிலும் சொல்லாதே. மவுனமா இரு!"

"என்னை யார் நீன்னு கேட்ட மாதிரி அவங்களையும் நீ கேட்டு வெச்சா, அவங்க மவுனமா இருக்க மாட்டாங்க! அப்ப என்ன பண்ணுவே?"

"நான் எப்படியோ சமாளிச்சுக்கறேன்."

"உன்னால முடியாது. உன்னை வித்தியாசமாகப் பார்க்க ஆரம்பிச்சுட்டா உனக்குத்தான் ஆபத்து. உனக்குப் பைத்தியம் பிடிச்சுட்டுதா நினைச்சு, ஆஸ்பத்திரிக்கு கொண்டு போயிடுவாங்க..."

"என்னை எங்கேயும் கொண்டு போக முடியாது. இப்பவே நான் இந்த வீட்டை விட்டு வெளியேறப் போறேன்!"

"சரவணா! வேண்டாம். இந்த வீட்டைக் கட்ட நீ எவ்வளவு கஷ்டப்பட்டிருப்பே, யோசிச்சுப் பார்!"

"நான் சரவணன் இல்ல... ராஜேந்திரன்!"

"சரி யாரோ ஒருத்தன். நீ வீட்டை விட்டு வெளியே போகக் கூடாது. உன்னைப் போக விட மாட்டேன்."

பாஸ்கர் மிக உறுதியாகவே 'உன்னைப் போக விடமாட்டேன்' என்று சொன்ன அதே வினாடி. சரவணனாகிய ராஜேந்திரனை எப்படி தடுப்பது என்பது புரியாத தடுமாற்றத்தோடு சுற்றுமுற்றும் பார்வையைச் செலுத்தினான்.

இவனை இந்த வீட்டுக்குள்ளேயே போட்டு முடக்கி விட்டு, உடனேயே ஓடிச் சென்று, காடம்மையைப் பார்த்தால் தேவலை என்று மனதுக்குள் முடிவெடுத்தவன், அதற்குத் தோதாக வாசல் கதவருகே மெல்ல நகர்ந்து சென்று நின்று கொண்டான்.

"இப்ப வழிவிடப்போறியா இல்லையா?" சரவணனிடம் படு தீர்க்கமான கோபம் கொப்பளிக்கும் கேள்வி.

அந்தக் கேள்வியைத் தொடர்ந்து பாஸ்கர் வினாடியும் தாமதிக்காமல் வாசலின் புதிய கதவைச் சட்டென்று இழுத்து மூடி வெளியே தாழ்ப்பாளைப் போட்டான்..

ஒரு வினாடி ஆழ்ந்த பெருமூச்சுவிட்டவன், மின்னல் வேகமெடுத்து வீட்டின் பின்பக்கம் சென்றான்.

நல்ல வேளை கொல்லைப்பக்கம் செல்லப் பயன்படும் பின்புறக்கதவு சாத்தித் தாழிடப்பட்டிருந்தது.

ஆனால், காற்றோட்டமாக எல்லா ஜன்னல்களும் திறந்து வைக்கப்பட்டிருந்தன.

ஒவ்வொரு ஜன்னலுக்குப் பின்னாலும் உள்ளே இருந்தபடியே தன்னையே வெறிக்கும் சரவணன் மெழுகுவர்த்தியின் இள மஞ்சள் வெளிச்சத்தில் நன்றாகவே தெரிந்து கொண்டிருந்தான்.

ஒரு சூறாவளிக்காகத் தன்னைத் தயார்படுத்திக் கொண்டு விட்டவனைப் போன்ற அழுத்தம், மவுனமாக அவன் கண் வழியே வழிந்து கொண்டிருந்தது.

நிமிடத்திற்கு நூறு தடவையாவது கண் சிமிட்டிப் பேசும் அவன் இமைகள் ஒற்றைச் சிமிட்டலுக்குக் கூட வழி இல்லாதபடி புருவ இடுக்கில் சுருண்டு விட்டிருந்தன.

கால்களால் வீட்டைச் சுற்றிச் சுற்றி வரும் பூனையைப் போன்ற சப்தமில்லாத, அதே சமயம் அழுத்தம் மிகுந்த கம்பீரநடை!

பாஸ்கரோ மண்சாலையில் இறங்கி ஓடி தனது ஸ்கூட்டரை நெருங்கி, அதை உதைக்கத் தொடங்கியிருந்தான்.

புகைக் கவளங்களை நிலவொளியிலும் தீர்க்கமாகப் பார்க்க முடிந்த தினுசில் வாரி வீசிய அந்த ஸ்கூட்டர், பாஸ்கரைச் சுமந்து கொண்டு மண்சாலையில் அம்பாகப் பறக்கத்தொடங்கியது.

அந்தப் பரபரப்பான, படபடத்த வினாடிகளில் தன் வாழ்நாளில் அவன் அனுபவித்த உணர்ந்திராத வித்தியாசமான, அந்த வேதனையான பின்னணிக்கு ஒரே மருந்தாக காடம்மை மட்டும் அவனுக்குச் சுடர்விட்டுக் கொண்டிருந்தாள்.

அச்சம் என்பதே அறிந்திராத அந்தக் கிழவி, ஆவிப் பேரனையே தன் வசம் வைத்துக் கொண்டு, ஒரு பாச வாழ்க்கை நடத்திவரும் அந்தக் கிழவி, நிச்சயம் இந்த இக்கட்டான வேளையில் உதவுவாள் என்று அவன் உள் மனம் தீர்மானமாக நம்பியது.

இதற்குள் தார்ச்சாலை வளைவு வர, வழவழப்பான தார்ச்சாலையில் அந்த ஸ்கூட்டரின் சக்கரங்கள் ஆவேசம் வந்த மாதிரி சுழன்று ஓடின.

வினாடிகள் நிமிடங்களைத் தொட்டு, விடியற்காலையை நோக்கிக் குறிவைத்துக் கொண்டிருக்க, பாஸ்கரின் ஸ்கூட்டர் காடம்மையின் ஊர் எல்லைக் குடிசையை எட்டி ஒருவாறு ஆசுவாசித்தது.

ஸ்கூட்டரை விட்டு இறங்கியவன் ஓட்டமாக ஓடி, அந்தக் குடிசையின் முன்னால் போய் நின்று கொண்டு, உள்ளே பார்வையைச் செலுத்தினான்.

ஒரு அகல் விளக்கு மட்டும் சிணுங்கலாக எரிந்து கொண்டிருந்தது.

அதன் அருகில் காடம்மை ஆடாமல் அசையாமல் உட்கார்ந்து கொண்டிருந்தாள். அவளுக்கு முன்னே மூன்றடி உயரமுள்ள கிடத்தப்பட்ட ஒரு சரீரம்.

பார்க்கச் சவம் போல் தெரிந்தது. அதன் உடல் முழுக்கப் பச்சையாய் ஏதோ ஒன்று அரைத்துப் பூசப்பட்டிருந்தது. அதன் வயிற்றின் தொப்புள் புள்ளிமேல் அணைந்து போன ஒரு அகல்விளக்கு, இலேசாய்ப் புகைந்து கொண்டிருந்தது. அதையே வெறித்துக் கொண்டிருந்த காடம்மை, வாசல் அருகே பதட்டமாக வந்து நிற்கும் பாஸ்கரைப் பார்த்து, சற்றுக் கலவரப்பட்டவளாகக், கீழே கிடந்த அந்தச் சரீரத்தைத் தனது தள்ளாடும் கைகளால் வேகமாக அள்ளி எடுத்தாள்.

தொப்புளின் மேல் வீற்றிருந்த அகல்விளக்கு தவறிக் கீழே விழ, அந்தச் சரீரத்தைப் பக்கத்தில் இருந்த ஒரு மூங்கில் கூடையில் ஒரு பொம்மையை வைப்பது போல் வைத்தாள்.

வைத்து விட்டு நிமிர்ந்தவளின் பார்வையில். 'எப்ப வந்தே?' என்ற கேள்வி.

"இப்ப தான் பாட்டி அண்ணனைக் காப்பாத்த முடியலை. அந்த ஆவி அண்ணனைப் பிடிச்சிடுச்சிப் பாட்டி!" என்று குரல் உடையப் பேசி, அவளை ஊன்றிப் பார்த்தான் பாஸ்கர். அப்படியே பார்வை அவனையும் மீறி அந்த மூங்கில் கூடை மேல் சென்றது.

"எல்லாம் எனக்கும் தெரியும்!" முத்துப்பாண்டி சொன்னான்.

காடம்மை மிக நிதானமாய் ஆனால், சற்றுக் கவலையோடு சொன்னாள்.

8

காடம்மையைப் பார்த்து, விடாமல் தொடர்ந்தான் பாஸ்கர்.

"பாட்டி! அண்ணனுக்கு இப்ப தன் உணர்வே இல்லை. அந்த ஆவிதான் அண்ணன் உடம்புல இருந்து பேசுது தன் பேர் ராஜேந்திரன்னு சொல்லிச்சு. வெளியே தப்பி ஓடப் பார்த்த அதை வீட்டுக்குள்ள போட்டுப் பூட்டிட்டு வந்துருக்கேன். இப்ப என்ன பண்றது? விடிஞ்சா எல்லாரும் வந்துடுவாங்க. எங்க அம்மா மனசு ரொம்ப பலவீனமானது. இதை எல்லாம் கேள்விப்பட்டா அவங்களால தாங்கிக்கவே முடியாது."

காடம்மையின் இதழ்க்கடையில் அதைக் கேட்க ஏனோ இளநகை வந்து தேங்கியது.

ஊரே தன்னை மறந்து தூங்கிக் கொண்டிருக்க, ஒரு இரண்டு பேர் மட்டும் அந்த அர்த்தராத்திரியில், வித்யாசமான அனுபவங்களின் ஊடே அலண்டு கொண்டு இருப்பதில் தனக்கு உடன்பாடு இல்லை என்பது போல் சந்திரன் போய் ஒரு மேகத்திண்டின் பின்னால் ஒளிந்தான்.

"என்ன பாட்டி இது, நான் பரிதவிச்சுப்போய் வந்து நின்னு பேசிக்கிட்டிருக்கேன். சிரிக்கிறியே நீ?" பாஸ்கர் தனது பதட்டத்துக்கு நடுவில் காடம்மையின் புன்னகையைப் பார்த்து, தனது பேச்சில் துளிக் கோபத்தைக் கலந்தான்.

அதைக் கேட்கக் காடம்மை முகம் சட்டென்று உருமாறியது. உடனேயே 'வினைப்பயனை அனுபவிச்சுத்தான் தீரணும்!' என்றது அவள் உதடு.

"எது பாட்டி வினைப்பயன்? இப்படி ஒரு பாவமும் தெரியாத அப்பாவி மேல ஒரு ஆவி ஆட்சி செலுத்தறதா?" உடனேயே திருப்பிக் கேட்டான். பாஸ்கர்.

"ஆமா!"

"ஆமாவோ, ஊமாவோ... என் அண்ணனைக் காப்பாத்து"

"அது ரொம்பக் கஷ்டம்!"

"உன்னைத் தெய்வம் மாதிரின்னான் அந்த டீக்கடைக்காரன். நானும் அதை நம்பிவந்துருக்கேன்"

"நீ இப்பத் தைரியமாத் திரும்பிப்போ. அப்புறமா உன் அப்பா, அம்மாவோட வந்துபார். எனக்குத் தெரிஞ்சதைப் பிறகு சொல்றேன்."

"நான் இப்பத் திரும்பிப் போறதா? அந்த வீட்டுக்கா?"

"ஆமா!"

"ஐய்யோ... அங்கே முண்டாந் தட்டிக்கிட்டு நிக்கிறானே அந்த ராஜேந்திரன்."

"நீயும் முண்டாத் தட்டுத்தம்பி."

"நான் சாதாரண மனுஷன் அவன் ஆவி!"

"இருந்தாலும் உடம்பின் சக்தியை மீறி, பெரிசா எதையும் செய்திடாது, நீ கவலைப்படாதே!"

"பாட்டி! வேற வழியே இல்லையா?"

"தம்பி, மூளையை உபயோகி! உலக அதிசயமும் ரகசியமும் அதுக்குக் கட்டுப்பட்டது தான்."

"நான் சொல்றது ஞானப்பாடத்துல ஒரு துளி. விளக்கமா. சொல்ல இது நேரமில்லை.நீ கிளம்பு...! எல்லாம் நல்லபடியா

நடக்கும். உன் தாய் தகப்பனோட வந்து என்னைப் பார். இல்லை, நான் வேணும்னாலும் வந்து பார்க்கிறேன்."

காடம்மையின் பதிலைத் தொடர்ந்து சோர்ந்து போய் வெளியே வந்தான், பாஸ்கர்.

அந்தக் குடிசையின் முன்னே அவன் ஓட்டிச் சென்றிருந்த சைக்கிள் சற்று பதுங்கலாகக் கிடந்தது. அருகில் திண்ணையில் குறட்டை விடாத குறைபாட்டோடு ஆழ்ந்த உறக்கத்தில் முருகன்.

சைக்கிளை முக்குச் சாலையிலிருந்து முருகன் பொறுப்பாக எடுத்து வந்திருந்தது குறித்து லேசாய் நெகிழ்ந்தது அவன் மனம்.

சைக்கிளையும் அவனையும் பார்க்கவும், அவனுக்குள் சற்று வருத்தம் மேலிட்டது. 'விடிந்தால் வாடகைச் சைக்கிளுக்குப் பணத்தை வைக்கச் சொல்லி முருகனைக் கடைக்காரன் நெறிப்பானே...?'

உடனேயே சட்டைப் பாக்கெட்டில் கையை விட்டுப் பணத்தை எடுத்துக் காடம்மையிடம் தருவதற்காகத் திரும்பவும் உள்ளே செல்ல எத்தனித்தவன் ஒரு வினாடி அப்படியே ஸ்தம்பித்தான்.

காடம்மை பாஸ்கரை பார்த்துவிட்டுப் பதுக்கிய மூங்கில் கூடையைத் திரும்பவும் வெளியே எடுத்து, அதற்குள் கிடத்திய சடலம் போன்ற உருவத்தைத் தள்ளாடும் தன் கைகளால் வெளியே எடுத்துக்கொண்டிருந்தாள்! எடுத்த வேகத்தில் அப்படியே தோள் மேல் போட்டுக் கொண்டு திரும்பியவள், பாஸ்கரைப் பார்த்து நிலைமரம் ஆனாள்.

"நீ இன்னும் போகலையா?" நிசப்தம் மிகுந்த குரலில் இப்பொழுது அவளிடம் கேள்வி.

"சைக்கிளுக்குப் பணம் தர மறந்துட்டேன். அதான் வந்தேன்!"

"அதுக்குத்தானா இல்லை, இந்தக் கிழவி என்ன செய்யப் போறாங்கறதைப் பார்க்கறதுக்கா?"

"சத்தியமா அதுக்குத்தான் பாட்டி..."

“அப்பப் பணத்தைப் பிறகு தரலாம் நீ கிளம்பு”

“சரி, பாட்டி... ஆமா உன் கைல இருக்குதே அது என்ன?”

“உனக்குச் சம்பந்தமில்லாத விஷயத்துல எப்பவும் மூக்கை நுழைக்காதே தம்பி!”

“நான் தப்பா ஒண்ணும் கேக்கலையே...”

“இருக்கலாம். ஆனா ஏற்கனவே பயத்தால் வறுபட்டு ரொம்ப மிரண்டு போயிருக்கே. மேலும், மேலும் நீ மிரள நான் காரணமா இருக்க விரும்பலை...”

“பாட்டி, நீ என்ன சொல்றே? எனக்கு எல்லாமே புதிரா, எல்லாமே ஆச்சரியமா இருக்கு”

“இப்ப அப்படித்தான் இருக்கும். போகப் போக அனுபவங்களும் பக்குவமும் வாழ்க்கையைப் புரியவெச்சுடும்”

நாணயத்துக்கு மட்டும் இரண்டு பக்கமில்ல. நம்ப வாழ்க்கைக்கும் தான் ஒரு பக்கம் வெளிப்படையானது. இன்னொரு பக்கம் சூட்சுமமானது.

சூட்சுமம் வெளிப்படும் போது எல்லாமே புதிரா – ஆச்சரியமாத்தான் இருக்கும். “நீ நின்னு, என் வாயைப் பிடுங்காம முதல்ல இங்க இருந்து கிளம்பு”

காடம்மை சற்று கடுமையோடு சொன்னதை அசைபோட்டபடி ஸ்கூட்டரை நெருங்கி மிதித்தான் பாஸ்கர்.

சீறிய அதன் மேல் உடம்பை ஏற்றி காற்றைக் கிழித்தான். மண்சாலையை எட்டும் வரை காடம்மையின் பேச்சினால் கலங்கினது போல் உணர்ந்தவன், புதிய வீட்டை எட்டும் சமயம் அதிகமாகவே பயந்தான்.

கைக்கடிகாரம் மணி நான்கைக் காட்டியது.

வீடு நிசப்தமாகக் கிடந்தது, மூடியது மூடிய நிலையில்! வீட்டுக்குச் சில அடி முன்னாலேயே ஸ்கூட்டரை எச்சரிக்கையாக

ஆஃப் செய்து விட்டு இறங்கி தள்ளிக்கொண்டு நடக்க ஆரம்பித்தான்.

நிலா வெளிச்சத்தில் வேங்கை மரநிழலில் இலேசான கறுமை. அந்த இடமாகப் பார்த்து ஸ்கூட்டர் நின்று கொண்டது.

கால்களைப் பயம் வளையமாகக் கட்டி இழுக்க, மனதுக்குள் இலேசாய் தைரியத்தை எண்ணத்தால் பூசினான். காலுக்குச் சக்தியைத் தந்தபடி நடந்து வீட்டுப் படி ஏறினான்.

சாற்றிய கதவு ஒரு பழுதுமில்லாமல் அவனை வெறித்தது. திறந்திருக்கும் பக்கத்து ஜன்னல் வழியாகப் பார்வை மெல்ல உள்ளே நுழைந்தது. உருகி முடிந்திருந்தது மெழுகுவர்த்தி. கூடு கட்டியிருந்தது கருங்கும்மென்ற இருட்டு.

அளவுக்கு அதிகமான நிசப்தம். அதுவரை அக்கம் பக்கத்துப் பார்த்தீனியச் செடிகளுக்கிடையில் இருந்து ஒலிபரப்பாகிக் கொண்டு இருந்த சிள் வண்டுகளின் சப்தம் கூட ஓய்வு பெற்றுக் கொண்ட தினுசில் அப்படி ஒரு அமைதி.

வேங்கை மரத்து ஓங்கிய கிளையின் மெல்லிய கிளை கூட அசையாமல் காற்று வீச்சுக்குக் கூட வக்கற்ற மாதிரி இறுக்கமான நிலை.

சட்டைப் பாக்கெட்டைத் தடவினான். தனக்குப் பிரியமான சார்மினார் சிகரெட்டுக்கு உதவும் சீட்டாஃபைட் தீப்பெட்டி தட்டுப்பட்டது.

'எடுத்துக் கொளுத்திப் பார்க்கலாமா?' மனதுக்குள் வினா, முகம் காட்டியது. இடது கை தீப்பெட்டியை வெளியே எடுத்துவிட்டிருந்தது. தீக்குச்சி கூட அடைப்பு நீங்கி கட்டைவிரலுக்கும் ஆள்காட்டி விரலுக்கும் இடையே வந்து சிக்கிக்கொண்டது.

கந்தகமுனை உரசி தீக்கொழுந்து உருவாக வேண்டியது ஒன்றே மிச்சம்.

ஏனோ பாஸ்கரின் நாவண்ணங்கள் வறண்டு போயிருந்தன. வெளிச்சத்தில் வீட்டுக்குள் உள்ள சரவணனைப் பார்க்க மனதுக்குள் தடை விழுந்திருந்தது.

ரத்தநாளங்களில் ஓங்கலான புடைப்பு வேறு...

மூளைக்குள்ளேயோ சந்தேகப்பூச்சி நெளியத் தொடங்கியது!

'சரவணன் உள்ளேதான் இருக்கிறானா. இல்லை வெளியேறிவிட்டானா?'

நிசப்தம் அவன் வெளியேறிவிட்டான் என்றது. 'அப்படி வெளியேறி இருந்தால்?' கேள்வியை நினைக்கவே மனம் மறுத்தது.

'இந்த ஜன சமுத்திரத்தில் எங்கே சென்று அவனைத் தேடுவது? தேடினால் கிடைப்பானா? அப்பா, அம்மா இன்னும் சில நிமிடங்களில் வந்துவிடுவார்கள். வந்தவர்கள் கேட்டால் என்ன பதில் சொல்ல?'

அவசியமே இல்லாமல் பயம் காரணமாகப் பல கேள்விகளுக்குள் புகுந்து நுழைந்து தடுமாறிக் கொண்டிருந்தான் பாஸ்கர்.

இறுதியில் துணிந்து தீக்குச்சியைப் பற்ற வைத்தே விட்டான். சிலீரென்று ஒலி வேகத்தை மிஞ்சி அங்கு மஞ்சள் வெளிச்சம் குபீரிட்டது. இலேசாய்க் கைகள் நடுங்க, தீக்குச்சியை ஜன்னல் அருகே கொண்டு சென்றான்.

டார்ச்லைட் எடுத்து வர மறந்து போன தன்னை நொந்து கொண்டே வெளிச்சத்தில் உள்ளே ஊடுருவினான்.

சரவணனைக் காணவில்லை!

இதயம் எண்ணெயில் விழுந்து பொரிந்த மாதிரி வலி எடுத்தது.

'ஐய்யய்யோ! தப்பிச்சுட்டானா?'

மனப்பதறலில் விழி மணிகள் அலையோ அலை என்று அலைந்தது.

வீட்டு உள்ஹால் வெறுமையாகப் பாஸ்கரைப் பார்த்தது. இதற்குள் தீ, கையைக் கடிக்கவும் அடுத்த குச்சியை ஆவேசமாக உரசினான்.

மனப்பதறலை கேள்விப்படுத்தும் துடிப்போடு துணிந்து "சரவணன்!" என்று அழைத்துப் பார்த்தான்.

"சரவணா!" சாதாரணமாக...

"சரவணா!" பலமாக...

"சரவணா!" சற்றுப் பலமாக...

'கத்துவதால் பலனில்லை. கோழையே கதவைத் திறந்துபார்... நீயெல்லாம் விஞ்ஞானம் புரிந்த இருபதாம் நூற்றாண்டு இளைஞனாக்கும்.'

அவனது வாலிபம் மனதுக்குள் துணிந்து அவனை வாரிவிட்டது.

உடனேயே காலில் அசைவு பெருக்கி கதவைத் திறந்து உள்ளே எட்டிப்பார்த்தான். சீட்டாஃபைட் தீப்பெட்டியின் குச்சிகள் சரமாரியாகச் சவமாகித் தரையில் விழ, வீடு முழுக்க உள்ளே நுழைந்து நுழைந்து பார்த்தான்.

சரவணனை எங்கும் காணோம்!

'சொன்னதைப் போலவே தப்பிவிட்டான். இனி என்ன செய்யலாம்?'

கலங்கிப்போய் வலிக்கும் நெற்றிப் புருவத்தில் கை வைத்தபடி, நடுஹாலில் ஒரு மெழுகுவரத்தியைத் தேடி எடுத்து வந்து அமர்ந்தான். அதை உருக விட்டபடி தானும் உருகுபவனாய் உட்கார்ந்தவன் முன்னே, கறுப்பாய் குடை விரித்த மாதிரி ஒரு வட்ட இருட்டு.

'என்ன அது?' சடாரென்று நிமிர்ந்தவனுக்குத் தூக்கிவாரிப்போட்டது. எதிரே ஆவேச கதியில் சரவணன்!

அகல விரிந்த கண்ணும் நறநறக்கும் பற்களுமாய்...

பொங்கிப்போன கன்னமும் காற்றை அடைத்து பருக்க வைத்த மாதிரி புஜப்படைப்புமாய்...

சாந்த மயமான சரவணன் முகமா அது! சத்தியமாக இல்லை. ஒரு ராட்சத வேடமிட்டவன் மாதிரி...

சரவணனைப் பார்த்த கணமே பாத நரம்பு பாஸ்கரிடம் அறுந்துவிட்டது. மிரண்டு விதிர்ந்த அவன் கன்னத்தை நோக்கி சரவணனின் வலக்கரம் படு வேகமாய் வந்து மோதியது.

நாவண்ணங்களுக்கு இடையே அந்த மோதலால் பற்கள் தடம் புரண்டு, குருதி ஊற்றுக்குச் சவால் விட்டுப் பீறிட்டது.

"நோ..." பாஸ்கரின் தொண்டைப் பலத்தை அலறல் கடந்து வந்தது. அதன் பின் அவனிடம் பிரக்ஞையே இல்லை.

வேரைப் பிடித்து உலுக்கி எறிந்த கடலைச் செடிபோல் சொத்தொன்று மயங்கி விழுந்தான்.

சரவணன் அதைப் பார்த்து விட்டு உற்சாகம் பீறிட, அங்கு இருந்த திறந்த கதவு வழியாக ஓடக் காலெடுத்தான்.

பிரபஞ்ச வெளியும், இரவின் சிலுசிலு காற்றும், பரந்த வானமும், ஜொலிக்கும் நிலவும் வாவா என்று வரவேற்பு சொல்ல, ஜாடிக்குள் அடைபட்டுக் கிடந்த மாதிரியான உணர்வு நீங்கி, ஒரு புதிய சரீரத்தோடு வாசலைத் தாண்டியவன் உடம்பை வெட்டி முறித்து உற்சாகமாய்ச் சிலாகித்தான்.

"சந்திராவைச் சந்திப்பதை விட முக்கியமான விஷயம், தன் அடிவயிற்றில் முதல் கத்தியை தொப்புள் புள்ளியாகப் பார்த்துச் சொருகிய சண்டாளன் பத்ராசலத்தின் உயிரை வாங்குவது தான்!"

"பத்ராசலம்...! உன்னை விட மாட்டேண்டா...!"

மன நினைப்பின் இறுதி முடிவு வார்த்தை வெடிப்பாய் அந்தப் பிராந்தியத்து வெட்ட வெளியில் கலந்து முடிந்த அடுத்த வினாடியே, அவன் உடலை, ஒரு மெட்டடார் வேனின் ஹெட்லைட் வெளிச்சம் அவன் கண் கூசும் வண்ணம் வந்து கவ்வியது.

வேனுக்குள் டிரைவிங் சீட்டுக்கு அருகில் அமர்ந்திருந்த சரவணனின் அப்பா பத்மநாபன் கண் கூச எதிரே நிற்கும் சரவணனைப் பார்த்து, "இவன் என்ன இன்னும் முழிச்சுக்கிட்டு இருக்கான்" என்ற கேள்வியோடு, பின்னால் அமர்ந்து இருக்கும் தன் குடும்ப உறுப்பினர்கள் பக்கம் திரும்பினார்.

9

சரவணனின் அப்பா சரவணனைப் பார்த்துவிட்டு, “இவன் என்ன முழிச்சிக்கிட்டு இருக்கான்?” என்று வியப்புடன் கூற, வேனுக்குள் இருந்த எல்லோருமே சரவணனை நோக்கினார்கள்.

இதற்குள் சரவணனின் தங்கை லலிதா, உற்சாகமாக கண்ணாடியைத் தள்ளிவிட்டுத் தலையை வெளியே நீட்டிக் கத்த ஆரம்பித்தாள்.

“அண்ணே! இன்னுமா நீ தூங்காம, வீட்டு வேலை பாத்துக்கிட்டு இருக்கே! நம்ம வீட்ல ஒரு துரும்பைக்கூடத் தூக்கிப் போடமாட்டே? சொந்தவீடுன்னு வந்தப்புறம் தூங்கக் கூட உனக்குப் பிடிக்கலையா?”

அவள் கேள்வியைத் தொடர்ந்து மெட்டடார் வேன் சரவணனைச் சமீபத்து என்ஜினை மெல்ல அணைத்துக் கொண்டது.

ஹெட்லைட் வெளிச்சம் மட்டும் அணையவே இல்லை.

‘யார் இவர்கள்?’ கேள்விக்குள் விதிர்க்கத் தொடங்கிய சரவணனாகிய ராஜேந்திரன், லலிதாவின் ‘அண்ணே’ விளிப்பால் துளித் தெளிவு பெற்றவனாய் அவர்களை எதிர்கொள்ளத் தயாரானான்.

இதற்குள் அவன் அப்பா வேன் கதவைத் திறந்துகொண்டு கீழே இறங்கினார்.

"டேய் என்னடாது 'பேயடிச்சவனாட்டம்' மிரண்டு போய் நிக்கிறே...? என்ன பண்ணிக்கிட்டு நிற்கிறே இந்தக் காலை நேரத்துல?"

அவர் பயன் படுத்திய 'பேயடிச்சவனாட்டம்' என்னும் பதம் ஓர் அம்பு கோல் வந்து நெற்றி மையத்தைத் துளைத்தது. சரேலென்று நிமிர்ந்தான் சரவணன்

அவர் சில வினாடி சரவணனின் சுவாதீனமற்ற வெறிப்பைப் பார்த்துக் குழம்ப ஆரம்பித்தார். உள்ளே அவரை விட அதிகமாக அவனது தாயும் தங்கையும் குழம்ப ஆரம்பித்தனர்.

வேன் டிரைவர் கூட சரவணனைச் சற்று வித்தியாசமாகத்தான் பார்த்தான்.

ஏதோ நடக்கக் கூடாத ஒன்று நடந்து விட்டதை அவரால் ஓரளவு அனுமானிக்க முடிந்தது. அப்படியே பார்வையைப் புதிய வீட்டை நோக்கிச் செலுத்தினார். நிசப்தத்தில் அது யமுனைக் கரை தாஜ்மகாலாய்த் தான் தென்பட்டது.

திடீரென்று யாரும் எதிர்பாராத விதத்தில் சரவணன் அந்த வேனைத் தாண்டி மண் சாலையில் ஓட ஆரம்பித்தான்.

"சரவணா... டேய் சரவணா!"

அவன் அப்பா விடுத்த அழைப்புக்குப் பலனில்லை. அந்த மண்சாலை மேல் நூறு மீட்டர் பந்தயக் காரனைப் போல் சிட்டாய்ப் பறக்கும் அவனை முதல் தடவையாக அவர் விதிர்த்துப் போய்ப் பார்த்தார்.

உடனேயே புதிய வீட்டை நோக்கி "பாஸ்கர்... பாஸ்கர்" என்ற குரலோடு ஓடினார்.

இதற்குள் எல்லோருமே வேனைவிட்டு இறங்கிக் கொண்டார்கள். வீட்டை நோக்கி ஓடினார்கள். மைய ஹாலில் அலகின் மேல் காயம் பட்ட மைனாக் குஞ்சைப் போல் முனகலுடன் பாஸ்கர்!

ஓடிப்போய் அவனருகில் அமர்ந்து பாஸ்கரை இழுத்து மடிமேல் போட்டுக் கொண்டார் அவன் அப்பா.

"பாஸ்கர்... என்னடா ஆச்சு? என்ன நடந்தது இங்கே?"

அவனிடமிருந்து ரத்த விளாறாகிப்போன வாய் மூலம் விடை ஏதும் இல்லாததைக் கண்டு தண்ணீரைப் பதட்டத்துடன் தேடி எடுத்து வந்தாள் லலிதா.

"அண்ணே! உனக்கு என்ன அண்ணே ஆச்சு?"

அவள் கேள்வியோடு முகத்தில் தெளித்து உதடுகளைப் பிளந்து உள்ளிறக்கிய அந்தக் குளிர்ந்த நீர் பாஸ்கரன் துவண்டுபோய்க் கிடந்த பிராணனை ஒருவாறு தூக்கி நிறுத்தியது.

"என்னங்கஇதெல்லாம்...? அவன் என்னடான்னா நம்பளை அந்நியன் மாதிரிப் பார்த்துட்டு, அந்த ஓட்டம் ஓடறான். இவன் இங்க இப்படி ரத்தம் கொப்பளிச்சுக் கிடக்கறான். என்ன நடந்துச்சுன்னே தெரியலையே... மீனாட்சி"

பார்வதியாகி அவள், அந்த மதுரை அரசியைப் பக்தியோடு அழைத்து உருகியதற்குப் பலன் கிட்டியது. பாஸ்கர் வாய் திறந்தான்.

"அப்பா! வழியிலே அந்த ராஜேந்திரனைப் பார்த்தீங்களா?"

"ராஜேந்திரனையா? யாரப்பா அது?"

"சரவணனைத்தான் சொல்றேன். சரவணன் இப்ப சரவணன் இல்லை, ராஜேந்திரன்!"

"டேய் என்னடா சொல்றே? எங்களுக்குப் புரியலை. நீ ஏன் இப்படிக் கிடக்கறே?"

"சொல்றேன்பா..."

பாஸ்கர் நிகழ்ந்தவைகளைக் கூற வாயெடுத்த அதே வினாடி, சரவணனின் ஓட்டம் அந்தப் புழுதி படிந்த மண் சாலை மேல் தார்ச்சாலை முக்கை எட்டியிருந்தது.

தொலைவில் கிழக்கு வானம் வெளுக்கத் தயாராகிக் கொண்டிருப்பது தெரிந்தது.

ஓடி வந்த வேகத்துக்கு நின்னு நிதானமாக மூச்சை இழுக்க ஆரம்பித்தான். வித்யாசமான அனுபவம்.

தனது தொப்புள் புள்ளியை ஒரு கத்தி துளையிட்டுப் பிளந்து முதுகுப்புறமாய் முனையைக் காட்டிய சமயம்...

கழுத்தோரமாய் ஒரு பிளேடு ரத்தக்கோடு போட்டு மேம்போக்காய் பரவிக் கிடக்கும் நரம்புகளை 'பட் பட்' என்று துண்டாக்கிய அதேசமயம்...

மார்பின் மேல் மதயானை பலத்தோடு ஒரு பாதம் ஓங்கி உதைவிட்ட கொடூரமான வேளையில்... உடம்பிலிருந்து குருதி, அந்தக் குழாய்த் தண்ணீர் கணக்காகக் கொட்டத் தொடங்கிய ஒரு கட்டத்தில், 'லப் தப்' இதயம் டக்கென்று நின்று கொள்ள, எவ்வளவு முயன்றும் மூச்சை உள் வாங்க முடியாதபடி உயிர்க் காற்று இந்த உலகக் காற்றோடு கலந்து, தானே காற்றோடு காற்றாக ஆகிவிட்ட நிலையில், சுவாசம் மறந்து பல தினங்களாய் வெறும் ஆவேச நினைவு உருண்டையாய், இதே காற்றில் பலூன் போல் மிதந்து மிதந்து திரிந்த அந்தக் கொடுமையான நிஜங்கள்...

அவனுக்குள் உடனேயே பந்தல் போட்டன.

சற்று முன்வரை நானே காற்று... இப்பொழுதோ.

எனக்குத் தேவை காற்று...

பரவசமான பரவசத்துடன் வெளிக்காற்றை ஆவேச ஆவேசமாய் உள்ளிழுத்து, மார்பைப் பெரிதாக்கிச் சுவாசித்தவனை, ஒரு லாரிக்காரன் சற்று வித்யாசமாய்ப் பார்த்துக் கொண்டே கடந்துபோனான்.

கீழ்வான வெளுப்பிலோ வெளிச்சம் கூடிக்கொண்டே இருந்தது. விடிவதற்குள் இந்த ஊர் எல்லையை முதலில் கடந்தாக வேண்டும்.

முதல் காரியமாக வீட்டுக்குச் செல்ல வேண்டும், அம்மா, அப்பா, தம்பி, தங்கை... குறிப்பாக, அக்கா சரசுவைப் பார்த்தாக வேண்டும். தற்கொலைக்காகத் தாம்புக் கயிற்றை நாடிய அவள் எப்படி இருக்கிறாள் என்பது மிக முக்கியம்.

பாழாய்ப்போன பணம் என் வாழ்க்கையை என்ன பாடு படுத்திவிட்டது. என் அருமை அக்கா சரசுவை அது மலைக்குரங்காய் அல்லவா போட்டுப் பிராண்டிவிட்டது!

அய்யோ... அக்கா!

சாலை முக்கில் சரவணனாகிய ராஜேந்திரனுக்குள், புதிய நினைவுகளின் நெளிசல் அளவுக்கு அதிகமாகவே இருந்தது. யாரோ ஒரு சரசுவைப் பற்றிய மன விசும்பலோடு பணத்தை எண்ணிக் கண்களில் கண்ணீர் திரள், அப்படியே முகம் இறுகியவன் சட்டென்று பிரகாசவயப்பட்டான்.

'பணத்தை... பணத்தை...'

முள்ளங்கிப் பத்தையைப் போல் கட்டுக்கட்டான பணத்தை...

கன்னியாகுமரியிலிருந்து மிகுந்த பதட்டத்தோடு ஒரு பிரீஃப் கேசில் வைத்து எடுத்து வந்த அந்த உயிர்க் காகிதத்தை... அன்று அந்த நான்கு பேரும் ஓடி ஓடித் துரத்தும் சமயம், இந்த மண்பாதைச் சாலையில் ஒரு பாம்பு புற்றுக்குச் சமீபத்தில் ஆழமாகக் குழி தோண்டி புதைத்தது, ஒரு மின்னலாய் நினைப்பில் பூத்து அவனைத் தூக்கி நிறுத்தியது.

"எங்கடா பணம்? எங்கடா பணம்?"

அந்த நாலு பேரில் பத்ராசலம் தான் அதிகக் கடூரமாகக் கேட்டான்.

"தெரியாது. எனக்குத் தெரியாது..."

தன் பதிலை மீறி ஆத்திரத்தோடு தனது முந்தைய பழைய ராஜேந்திர தேகத்தைப் பத்ராஜலம் சகட்டு மேனிக்குத் தாக்கியது நினைவுக்குள் விரிந்தது.

"பத்ராசலம்...!" மிகுந்த உணர்ச்சி வயப்பட்டு வாய்விட்டு, அந்த முக்குச் சாலை மேல் நின்று கொண்டு அவன் கத்துவது, விமான நிலைய வளைவில் வரும் திருவள்ளுவர் பேருந்துக்காரரை எட்டி, அவரைக் கூட இலேசாய் மிரட்டியது.

அந்தப் பேருந்து, வளைவு தாண்டி, சரவணனாகிய ராஜேந்திரனை எட்டும் சமயம், அவன் மண்சாலை மேல் திரும்ப ஓடிக் கொண்டிருந்தான்.

அவன் பார்வை பாம்புப்புற்றைத் தேடியது. அன்றைக்குப் பணத்தைப் புதைப்பதற்காகத் தேடியவன், இன்று திரும்ப எடுப்பதற்காகத் தேடினான்.

அத்தனை துல்லியமாக இடம் தெரியவில்லை.

இரவில், பதட்டத்தில், சிகார் லைட் வெளிச்சத்தில் அனுமானமாய் இடத்தைத் தேடி அவதி அவதியாய்ப் புதைத்தது வரை நினைவிருக்கிறது.

ஆனால், துல்லியமாக இடம் தன்னை வெளிக்காட்ட மறுத்து அடம்பிடித்துக் கொண்டிருந்தது.

அவன், அந்த மண்சாலை மேல் ஒரு லுங்கி பனியன் சகிதம் அல்லாடும் அந்த அதிகாலையில், இப்பொழுது மண்சாலை முக்கில் புதிதாக ஒரு கார் நுழைந்திருந்தது.

"இதே ரோடு தாம்மா... இந்த ரோட்டோட கடைசியில தான் அத்தானோட வீடு. உன் மருமகனுக்கு வீடு கட்ட கிடெச்சிருக்கிற இடத்தைப் பாத்தியா?"

காருக்குள் அப்படிக் கேள்வி கேட்டவள் அந்தக் கார்த்திகா தான்.

அவளே தான் டிரைவிங் சீட்டிலும் இருந்தாள். பக்கமாய் அவள் அம்மா. தன் தாயைப் பார்த்து அப்படிக் கேட்டவள் சட்டென்று, முந்தைய இரவு அந்தச் சாலை மேல் தனக்கு ஏற்பட்ட அனுபவத்தை ஒரு வினாடி எண்ணி அப்படியே உறைய ஆரம்பித்தாள்.

கார் வரும் சப்தம் சரவணன் காதுகளையும் எட்டவே அவன் சட்டென்று உஷாரானான். திரும்பிப் பார்த்தான்! ஹெட் லைட் வெளிச்ச புள்ளி ஜொலிப்பாய் ஜொலிக்க, கார்த்திகாவின் மாருதி அந்த மண்சாலையில் புழுதியைக் கிளப்பிவிட்டபடி வந்து கொண்டு இருந்தது.

உடனேயே ஓடிப்போய் ஒரு மரத்தின் பின்னே ஒளிந்து கொண்டான் சரவணனாகிய ராஜேந்திரன்.

அவன் ஒளிந்து கொண்ட இடமாகப் பார்த்து, அவள் கார் ஒரு குலுங்கு குலுங்கிச் சக்கென்று நின்றது. கார்பரேட்டர் அடைத்துக் கொண்டு 'ஓட மாட்டேன்' என அடம்பிடித்தது.

10

பிறப்பெலாம் பெரும்ரணம் ஈங்கு
சிறப்பதே உயிர்மரணம்!

தசதேச விசால சுவடி

எதிர்பாராதபடி தனது கார் அந்த மண்சாலை மேல், அதிலும் குறிப்பாக முன் தினம் இரவில் முத்துப்பாண்டி ஆவியின் குரல் ஒலி கேட்ட இடத்திலேயே கார்பரேட்டர் அடைப்பினால் நகரமாட்டாமல் நிற்கவும் கார்த்திகாவுக்குப் பயம் நெஞ்சைக் கவ்வியது.

“என்ன கார்த்தி...? என்ன ஆச்சு, ஏன் வண்டி நின்னுப் போச்சு?”

அவள் தாய் ராஜேஸ்வரியின் கேள்விக்கு, கார்த்திகாவிடம் உடனடியாகப் பதில் இல்லை.

சலிப்போடு காரின் ஸ்டியரிங்கை இறுகப் பற்றியவள் கண்ணாடி வழியாகப் பார்வையை வெளியே விட்டாள்.

மரத்தின் பின்னால் ஒளிந்திருந்த ராஜேந்திரனாகிய சரவணனுக்குள், கார்த்திகாவின் நின்று போன காரைப் பார்க்க எரிச்சல் பீறிட்டது.

முந்தைய இரவுவரை தன்னோடு கொஞ்சிக் குலாவியவளை, தனது வருங்கால மனைவி என்கிற நினைவே துளி கூட இல்லாதவனாக அவளை அந்நியமாகப் பார்த்தான்.

சரவணனைப் பொருத்தமட்டில் இனி அவன் ராஜேந்திரன். இறந்து போன ஒரு ராஜேந்திரனின் எண்ணம் நினைவு மற்றும் உணர்வே அவனை ஆட்சி செய்வதால், அவனுக்குக் கார்த்திகா ஒரு புதிய முகமாகத் தெரிந்தாள். அப்படித் தென்பட்டவள்கூடக் காரை விட்டு இறங்காமல், கண்ணாடி வழியே வெளியே மெல்லிய வெளிச்சம் பரவிய இருளை ஊடுருவுவது அவனுக்கு ஆச்சரியம் தந்தது.

"என்னடி ஆச்சு... காருக்குள்ளேயே உக்காந்துகிட்டிருந்தா எப்படி? இறங்கி என்ன ஆச்சுன்னு பார்!" ராஜேஸ்வரி அவளை நிமிண்டினாள்.

"பயமா இருக்கும்மா... நேத்து ராத்திரி இங்க நடந்த விஷயத்தை நான் உன்கிட்ட சரியாச் சொல்லலை. அதை கேள்விப்பட்டா அசந்து போயிடுவே. அதனால் தான் சரவணன் அத்தானுக்கு என்ன ஆச்சோ ஏது ஆச்சோங்கற கவலையில் விடியற்காலையிலேயே உன்னை அழைச்சுக்கிட்டுக் கிளம்பி வந்துட்டேன்..."

"என்ன கார்த்தி சொல்றே நீ?"

"ஆமாம்மா...! இந்த வழியா நானும் பாஸ்கரும் நடந்துவரும் போது ஒரு ஆவி எங்க கண்ணுக்குத் தென்பட்டுச்சு. சரவணன் அத்தானை அந்தப் புதுவீட்ல படுக்க வேண்டாம்னு சொல்லிட்டு மறைஞ்சிடுச்சு. அதுக்கப்புறம் பாஸ்கர் என்ன பண்ணான்னு தெரியாது. எனக்கு ராத்திரியெல்லாம் துளி கூடத் தூக்கமில்லம்மா..."

"நீ சென்ட்ரல் லைப்ரரிக்குப் போறேன்னுல்ல சொன்னே... இவ்வளவு தூரத்துக்குத் தனியாவா சரவணனைப் பார்க்க வந்தே?"

காருக்குள் இருவரும் பேசிக்கொண்டிருப்பது மேலும் எரிச்சலை மூட்டியது சரவணனுக்கு! பொழுதோ துப்புரவாக வெளுத்துக் கதிரவனின் வட்டவிட்டத்தில் ஒரு கீற்றுத் துண்டு கிழக்கு வானில் கவிழ்த்து வைத்த தார்ப்பூசணித் துண்டுபோல் தலை காட்டியது.

அந்த இலகுவான காலை வெளிச்சத்தில் அவன், காரையும், கார்த்திகாவையும், அவள் தாய் ராஜேஸ்வரியையும் ஊன்றிப் பார்த்தான். மனதுக்குள் உடனே சந்திராவின் நினைவு ஒரு பந்தாய் விழுந்துத் துள்ளியது.

'என்ன இருந்தாலும் என் சந்திரா அளவு அழகு இவள் கிடையாது. அவள் புடவைக் கட்டலில் அந்தக் கொசுவத்தை இடுப்பில் செருகியிருக்கும் அழகுக்கு இவள் ஈடு ஆவாளா?'

மிருதுவான நடை, இதமான அசைவு, கனிவான பார்வை, பனியில் குளித்துப் பட்டென்று மொட்டு மலர்ந்த வெள்ளை ரோஜாப் போல் என்ன ஒரு நேர்த்தி...

'சந்திரா! நீ இப்பொழுது என்ன செய்து கொண்டிருக்கிறாய்? நான் கட்டாயம் வந்து உன் கழுத்தில் தாலி கட்டுவேன் என்று நம்பிக்கொண்டிருக்கிறாயா? அது சாத்யமில்லை. அன்பே நான் உன்னைப் பற்றி நினைத்துக் கொண்டிருப்பதே ஒரு அப்பாவி இளைஞனின் தேகத்தில் இருந்து கொண்டுதான்!

குறிப்பிட்ட காலம் வரைதான் நான் இந்தத் தேகத்தில் இருக்க முடியும். ஆவியுலக பலவீனங்களைப் பற்றித் தெரிந்த மந்திரக்காரர்கள் வசம் நான் சிக்கினால் தொலைந்தேன்.

உடம்பின் சப்த நாடிகளை ஓசையின்றிக் கைப்பிடித்து ஓட்டிக்கொண்டிருக்கும் என்னைக் கத்தரித்துத் துரத்த யாருக்காவது வழி தெரிந்திருந்தால் நான் மீண்டும் காற்றுதான்!

எனக்காகக் காத்திருக்காதே...

நம் காதலை எந்திரத்தில் இட்டு அரைத்துப் பொடியாக்கிவிட்டது காலம். இல்லையில்லை. அந்தச் சண்டாளர்கள் நான்கு பேர்!

அதிலும் குறிப்பாகத் தொப்புள் புள்ளியாகப் பார்த்துக் கத்தியைச் செருகினானே அந்தப் பாவி பத்ராசலம், அவன் தான்!'

"அடேய் பத்ராசலம்...!" பத்ராசலம் வரை நினைத்து விட்ட சரவணன், தன்னை மீறி வாய்விட்டுப் பத்ராசலம் என்று வெறியோடு கத்திய கத்தல் காருக்குள்ளிருந்து வெளியே இறங்கிப் பானட்டைத் திறந்து பார்க்கலாம் என்று கருதிய கார்த்திகாவைத் தாக்கிய போது பயத்தால் அப்படியே ராஜேஸ்வரியைக் கட்டிக்கொண்டாள்.

"அம்மா! யாரும்மா அப்படிப் பத்ராசலம்னு கத்தினது?"

அவள் முனகலாகக் கேள்வி கேட்கும் சமயம், தான் தன்னை மீறி உணர்ச்சிவசப்பட்டுக் கத்தியதற்காக முதல் தடவையாக நொந்து கொண்டான் ராஜேந்திரனாகிய சரவணன்.

வெடுக்கென்று பார்வையைத் திருப்பிக் காரைப் பார்த்தான். இருவரும் ஒருவரை ஒருவர் கட்டிக்கொண்டிருந்தனர். என்ன நினைத்தானோ... மெல்ல மரத்தைவிட்டு வெளிப்பட்டான்!

காருக்கு வலப்புறத்தில் கால்களைச் சற்று அகட்டி வைத்து லுங்கியை மடித்துக்கட்டி, இரண்டு கைகளையும் பின்பக்கமாகக் கட்டி நின்றபடி எதிர்பாராமல் அவர்கள் பார்வைக்குத் தென்பட்டவனை, மெல்ல நிமிர்ந்துப் பார்த்த கார்த்திகா, அப்படியே விழிகள் விரியச் சந்தோஷமானாள்.

"அத்தான்! நீயா...?" வாய் விட்டுச் சிலாகித்தாள். வேகமாகக் காரை விட்டு இறங்கினாள்.

"என்ன சரவணா இது. லுங்கியும் பனியனுமா?" ராஜேஸ்வரியும் கேள்வியோடு தரையைத் தொட்டாள்.

அவன் கஷ்டப்பட்டுப் புன்னகையை வரவழைத்தான்.

"ஆமா, உனக்கு ஒரு ஆபத்தும் இல்லையே! நேத்து ராத்திரி ஒரு ஆவி உன்னை இங்கப் படுக்க வேண்டாம்னு சொல்லிச்சு!"

தரையைத் தொட்ட வேகத்தில் ஆர்வமாகக் கேட்டாள்.

அவன் சிரமத்தின் பேரில் புன்னகையை நீட்டித்தான்.

"ஆமா இப்ப பத்ராசலம்னு ஒரு குரல் கேட்டுதே... யார் கத்தினது?" மெல்ல முக்கியமான கட்டத்துக்கு வந்தவளைச் சற்றுப் பேந்தப் பேந்தப் பார்த்தான் அவன்.

"நான் ரொம்பப் பயந்துட்டேன் அத்தான்! உங்க அப்பா அம்மா எல்லாம் வந்துட்டாங்களா? எங்க கார் நின்னுப்போனதைப் பார்த்துத்தான் கூட்டிட்டுப் போக வந்தியா?"

ஆர்வமாகப் பல கேள்விகளை ஒரே மூச்சில் கேட்டாள். அவன் அனைத்துக்கும் சிரித்தான். இலேசாய் ஆமோதிப்பாய், தலையை ஆட்டினான்.

"கார்ல என்ன ரிப்பேர்?" கஷ்டப்பட்டு சகஜ மனிதன் போல் கேள்வி கேட்டான். பலே! என்று அவனைத் தட்டிக்கொடுத்தது உள்ளுக்குள் ஒரு குரல்!

"கார்பரேட்டர் வாட்டர் எவாபரேட் ஆயிடிச்சுன்னு நினைக்கிறேன்..."

"அப்ப தண்ணீர் விட்டா ஸ்டார்ட் ஆகுமா?" கேட்டான்.

"உம்!"

உடனேயே வேகமாகத் திரும்பினான். பக்கமாக மழைத் தண்ணீர் தேங்கிய ஒரு பள்ளம். கார்த்திகாவும் அதைக் கவனித்தாள். உடனேயே காருக்குள் இருந்து இரண்டு வாட்டர் பாட்டிலை எடுத்து அவன் வசம் தந்தாள்.

மொண்டு வந்தவன் கொண்டு வந்து கார்பரேட்டரை நிரப்பினான். 'ப்ளச்! ப்ளக்!' என்று அசுரன் போல் நீரை உள்வாங்கிய அது, ஒரு கட்டத்தில் நிரம்பித் ததும்பியது.

உடனேயே பானட்டை மூடிவிட்டுக் காரின் டிரைவிங் ஆசனத்தில் ஏறி அமர்ந்து 'ஸ்டார்ட்' செய்தான். அதிசயமாக அதை கார்த்திகா பார்த்தாள்.

"அத்தான்! உனக்கு டிரைவிங் தெரியாதே... எப்படி தைரியமா ஸ்டார்ட் பண்றே?"

அவள் கேள்வி கேட்கும் போதே கார் பக்குவப்பட்ட டிரைவரின் இயக்குவிப்பு போல் சீராகப் பின்னால் ஓடியது.

கார்த்திகா வாயைப் பிளந்தாள். பின்னால் ஓடிய அது தார்ச்சாலை முக்கில் மதுரையைப் பார்த்து வளைத்துத் திருப்பப்பட்டது.

ஒரு வினாடி அப்படியே நின்றது. வேகமாகத் தங்களை நோக்கி வரும் என்று கார்த்திகா கருதியபடி ராஜேஸ்வரியைச் சந்தோஷமாகப் பார்த்தாள். ராஜேஸ்வரி கூட புன்னகை நெளிய அவளைப் பார்த்தாள்.

ஆனால், நின்ற காருக்குள் இருந்து தொலைவில் ஒரு புள்ளியாகத் தென்பட்டகா கார்த்திகாவை, ராஜேஸ்வரியை அவன் சற்று வெறுப்பாகப் பார்த்தான்.

பத்து லட்சத்தைத் தேடி வந்த இடத்தில் தடையாய் வந்து நின்ற அவர்களால் ரத்தத்தில் சற்று கொதிப்பு கூடியது.

பணத்தைக் கூடப் பிறகு வந்து தேடிக் கொள்ளலாம் என்றது மூளை. வெளியே கதிரவன் தனது 25 சதவிகித உடலை வெளிக் காட்டியிருந்தான். மாருதிக்குள் குவார்ட்ஸ் கெடிகாரம் மணி ஆறு பத்து என்று பச்சை நிற எண்ணில் மின்னியது.

அடுத்த செயலாக, 'அப்பா – அம்மாவைப் போய்ப் பார்' என்றது மனம்.

'பணப் பிரச்சினையில் இன்றைக்குக் குடிக்கக் கூழாவது அவர்களுக்குக் கிட்டியிருக்குமா?'

கேள்வியோடு கியர் மாற்றி ஸ்டியரிங்கை வளைத்து ஆக்சிலேட்டரை மிதித்து, மதுரையை நோக்கியவனை ஆச்சரியமாகப் பார்த்தாள் கார்த்திகா.

"ஏய் அத்தான்... என்ன இது மதுரைப் பக்கம் போறே...?" நின்ற இடத்தில் இருந்து கத்தினாள். அவள் கத்தல் சற்றுத் தொலைவில் சரவணனின் புதிய வீட்டில் இருப்பவர்கள் காதில் விழுந்த மாதிரியில் சரவணனின் குடும்பத்தவரை அழைத்து

வந்திருந்த அந்த மெட்டடார் வேன் டிரைவர், அந்தப் புதிய வீட்டிலிருந்து கிளம்பிக் கொண்டிருந்தான்.

பாஸ்கர் ஓடி வந்து அந்த வேனுக்குள் ஏறிக் கொள்ள, "முதல் காரியமா போலீஸ் ஸ்டேஷனுக்குப் போ! பிறகு மற்ற காரியங்களைப் பார்க்கலாம்!" என்றது அவன் கட்டளையான குரல்.

கிளம்பிய வேனுக்குள் மெல்லத் தலையை நிமிர்த்திய பாஸ்கர், எதிரே மண்சாலை மேல் கார்த்திகாவையும் ராஜேஸ்வரியையும் பார்த்துவிட்டு, ஒரு வினாடி திகைத்துவிட்டான்.

✦ ——— ✦

11

> **விதி உழுத்தோடிய உச்சிக் கபாலம்;**
> **பிளந்தால் மதி பழுத்தோனுக்கும்**
> **புரிந்திடும் ஞாலம்!**
>
> **-தசதேச விசால சுவடி**

ஒன்றும் புரியாமல் அந்த மண்சாலை மேல் நின்று கொண்டு இருந்த இருவரும் தங்களை உரசியபடி வந்து நின்ற பாஸ்கர் வேனைப் பார்த்து, சற்றுத் தெம்பு வந்த மாதிரி அவனை நோக்கினார்கள்.

"ஏய் கார்த்தி, அத்தை! என்ன இது இங்க நின்னுக்கிட்டு இருக்கீங்க. எப்ப வந்தீங்க?"

வேனுக்குள்ளிருந்து இறங்கியபடி பாஸ்கர் கேட்டான். தலையில் கட்டோடு சற்று முகம் வீங்கிய நிலையில் வித்யாசமாய் தென்பட்ட அவனை கார்த்திகா முதலில் சற்று அதிர்ச்சியோடு பார்த்தாள்.

அவன் கேள்விக்குப் பதில் சொல்லாமல், "என்னாச்சு பாஸ்கர் உனக்கு?" என்றாள் பதட்டமாக.

"அதைப்பிறகு சொல்றேன். நீங்க எப்ப வந்தீங்க. நடந்தா வர்றீங்க?"

"இல்லை... அப்பாவோட பர்சனல் மாருதியில் வந்தோம். கரெக்டா இந்த இடத்துல கார்பரேட்டர் பிராப்ளத்துல பிரேக்டவுன்

ஆயிடிச்சு. என்ன பண்றதுன்னு தெரியாம முழிச்சுக்கிட்டு இருந்தப்போ சரவணன் அத்தான் வந்தாரு"

"சரவணனா? இப்ப எங்க அவன்? உன் காரையும் காணோமே?"

"அத ஏன் கேக்கறே...! பிரமாதமா டிரைவ் பண்ணிக்கிட்டு அய்யா மதுரைப் பக்கம் கிளம்பிட்டாரு! எங்களுக்கு ஒண்ணும் புரியலை. ஆமா என்ன ஆச்சு பாஸ்கர்?"

"கார்த்தி! நின்னு பேச இப்ப நமக்கு நேரமில்ல. நாம சரவணனை உடனே பிடிச்சாகணும். இல்லேன்னா ஏகப்பட்ட விபரீதம் நடக்க சந்தர்ப்பம் இருக்கு. அத்தை நீங்க நடந்து புது வீட்டுக்கு போங்க. அங்க, அப்பா – அம்மா எல்லோரும் இருக்காங்க. அவங்க விபரமா நடந்ததைச் சொல்வாங்க. நான் கார்த்திகாவோட உடனே சிட்டி வரை போய், சரவணனைப் பிடிக்க முடியுமான்னு பார்க்கறேன். கமான் க்விக் கார்த்தி...!"

பதட்டமான பதட்டத்துடன் பாஸ்கர் பேச, டிரைவர் தனது வேகத்தை உடனேயே வேனை ஸ்டார்ட் செய்வதில் காண்பித்தான். ராஜேஸ்வரி 'முழி முழி' யென்று முழிக்க, கார்த்திகா ஓடிப்போய் வேனில் ஏறிக்கொண்டாள்.

அது, மண்சாலைப் புழுதியை ஒரு புரட்டுப் புரட்டி ஒரு சுருள் கவளமாக அந்தப் புழுதியை வானம் ஏற்றிவிட்டு, எடுப்பிலேயே அறுபது மைல் வேகத்தைத் தொட்டுப் பார்த்தது.

"பாஸ்கர்! வாட் ஹேப்பண்ட்? நேத்து ராத்திரி அந்த ஆவி சொன்ன மாதிரி ஏதாவது விபரீதமா...? சீக்கிரம் சொல்லு."

கார்த்திகா! அவனைக் கிள்ளாத குறையாகக் கெஞ்சினாள்.

"கார்த்தி! யூ பிலீவ் இட் ஆர் நாட்! நடந்த விஷயங்களைக் கேட்டா திகைச்சுடுவே. சரவணன் இல்ல. செத்துப்போயிட்ட ஒரு ராஜேந்திரன்!"

ராஜேந்திரன்னு ஒருத்தன் மிக அநியாயமாகச் செத்துருக்கான். எப்படின்னுல்லாம் தெரியாது. அவன் ஆவி சரவணனைப் பிடிச்சிடுச்சி. என்னாலே அதைத் தடுக்க முடியலை.

“நேற்று நம்ம கூட பேசினது ஒரு சின்னப் பையனோட ஆவி! அது நமக்கு எச்சரிக்கை செய்தும் பலனில்லை. நீ போனதுக்கப்புறம் நான் சந்திச்ச ஒவ்வொரு விஷயமும் பயங்கர த்ரில்லான விஷயங்கள்.”

வீரண்ணன்ங்கற டீக்கடைக்காரன், முருகன்ங்கற ஒரு பொடிப்பையன், காடம்மைங்கற ஒரு அம்மாள், முத்துப்பாண்டிங்கற ஆவின்னு, வித் இன் மூணு மணிநேரத்துக்குள்ளாற நான் என் வாழ்க்கையில் துளி கூட நம்பமுடியாத அதிசயங்களைச் சந்திச்சுட்டேன்.

“அதை விளக்கிச் சொல்ல பல மணிநேரம் தேவைப்படும். சரவணனைப் பொருத்த மட்டுல ஒரு மோசமான டைம் அவனுக்கு.”

“நமக்கு மிகப் பெரிய பொறுப்பு இருக்கு. அந்த ராஜேந்திரன்கற ஆவி கிட்ட இருந்து சரவணனை விடுவிக்கணும். உடனே அதைச் செய்யணும். இல்லேன்னா சரவணனை ஒரு கொலைகாரனா போலீஸ் ஸ்டேஷன்ல தான் பார்க்க முடியும்.”

“பாஸ்கர், நீ என்ன சொல்றே? சரவணன் அத்தானை அந்த ஆவி பிடிச்சதுக்கும், அத்தான் கொலைகாரனாகறதுக்கும் என்ன சம்பந்தம்?”

“நிறைய இருக்கு. ராஜேந்திரன்கற அந்த நபர், சிலரால் கொலை செய்யப்பட்டு இருக்கணும். தன்னைக் கொன்ன இவர்களைப் பழி வாங்க அந்த ராஜேந்திரன், ஆவி நினைக்கலாமில்லையா? அதுக்கு சரவணன் உடலைப் பயன்படுத்தலாமில்லியா?”

“என்னால் நம்பமுடியலை. நம்பாம இருக்கவும் முடியலை. இதெல்லாம் சாத்யமா?”

“சாத்யமான்னு ஆராய்ச்சி பண்ற நேரமா இது கார்த்தி? அனுபவபூர்வமா நாம இதை அனுபவிச்சுட்டோம். சரவணனுக்கு கார் டிரைவிங்குன்னா என்னன்னே தெரியாது. இப்ப என்னடான்னா அவன் பழகின டிரைவர் மாதிரி டிரைவ்

பண்ணிகிட்டுப் போனான்னு நீதான் சொன்னே. இது எப்படி சாத்யம்?"

"நம்ம ஆராய்ச்சியை நாம பிறகு வெச்சுப்போம். முதல்ல சரவணனைப் பிடிச்சாகணும். கார்ல தப்பின அவன், நிச்சயமா மதுரை எல்லையைத் தாண்ட முடியாது. எல்லை தாண்டணும்னா மினிமம் நாலு பக்கமும் முப்பது, நாப்பது கிலோமீட்டராவது போகணும். போலீசுக்கு உன் மாருதிக்காரோட அடையாளங்களையும் நம்பரையும் சொல்லி, உடனே தகவல் தருவோம். எல்லைப்புறம் சரவணனை மடக்கற பொறுப்பு அவங்களது. நாம மதுரைல ஒரு தெரு விடாம தேடுவோம். என்ன சொல்றே?"

"நீ என்ன சொன்னாலும் செய்யறேன். எனக்கு என் சரவணன் அத்தான் கிடைச்சாகணும்!"

கார்த்திகா அழாக் குறையாக பாஸ்கர் சொல்வதைக் கேட்டுக்கொண்டாள்.

அவதி அவதி என்று குளித்து விட்டு ஆரஞ்சு நிறச்சேலை உடுத்தித் தலையைக் கூட சரியாக வாரியிராமல் நெற்றியில் ஆரஞ்சு நிறப் பிளாஸ்டர் பொட்டோடு வந்திருந்து சோக மயமாகிப் போன அவளை, பாஸ்கர் சற்று ஆதரவாகப் பார்த்தான்.

"கவலைப்படாதே கார்த்தி! லைஃப்ல இந்த மாதிரி அனுபவங்களைச் சவாலாக நினைச்சு ஏத்துப்போம், என்ன சொல்றே?"

அவன் கேள்வி கேட்டு, கட்டை விரலை நிமிர்த்திய அதே வினாடி, போலீஸ் ஸ்டேஷன் எதிரே சக்கென்று பிரேக்கடித்து நின்றது, அவர்களின் வேன்.

"சார் போலீஸ் ஸ்டேஷன் வந்தாச்சு!" என்றான் டிரைவர். அதைக் கேட்ட இருவர் கால்களிலும் ஒரு அசாத்திய வேகம்.

இறங்கி வேகமாக உள்ளே நுழைய ஆரம்பித்தார்கள்.

★★★

உள்ளே நுழைந்த சரவணனை அந்தப் பெரியவர் முதலில் சற்று ஆச்சரியமாகத்தான் பார்த்தார். பிறகு புருவத்துக்கு மேல் இடக்கையைக் குடையாக நிறுத்திக் கண்களைச் சிமிட்டிவிட்டுச் சிறிதாக்கி அவனை ஊடுருவி, "யாருப்பா நீ" என்று கேட்டார்.

"நான் தாம்ப்பா ராஜேந்திரன்!" சொல்ல நாக்கு துடிதுடித்தது அவனிடம்.

இதற்குள் ஒரு நடுத்தர வயதுப் பெண்மணி, பூஞ்சை ஆத்த கண்களோடு அவனைப் பார்த்து விட்டு, அவளும் அதே கேள்வியைக் கேட்டாள்.

அவளைப் பார்த்த மாத்திரத்தில் 'அம்மா' என்று அவன் உள்மனசு உற்சாகமாய்க் கத்தியது. ஊடே காதுகளில் யாரோ கிணற்றடியில் நீர் இறைக்கும் சப்தம்.

இவர்களைச் சட்டை செய்யாமல் உடனே கிணற்றுப் பக்கம் ஓடினான். சரசுதான் நீர் இறைத்துக் கொண்டிருந்தாள். அவள் முன்னே மலைபோல் அழுக்குத்துணி!

"அக்கா!" இந்த முறை மனக்குரலாக இல்லாமல் நிஜக்குரலே கொடுத்துவிட்டான், சரவணன் என்னும் ராஜேந்திரன்.

நிமிர்ந்த சரசுவின் முகத்தில் ஒரு கலக்க மயமான தோற்றம். எதிரே நிற்கும் அவனைப் புரியாத மாதிரியில் ஒரு தவிப்பு.

"யாருப்பா நீ?" கேட்டுக் கொண்டே அவனை நெருங்கினாள். இதற்குள் அந்த வீட்டின் மொத்த உயிர்கள் பதினொன்றும் அவனை வளைத்துக் கொண்டுவிட்டன.

சரிந்த ஓட்டுவில்லை வீடு! முடிந்த இடத்தில் எல்லாம் சிலந்தி தனது வலை ஊஞ்சலைக் கட்டி 'ஆராரோ' பாடாமல் ஆடிக்கொண்டு இருந்தது.

சுவரெல்லாம் தேச வரைபடம் எல்லைகளை பின்னல் கோடுகளாய்ப் பிரித்துக் கொண்ட தினுசில் பிளவுப்பட்டுக் கிளைவிட்டு இருந்தது. பூமியில் முளைக்க இடம் இல்லாமப்போன

மாதிரி ஒரு பூவரசு அதில் வேர் விட்டு, கிளைவிட்டு நான்கு இலைகளை உற்சாகமாய் வளரவிட்டிருந்தது.

தன்னைச் சுற்றி தன் தம்பி, தங்கைகளையும், சிதிலமான அந்த ஓட்டு வீட்டையும் பார்த்த அவனுக்கு முதல் காரியமாக அழுகை வந்தது. எதுவும் பேசாமல் குப்பல் குப்பலாகக் கண்ணீர் விட ஆரம்பித்தான்.

“தம்பி யாருப்பா நீ. நீ பாட்டும் வேகவேகமா வந்தே. எங்களை வெறிச்சு வெறிச்சுப் பார்த்தே! இப்ப அழுவறே! யார் நீ?”

அந்த நடுத்தர வயதுப் பெண்மணி சற்றுத் தீனமாகவே கேட்டாள். குரலில் அதிகச் சப்தம் கொடுக்க, அவள் உடலில் அதிகத் தெம்பு இல்லை என்பது துல்லியமாகத் தெரிந்தது.

அவன் ஒரு வினாடி தன்னைக் கேள்வி கேட்டவளை அண்ணாந்து பார்த்தான். மனதுக்குள்.

‘அம்மா நான் தாம்மா ராஜேந்திரன். நான் செத்து இன்னியோட பதினைஞ்சு நாளாகுது! வேறு ஒரு உடம்புல நுழைஞ்சு உங்களைப் பார்க்க வந்துருக்கேன்!’ என்று சொல்ல அவன் உதடுகள் துடித்தன.

12

"அஞ்சன நயனம், ஆதிகேசம்
மயான சாகித்தியம்
மண்டல காலம்!"

– தசதேச விசால சுவடி

ராஜேந்திரன் என்ற இறந்து போன இளைஞனின் ஆவி, சரவணனின் உடலில் புகுந்து பின்னர், ராஜேந்திரனின் உருவத்தில் அதன் பூர்வ ஜென்ம வீட்டில் தன் அக்காள் சரசு, மற்றும் தம்பி, தங்கைகளைப் போய்ப் பார்த்து, பாசத்தால் தேம்பி நின்றது.

"தம்பி... யாருப்பா நீ?" என்று சரசு கேட்க, 'நான் தான் ராஜேந்திரன் ஆவி. சரவணன் என்பவன் உடலில் நுழைந்து வந்திருக்கிறேன்' என்று சொல்லத் துடித்த தன் ஆவலை அடக்கிக் கொண்டான்.

"நான் ராஜேந்திரனோட சினேகிதன், ராஜேந்திரனைப் பார்க்க வந்தேன். எங்கங்க அவன்?"

தன்னைப் பற்றியே அவர்களிடம் கேட்கவும் அவன் தாய் இப்பொழுது அவனைப் பார்த்து அழுது புலம்ப ஆரம்பித்தாள்.

"அதை ஏன்ப்பா கேக்கறே? ஒரு வேலையா கன்னியாகுமரி வரை போய்ட்டு வரேன்னு சொன்னவன், இன்னும்

திரும்பலையப்பா. ஆனா அவன் வந்துட்டானா, வந்துட்டான்னா பார்க்கத் தினமும் நாலுபேராவது வந்துட்டுப் போறாங்க."

வர்றவங்களைப் பார்த்தா அவ்வளவு நல்ல மாதிரி தெரியலை. பெரிய பெரிய ரவுடி மாதிரித் தெரியுது.

"ஏ கிழவி! உன் பையன் என் பணத்தோட கம்பி நீட்டப்பாக்கறான். என் கைல கிடைச்சா அவன் குரல்வளையை நெறிச்சுடுவேன்னு சொல்லிக் கத்தறாங்கப்பா!

இந்தப் பய எங்க இருக்கானோ, என்ன பண்றானோ எனக்குத் தெரியலைப்பா. இந்தக் குடும்பத்துல ஏற்கனவே பசிக்கொடுமை. இப்போ இந்த மாதிரி ரவுடிங்க தொல்லை. எனக்கு என்ன பண்றதுன்னு தெரியலை.

கல்யாணத்துக்கு நிக்கற பொண்ணுங்களை வெச்சுக்கிட்டு நான் தினம் தினம் செத்துப் பிழைக்கிறேன்!"

அவள் சொல்லி வாய் மூடவில்லை. வாசற்புறம் சரவணன் நிறுத்திய மாருதியை வேகமாக வந்து மோதியது ஒரு ஜீப். அதில் இருந்து துள்ளிக் கொண்டு இறங்கினர் நான்கு ரவுடிகள்!

வேகமாக உள்ளே நுழைத்தவர்கள் சரவணனைப் பார்த்து, சற்று வேகத்தைக் குறைத்துக் கொண்டார்கள்.

இந்தமுறை ஒருவன் வீட்டுக் கதவை மூடிவிட்டு, மூடிய வேகத்தில் ஒரு துப்பாக்கியை எடுத்து, அதன் குழலினால் அவர்களை எச்சரிக்கும் பாவனையில் கன்னத்தைச் சொரிய ஆரம்பித்தான்!

அவனைப் பார்த்த ராஜேந்திரனின் தாய் விதிர்ப்படைந்தாள். மற்ற மூவரும் ஒருவளையமாக மலைபோல் மதர்ப்பாக நிற்பதைப் பார்த்து சரசு, தனது சேலை முந்தானையில் உடம்பைக் கழுத்துவரை இழுத்துமூடினாள்.

வயதான ராஜேந்திரனின் அப்பா, வந்தவர்களைப் பயம் கலந்த பார்வை பார்ப்பது சரவணனுக்குச் சற்று எரிச்சலை மூட்டியது.

வந்து வளைத்து நிற்பவர்களைக் காட்டமாக ஏறிட்டான். தாமஸ் என்பவன் முகம் மட்டும் பரிச்சயப்பட்டு நெருடியது. மற்றவர்களை முன்பின் பார்த்திராத அறிமுகமின்மை அங்கே அளவளாவியது.

“ஐயா... மறுபடியும் வந்திட்டீங்களா? எங்களை ஏன் இப்படி அடிக்கடி வந்து சித்ரவதைப் படுத்தறீங்க. ராஜேந்திரன் எங்கே இருக்கான்னு தெரியாதுய்யா! பெத்தவ வயிறு அவனைப் பார்க்க முடியாம படற அவஸ்தை ஒண்ணு போதாதா... இடைல நீங்க வேறயா?”

ராஜேந்திரனின் தாய் கேவாக் குறையாக வாய் திறந்தாள்.

“ஏ கிழவி... இதே பல்லவியை நீ இன்னும் எத்தனை நாளைக்குத்தான் பாடுவே? நாங்க என்ன இளிச்சவாயங்களா? ரூபாய் பத்து லட்சத்தோட உன் மகன் ஓடிட்டான்னு சொல்றேன், மறுக்க முடியுமா உன்னால?”

தாமஸ் என்பவன்தான் இப்படிக் கேட்டது?

“நீங்க சொல்றதை என்னால நம்பமுடியலைய்யா. எம் புள்ளே சொக்கத்தங்கம். அடுத்தவங்க காசுக்கு ஆசைப்படற ஜென்மமில்லை. பட்டினி கிடந்தாலும் கிடப்பான். திருட மாட்டான்யா. ஒரு காசா இரண்டு காசா... பத்து லட்சம்கிறீங்க!

பத்து கோடி கூட எனக்குப் பெரிசில்ல. என் மகன் தான் பெரிசு. அவனையே பார்க்க முடியாம தவிக்கிறவங்ககிட்ட நீங்க இப்படி வீராப்பு காட்டலாமா? நேத்து நீங்க என் புருஷனைப் பிடிச்சுத் தள்ளினதுல அவர் மூட்டு பிசகி, ஒழுங்கா நிக்கக் கூட அவரால முடியலைய்யா...”

அவள் அப்படிச் சொன்ன மறுவினாடி சரவணனாகிய ராஜேந்திரன், ‘அப்பா’ என்ற மனக்குரலோடு தன் தந்தையைப் பார்த்தான். அப்படியே பார்வை வெறித்தனமாய் அந்த நால்வர் மேல் திரும்பியது.

அவர்கள் எதற்காக அலைகிறார்கள் என்பது துல்லியமாகப் புரிந்து போனது. முதலாளிதான் ஏவி விட்டிருக்கிறார்!

அவன் பார்த்த தினுசு அவர்களைக் கோபப்படுத்தினது போல் தோன்றியது.

"யார்ரா நீ? இந்த ஓட்டை ஓடசல் வீட்டுக்கு மாருதி கார்ல வந்திருக்கே, பார்த்தா பெரிய மனுசன் மாதிரி தெரியுது. ஆனா பேயறைஞ்சவன் மாதிரி வெறிக்கிறே?"

ஒருவன் சரவணனைப் பார்த்துக் கேட்கவும், சரவணன் சட்டென்று வாய் திறந்தான்.

"பேயறைஞ்சவன் மாதிரி இல்ல... பேய் பிடிச்சவன் மாதிரி..."

சரவணனின் உண்மையான பதில் ஏனோ அவர்களைச் சிரிக்கத்தான் செய்தது.

"மாப்ள... கார் வந்து நிக்கவும் அந்த ராஜேந்திரன் வந்துட்டான்னு நினைச்சு வந்தோம். ஆனா, இவன் ராஜேந்திரன் ஆளாக் கூட இருக்கலாம். பய பத்து லட்சத்தோட எங்கியோ பதுங்கி இருக்கான். இவனை அனுப்பி, வீட்டு நிலையைப் பார்த்து வரச்சொல்லி இருக்கான்..."

இன்னொருவன் வாய் திறக்கவும் சரவணன் அவனை வெறித்தான்.

"ஐயா, நீங்கபாட்டும் பத்து லட்சம்கறீங்க. ஆளைக் காணோம்கறீங்க. எங்களுக்கு ஒண்ணும் புரியலை. எங்க ராஜேந்திரன்கிட்ட ஏதுங்க அவ்வளவு பணம்?"

ராஜேந்திரன் அப்பா இந்தக் கேள்வியைப் பலதடவையில் ஒரு தடவையாக இந்த முறையும் கேட்டார்.

"கிழவா! நீ இதே கேள்வியை எத்தனை தடவை கேப்பே... அது எங்க தொழில் ரகசியம். அதைச் சொல்ல முடியாது. ஆனா உன் பையன் என் முதலாளிக்குச் சேர வேண்டிய பணத்தோட வந்து சேரலை. ஆள் அம்பேலாயிட்டான். நீங்க என்னடான்னா அவன் உத்தமன், சத்தியசந்தன்கறீங்க. எல்லாம் கிடக்கட்டும். திமிறா பேசற இவன் யார்?"

துப்பாக்கியைச் சுழற்றிக் கொண்டே கேள்வியோடு சரவணனை நெருங்கினான், ஒருவன்.

“ராஜேந்திரன் சிநேகிதனாம்!”

“இங்க என்ன இவனுக்கு வேலை?”

“ராஜேந்திரனைப் பார்க்க வந்திருக்கான்.”

“கார் வெச்சுருக்கற அளவுக்கு ராஜேந்திரனுக்கு ஒரு சிநேகிதனா?”

“ஏன், இருக்கக் கூடாதா?” இந்தக் கேள்வியைச் சரவணனே நேரடியாகக் கேட்டான்.

“இல்ல... ராஜேந்திரன் ஒரு டீக்கு வக்கில்லாம நின்னு எங்க முதலாளி கிட்ட வந்து ‘நீங்க எதைச் செய்யச் சொன்னாலும் செய்றேன்னு’ சொன்னப்போ, நீ எங்க போயிருந்தே?”

“தெரிஞ்சு என்ன பண்ணப் போறே?”

“கேட்ட கேள்விக்குப் பதில் சொல்லு”

“உனக்கெல்லாம் நான் பதில் சொல்ல வேண்டியது அநாவசியம்”

“இல்ல. நீ பொய் சொல்றே... உனக்கு இப்ப ராஜேந்திரன் இருக்கற இடம் தெரியும். அவனோட புது சிநேகிதன் நீ. இல்லையில்லை பத்து லட்சம் பார்ட்னர் நீ. அவன் தான் உன்னை இங்க அனுப்பியிருக்கான்!”

“ஆமா!” நிர்த்தாட்சண்யமாக சரவணனாகிய ராஜேந்திரனே அதை மறுக்காமல் ஒப்புக்கொண்டதில் ஏதோ ஒரு மர்மம் இருந்தது.

“எவ்வளவு தைரியம்டா உனக்கு. செய்யறதையும் செஞ்சிட்டுத் துணிச்சலா இங்க வர...”

கேட்டுக்கொண்டே தாமஸ் என்பவன் சரவணனை நெருங்கி மார்பில் தனது பாதத்தைக் கலப்பை போல் இடித்து உதைத்தான்.

ஏனோ சரவணனுக்கு அது ஒரு சின்ன அதிர்வாகக் கூடப்படவில்லை. உதைபட்டும் கல் போல் அவன் நிற்பதைப் பார்த்து தாமசுக்குச் சற்று அதிர்ச்சியாகிப் போனது.

'இந்த மாதிரி உதைக்கு வேறு ஆளாக இருந்தால் அட்டைப்புழுவாய்த் தரையில் சுருண்டிருக்க வேண்டுமே? தாமசுக்குள் கேள்வி. அடுத்தவன் உடனேயே தனது முஷ்டியை மடக்கி சரவணனின் மோவாய்க் கட்டையில் மோதிப் பார்த்தான்.'

சுவரைக் குத்தின கைதான் வலித்தது. ஆனால் சரவணனிடம் துளி கூடத் தடுமாற்றம் இல்லை.

மாறாக, அவனிடம் கோபம் குழியிட்டுக் கொப்பளிக்க ஆரம்பித்தது. கண் இமைகள் இமைப்பை மறந்து விரிந்து வெறித்தது. சுவாசம் தேவைக்கு அதிகமாக நிகழ, உடம்பில் மெல்ல, பருமன் கூடிக்கொண்டே போவது போல் ஒரு நிகழ்வு.

எல்லோரும் அதை ஒரு அதிசயமாகப் பார்க்க, ஒரு அசுரன் போல் முகம் உருமாற, சரவணன் தன் மார்பில் உதைத்த தாமசைப் பார்த்தான். பார்த்த வேகத்தில் பதிலுக்குத் தன் கால்களை அவன் பாணியில் இயக்கி உதைத்த போது, விமானத்தில் இருந்த துவண்டு விழும் பாராசூட் போல தாமசின் உடல் அந்தரத்தில் எகிறி அந்த வீட்டின் சிதைந்த சுவரின் மேல் மோதிக் கூரையை மேலும் பெயர்த்தபடி சரிந்து தரை மேல் மிக அலங்கோலமாக விழுந்தது.

இதைப் பார்த்த துப்பாக்கி பிடித்தவன், பிஸ்டலை உடனே சரவணனுக்கு நேராக நீட்டி, அவனைக் கடுமையாக எச்சரிக்கவும், சரவணன் மகுடிக்குக் கட்டுப்பட்ட நாகம் போல் அவனைப் பார்த்தான்.

நடப்பதை எல்லாம் ராஜேந்திரன் குடும்பத்தவர் ஒரு அதிசயமாய்ப் பார்த்து நிற்க, சரசு பயத்தில் வாய் பொத்தி வெடித்தாள்.

"அம்மா! இங்க என்னம்மா நடக்குது? யார் யாரோ வர்றாங்க... என்னவெல்லாமோ பேசறாங்க... எனக்கு ஒண்ணும் புரியலையே?

இந்த ராஜேந்திரன் எங்கம்மா ஒழிஞ்சான்? குடும்பத்துக்குத் தூண் அவன். சுமைதாங்கி அவன்னு வாய் ஓயாம சொல்லுவியே...

எங்கம்மா ஒழிஞ்சான் அந்தப் பாவி? இவங்க சொல்றதெல்லாம் நிஜமா? பத்து லட்சத்தோட அவன் எங்கியாவது ஓடிட்டானா?"

"இல்லீங்க. அவன் எங்கேயும் ஓடவில்லை!"

பட்டென்று பதில் வந்தது சரவணனிடம்.

"தம்பி அவன் எங்க இருக்கான் உனக்குத் தெரியுமா?"

அவன் தாய்க்காரி வேகமாக அவனை நெருங்கிவந்தாள்.

சரவணன் கண்களில் உடனேயே கண்ணீர்ப் பிரவாகம். மனதுக்குள் துடிப்பு.

'அம்மா, நான்தாம்மா ராஜேந்திரன். நான் பணத்தோட ஓடலைம்மா...'

'எந்தப் பணத்தோட நான் ஓடிட்டேன்னு நினைச்சு என்னைத் தேடி இவங்கல்லாம் வந்திருக்காங்களோ – அந்தப் பணம் தான்மா என்னைக் கொன்னுடுச்சு. நான் இப்ப – நீ பெத்துப்போட்ட சரீரத்தோட உன் பிள்ளையா இல்லாம, அலைமோதற ஆவியாயிட்டேன். எதிரே இந்த சரவணன்கறவன் சரீரத்துல இருக்கறதும் பேசறதும் நான்தாம்மா... நீ கலங்காதம்மா!'

'நம்ம குடும்பக் கஷ்டம் விடியணும்னு தான் துணிஞ்சு ஒரு தப்புக்கு நான் தயாரானேன். அந்தத் தப்பே என்னைக் கொல்லும்னு நான் நினைக்கலம்மா...'

மனதுக்குள் மேலோட்டமாக மோதிய நிஜங்களை மென்று விழுங்கியவன், சட்டென்று பொறி தட்டினது போல், அந்த நால்வரைப் பார்த்தான். அவர்கள் இவன் சொல்லப்போகும் சொல்லை எதிர்பார்த்து உதட்டையே பார்ப்பது தெரிந்தது.

ஒருவன் கத்தவும் செய்தான்.

"சொல்லுடா... ராஜேந்திரன் இப்ப எங்க? அவன் பணத்தோட ஓடலைன்னா ஏன் ஒளிஞ்சுருக்கான். சொல்லு..."

ஏனோ அவன் கத்தல் சரவணனை நெருக்கியது. மனதுக்குள் புதிதாக ஒரு தீர்மானம் விழுந்தது.

'எந்தப் பணத்துக்காகத் தப்பு செய்யத் துணிந்தேனோ, எந்தப் பணத்தால் என் உயிரை இழந்தேனோ, அந்த பணத்தைத் திரும்ப இழப்பதா? கூடவே கூடாது. அது என் குடும்பத்துக்கு நான் தரப்போகிற நஷ்டஈடு... நஷ்டஈடு...'

சரவணன் மனதில் முடிவு உருவான வேளை, சரசு அவனை நெருங்கிவந்து, கைகளையே இழுத்துக் கூச்சமின்றிப் பிடித்தாள்.

"தம்பி! நான் உன் அக்கா மாதிரி...! என் தம்பி ராஜேந்திரன் எங்க இருக்கான்? அவனை நான் பாக்கணும். அவன் ஏன் ஒளிஞ்சிருக்கான், சொல்லுப்பா...?"

அவள் கேள்வியால் அவன் உள்ளம் அப்படியே மெழுகாக உருகியது. தன்கையைப் பிடித்த அந்தக் கைகளின் ஸ்பரிசத்தை விட மனமின்றி அப்படியே இறுக்கிப் பிடித்தான்.

"நீங்க என் அக்கா மாதிரி இல்ல... அக்காவே தாங்க! ராஜேந்திரனை நீங்கப் பார்க்க முடியாதுங்க."

கைகளை விடாமல் பதில் சொன்னவனை அவன் அம்மா பித்துப் பிடித்த மாதிரிப் பார்த்தாள்.

"பார்க்கவே முடியாதா... என்னப்பா சொல்றே? அவனுக்கு என்ன ஆச்சு?"

கேட்கும் போதே அவளை மயக்கம் கவ்வியது.

'இவர்களிடம் நான் இறந்த சேதியை எப்படிச் சொல்வது? கூடாது. உண்மை தெரிந்தால் இந்தத் தாயும் அல்லவா உயிரை விட்டு விடுவாள்...'

'அம்மா! சகல சவுகரியங்களுடன் இந்த உலகில் இனி வரும் நாளை கழிக்கப் போகிறாய். நான் இறந்த சேதி உனக்குத் தெரியவேண்டாம்.'

'இந்த ரவுடிகளிடம் இருந்து உங்களைக் காப்பதில் இருந்து அந்தப் பத்து லட்சத்தை உங்களிடம் சேர்ப்பது வரை என் பொறுப்பு.'

மனமுடிவோடு நிமிர்ந்தவன் எல்லோரையும் பார்த்தான்.

“ராஜேந்திரன் இப்ப இந்த இந்தியாவிலேயே இல்லை. அவனை ஒரு கடத்தல் கூட்டம் சிங்கப்பூருக்குக் கடத்திட்டுப் போயிருக்காங்க!” என்றான்.

✦ ——— ✦

13

அந்தி சந்தி ஆகாச காலம்
ஆதித்த ஜோதி அணையும் அகாலம்
அஷ்டம ஜனேந்திரியன் விட்ட சுவாசம்
இஷ்டமாய் புதைமண்ணில் இடவலம் புரளும்!

-தசதேச விசால சுவடி

ராஜேந்திரனை ஒரு கடத்தல் கூட்டம் சிங்கப்பூர் வரை கடத்திப் போயிருப்பதாகச் சரவணன் சொன்ன அந்தப் பொய் கேட்டு எல்லோரும் விதிர்க்க, ரவுடிகளில் ஒருவன் கத்தினான்.

“பொய்...! நீ கதை விடறே!”

சரசு, உடனே இடைவெட்டினாள்.

“அவனை எதுக்குக் கடத்தல் கூட்டம் கடத்தணும்? அவனுக்கும் அவங்களுக்கும் என்ன சம்பந்தம்?” மயங்கி விழுந்த தன் தாயைத் தாங்கியபடியே கேட்டாள்.

“இருக்கு... துளி கூட சந்தேகத்துக்கு இடம் தராத, வேலை இல்லாத பட்டதாரி உங்க தம்பி ராஜேந்திரன். ஒழுக்கமானபிள்ளை. இந்த ஏரியாவிலேயும் நல்லபிள்ளை. ஒரு பீடி சிகரெட் பிடிக்கிற பழக்கம் கூட கிடையாது. ஆனால் வாழ்க்கை மேல அளவுக்கு அதிகமான வெறுப்பு.

உங்க குடும்ப வறுமையால் வந்த வெறுப்பு. உங்களுக்குக் கல்யாணம் நடக்கலையேங்கற கவலையால் வந்த வெறுப்பு! படிச்சிருந்தும் வேலை கிடைக்கலையேங்கற வெறுப்பு! இப்படி வாழ்க்கை வெறுத்துப் போய் திரியற இளைஞர்களைத்தான் இந்த ரவுடிகளோட முதலாளிக்குப் பிடிக்கும்.

இந்த ரவுடிகளும் போலீசுக்கு, கஸ்டம்ஸுக்கு நல்லா பரிச்சயமானவங்க, இவங்களால என்ன தான் தங்கம், வெள்ளியைக் கடத்த முடிச்சாலும் அதுல இவங்களுக்கு ரிஸ்க் அதிகம். அவங்ககிட்ட மாட்டினாத் தொலைஞ்சது அவ்வளவும். ஆனா ராஜேந்திரன் மாதிரி ஒரு இளைஞன் மாட்டாமல் சர்வ சாதாரணமாச் செய்யலாம் இல்லியா?"

சரவணன் கேள்வியைக் கேட்டுச் சற்று இடைவெளிவிட்டு, அனைவரையும் ஊன்றிப் பார்க்க, சரசு முகத்தில் முத்து முத்தாக வியர்வை.

ஏனோ சரவணனாகிய ராஜேந்திரன் தொடர்ந்தான்.

'அப்படி சர்வ சாதாரணமா கடத்தல் பண்ண முடிஞ்ச அந்த இளைஞன்கிட்ட இவங்க முதலாளி 20 லட்சம் கள்ள நோட்டைத் தந்து அதைப் பத்து லட்சம் நல்ல நோட்டுக்கு ஈடா கொடுத்துட்டு, நல்ல நோட்டை வாங்கி வரச் சொன்னார்.

இது இவங்க முதலாளியைப் போல உள்ள இன்னொரு கடத்தல் கோஷ்டிக்குத் தெரியவந்தது. பத்து லட்சம் பணத்தோட வந்த ராஜேந்திரனை, அவங்க தங்களுக்கு தேவைன்னு பணத்தோட கடத்திட்டாங்க.'

சரவணனாகிய ராஜேந்திரன் தன்னைப் பற்றிய விஷயத்தைப் பாதிஉண்மை – பாதி பொய் என்ற கலப்பில் கூறி முடித்த போது, சரசு அதைக் கேட்டு நொறுங்கிப் போயிருந்தாள்.

ரவுடிகள் அதை நம்பாத பாவனையில் அவனை இளக்காரமாய்ப் புன்னகையோடு பார்த்தார்கள்.

"என்னடா, காது குத்தறீயா?" கேட்டார்கள்.

"எங்களுக்குத் தெரியாம, இந்த ஊர்ல எங்களை மாதிரி இன்னொரு கோஷ்டியா, யார் கிட்ட கதைவிட்றே?"

கேள்வியோடு அவனைத் துப்பாக்கியுடன் அணுக்கமாக நெருங்க ஆரம்பித்தார்கள்.

சரவணனாகிய ராஜேந்திரனுக்கு அவர்கள் நெருக்கம் முதல் தடவையாகக் கலக்க மூட்டியது. தனது சுயரூபத்தைக் காட்டினால்தான் அவர்கள் திரும்புவார்கள் என்று மனம் எச்சரித்தது.

அடுத்த வினாடியே அவர்களை வெறிக்கத் தொடங்கினான். அமானுஷ்யமான வெறிப்பு. இமைக்குக் கீழே விழிமணி, ஆணியால் அறைபட்ட மாதிரி அப்படியே நிற்க, ஊடுருவிய அந்தத் துளையிடும் பார்வை ஒரு வினாடி அவர்களைத் திகைக்க வைத்தது.

சரசு மயங்கிய தாயை எழுப்ப முயல, அவள் தந்தை தண்ணீர் தெளிக்க, எவர் கவனமும் சரவணனாகிய ராஜேந்திரன் மேல் இல்லாத அந்த வினாடிகள், அவனுக்கு மிக வசதியானது.

சட்டென்று அந்த நான்குபேர் நிற்கும் தரைப்பரப்புக்கு மேலான உத்திரத்தைப் பார்த்தான். எப்பொழுதோ பிளந்து கட்டி நிலைப்படுத்திய வாகை மர உத்திரம்; முக்கோணவடிவில் அக்கூரையைத் தாங்கிக்கொண்டிருந்தது.

ஊடே பெரிய நூலாம்படை!

அவன் அந்த முக்கோண உத்திரத்தை வெறித்துப் பார்த்த மறுவினாடியில், கோடாலிபட்டுப் பிளந்த தினுசில், சற்றே நைந்த அது, உடனே துண்டாகி அப்படியே நால்வர் மீது ஒரு பாரமாய் வந்து விழுந்தது.

மடாலென்று தலை மீதும் தோள் மீதும் விழுந்து அவர்கள் பலத்தைச் சோதிப்பது போல் சப்தமிட்ட அந்த உத்திரத்தால் அனைவர் கவனமும் அதன் மேல் செல்ல, அந்த நான்கு பேரும் வலி தாங்காமல் திக்குமுக்காடிப் போயிருந்தனர். மயக்கம் வராத குறை.

இவன் பார்வை அந்த உத்திரத்தைப் பிளந்ததா, இல்லை அது பிளந்த சமயம் இவன் பார்த்தானா என்பது பிடிபடாத அவதி அவர்கள் முகத்தில் வரியாய் ஓடியது.

இந்தக் களேபரத்தில் கைத்துப்பாக்கி கூட நழுவிக் கீழே விழுந்து இருந்தது. சரவணன் அதை உடனே பாய்ந்து கைகளில் எடுத்துக்கொண்டான்.

பதிலுக்கு இப்பொழுது நான்கு பேர் மார்புக்கு நேரே அதை நீட்டினான். நீட்டும் சமயம் சரசுவும் அவள் குடும்பமும் தன்னைப் பார்க்காதபடி அவர்களுக்கு முதுகைக் காட்டியபடி நின்றவன் முகம் சட்டென்று விகாரமடையத் தொடங்கியது!

பாதரசம் பூசின மாதிரி ஒரு வெளிர்ப்பு அவன் முகத்தில் கன்னம், நெற்றி, நாசி, உதடு என்று சகல பாகங்களிலும் ஓடிவந்து பரவியது. ரத்தம் செத்தவன் முகம் போல் வெளிறிய முகத்துக்கு நடுவே கண்ணிரண்டும் மிகமிக ஒளியோடு அவர்களை வெறித்தது.

நால்வரும் ஒரு வினாடி தேள் கடிபட்ட மாதிரி நடுங்கிப் போனார்கள். பேச்சு மூச்சு இல்லாத நிலைக்குத் தள்ளப்பட்டார்கள்.

'துப்பாக்கியோடு நிற்பது மனிதன் தானா? இல்லை மிருகமா? அவர்களுக்குச் சந்தேகம் துள்ளத் தொடங்கியது.'

தாமஸ், தன்னையும் மீறிய பயத்தில் கத்தினான்.

"சுட்டுடாதே. நாங்க போயிடறோம். முதலாளி சொல்றதைக் கேட்கறது எங்க வேலை. எங்களை ஒண்ணும் பண்ணிடாதே. எங்களை ஒண்ணும் பண்ணிடாதே!"

பேசிக் கொண்டே சாத்தியிருக்கும் கதவை நெருங்கி வெடுக்கென்று அதைத் திறந்து வெளியே ஓடினான்.

மற்ற மூவரும் அப்படியே செய்து ஜீப்பை எட்டினார்கள்.

அவர்கள் முழுமையாக ஏறும் முன்பே ஜீப்பை தாமஸ் பின்பக்கமாய் எடுக்க ஆயத்தமாகிவிட்டான்.

பரபரப்பான வீதி நடமாட்டத்தில் அந்த ஜீப் வளைந்து வளைந்து பின்னோக்கிச் சென்ற விதம் பார்க்க அலாதியாக இருந்தது.

ஆழ்ந்த பெருமூச்சோடு சரவணன் துப்பாக்கி சகிதம் சரசு பக்கம் திரும்பினான். அவள் தாய் பிரக்ஞை மீண்டு கொண்டிருந்தாள்.

அந்த ரவுடிகள் ஓடியது குறித்துத் தனக்கு மகிழ்ச்சி என்பது போல் முகத்தில் துளி தெம்பைக் காட்டினாள் சரசு. கூடவே "உனக்கு என் தம்பி எப்படிப் பழக்கமானான்?" கேட்டாள்.

"எனக்கு நானே எப்படி அக்கா பழக்கமாக முடியும்?" வாய் தவறி உண்மை சரவணனாகிய ராஜேந்திரனிடம் சிந்திவிட்டது.

"என்ன சொல்றே நீ?" அவள் அடுத்துப் போட்ட புரியாத வினாப்புள்ளியில் சற்றே தடுமாறிய சரவணன்,

"அது வந்து ராஜேந்திரன் வேற நான் வேற இல்லை. அந்த அளவு இரண்டு பேரும் உயிர் ஸ்நேகிதர்கள்னு சொல்ல வந்தேன்" என்றான்.

அவள் கொஞ்சம் குழம்பித்தான் போனாள். பின்னர், "என் தம்பி இப்படிக் கடத்தல், கள்ளநோட்டுன்னு கெட்டுப்போவான்னு நான் கனவுல கூட நினைக்கல தம்பி. சிங்கப்பூர்ல அவன் என்ன பாடுபட்டுக்கிட்டு இருக்கானோ?" சொல்லும்போதே அவள் குரல் வெடித்துவிட்டது.

"ஐயோ, நான் சும்மா சொன்னேங்க. உங்க தம்பி ஒரு குறையும் இல்லாம ராஜா மாதிரி நல்லபடியா இருக்கான். அந்த ரவுடிகளுக்காக நான் அப்படிப் பொய் சொன்னேன்"

சரவணன் இப்படிச் சொல்லவும் சரசு உள்பட அனைவரும் நிமிர்ந்தார்கள். முகத்தில் மகிழ்ச்சி!

"அவன் இருக்கிற இடத்தை நான் உங்கக் கிட்ட சொல்லக் கூடாது. இது அவன் விருப்பம். இந்த ரவுடிக் கூட்டத்துக்கு அவனைக் கண்டால் பிடிக்காது. இவனுக்கும் அவங்க சாவகாசம்

பிடிக்கல்லே. அதனால் நல்ல உத்தியோகமாப்பாத்துகிட்டு ஒரு இடத்துல செட்டில் ஆயிட்டான். உங்களுக்குப் பணம் அனுப்புவான். தபால் போடுவான். எல்லாம் செய்வான். நேர்ல மட்டும் வரமாட்டான். உங்களுக்கு நல்லபடியா கல்யாணம் நடந்தாதான் உங்களைப் பார்க்க வருவானாம்."

இதைக் கேட்க அவர்கள் முகத்தில் சந்தோஷமும் சற்று வருத்தமும் சம விகிதமெடுத்துச் சங்கமித்தது.

"என்ன இது, பைத்தியக்காரத்தனமா முடிவெடுத்திருக்கான்."

"எல்லாம் சரியாத்தான் எடுத்திருக்கான். கவலைப்படாதீங்க. நாளைக்கு உங்களுக்குப் பணம் அவன்கிட்ட இருந்து வரும். இனிமே சந்தோஷமா இருங்க. இந்த ரவுடிகளை நான் பார்த்துக்கிறேன், ஒரு பய இனி உங்ககிட்ட வரமாட்டான். இந்த வீட்டை இடிச்சு, புதுசா நல்ல படியாக கட்டுங்க. நல்ல புடவை துணிமணி வாங்கிக்குங்க. பசியில்லாதபடி சாப்பிடுங்க.

அப்பா! நீங்க அக்காவுக்குத் தைரியமா நல்ல வரனாப் பாருங்க. செலவைப் பத்திக் கவலைப்படாதீங்க. லட்சரூபான்னாலும் கவலையில்லை."

சரவணன் பேசிய தோரணை அவர்களை நெகிழ்த்தியது.

"என்னப்பா சொல்றே நீ... எங்களுக்கு எல்லாம் புதிரா இருக்கு. பணம் காசு கிடக்கட்டும். நாங்க அவனைப் பார்க்கணும். அதுதான் முக்கியம்" என்றார் அவன் அப்பா.

"வருவான், கட்டாயம் வருவான், சரசு அக்கா கல்யாணத்துக்கு..."

சரசு முதல்முறையாக வெளிச்சம் வந்த கண்களோடு சரவணனை நம்பிக்கையாகப் பார்த்தாள்.

★★★

அந்த மெட்டடார் வேன் மதுரையின் ஒவ்வொரு சந்துபொந்திலும் நுழைந்து வெளிவந்து கொண்டிருந்தது. உள்ளே தேடும் விழிகளோடு பாஸ்கரும் கார்த்திகாவும்!

"பாஸ்கர் நேற்று இந்நேரம் அத்தானோட நான் ஹனிமூன் போறதைப்பத்தி யோசிச்சுக்கிட்டிருந்தேன். இன்னிக்கு என்னடான்னா அத்தானையே தேடி அலையும்படியா ஒரு தலைகீழ் நிலை. வாழ்க்கையில் எந்த நேரத்துல எது நடக்கும்னே சொல்லமுடியலை பார்த்தியா?"

மிகமிகக் கவலையோடு கார்த்திகா பேசிய பேச்சுக்குப் பாஸ்கர், 'உச்சு உச்சு' கொட்டி அங்கீகாரம் அளித்தான்.

பின்னர், "கார்த்தி! இதுவரை நடந்ததெல்லாம் கூடச் சாதாரணம். இனி நடக்கப்போறதைத்தான் என்னால நினைக்க முடியலை" என்றான்.

"என்ன சொல்ற நீ?"

"அந்தக் காடம்மாங்கற கிழவியெப்பத்திச் சொன்னேன்தானே"

"ஆமா!"

"அந்தக் கிழவி அவளோட செத்துப்போன பேரன் உடலை எரிக்கவும் இல்லை, புதைக்கவும் இல்லை."

"வேற என்ன பண்ணா?"

"அதைப் பாடம் பண்ணித் தன் குடிசையிலேயே வெச்சிருக்கா. அசாதாரணமான பெண் அவள். இந்த ராஜேந்திரன் பற்றி நான் சொன்னப்போ, மேற்கொண்டு பேசவே மாட்டேன்னுட்டா. கோபம் கோபமா அவளுக்கு வந்தது. அவளாலதான் இந்தப் பிரச்சினை தீருமோ?"

"பாஸ்கர் இப்படி ஊரைச் சுத்தற நேரத்துக்கு அவளையே நாம் போய்ப் பார்ப்போமே?"

"நல்ல ஐடியா. சரவணன் ஊரை விட்டு வெளியே போக முடியாது. போனா போலீஸ் பிடிச்சிடும். உள்ளூர்ல இருக்கிறவரை பிறகு வந்து கூட தேடிக்கலாம். நடுவுல அவன் எதுவும் தப்பு தண்டா பண்ணாம இருக்கணும்."

"தப்பு தண்டான்னா?"

“கொலைக் குற்றம்!”

“கொலையா?”

“ஆமா! அந்த ராஜேந்திரன் ஆவிகிட்ட பொங்கி வழியிற விஷயம் கொலைவெறி தான்.”

“வாட் எ சீரியஸ் சிச்சிவேஷன் பாஸ்கர்? வா முதல்ல அந்தக் கிழவியைப் போய்ப் பாப்போம். எவ்வளவு பணம் கேட்டாலும் தருவோம்.”

வேன் மதுரையை விட்டு உடனேயே பின்வாங்கத் தொடங்கியது. கீழ் மதுரை ஸ்டேஷன் அருகில் ரயில்வே கேட் மூடப்பட்ட நிலையில் சற்று ஓய்வெடுக்கும் தினுசில் அதன் எஞ்சின் அமைதியடைய அந்த வேனுக்குப் பின்னாலே ஒரு லாரியும் வந்து நிற்க, லாரிக்குப் பின்னாலே சரவணனின் மாருதி கார்!

14

'தாதுவளை தழுவுபுனல்
தசகண்ட தீர்த்தம்
மாய வலை மேதினியில்
சிதை கழுவ மோட்சம்!'

–தசதேச விசால சுவடி

இரயில்வே கேட் மூடப்பட்டுத் தனக்கு முன்னால் ஏகமாய் வாகனங்கள் நின்று போனதைப் பார்த்து, சரவணன் உடலுக்குள் இயங்கும் ராஜேந்திரனின் ஆவிக்கு எரிச்சல் பீறிட்டது.

'சை!' அவன் சலித்துக்கொண்டு இலேசாய்த் தலையை வெளியே விட்டு எட்டிப்பார்த்தான். முன்னால் வேனில் கார்த்திகாவும் பாஸ்கரும் தென்பட்டார்கள்.

அவர்கள் முகத்திலும் கவலை ரேகைகள். பின்னால் திரும்பி சரவணனைப் பார்க்காமல் தண்டவாளத்தையே பார்த்துக் கொண்டிருந்தார். நூல் பிடித்த மாதிரியான நேர்த்தியில் அந்த உலோகத் துண்டின் மேல் 'ஜிகு ஜிகு' என்று உருண்டு வரும் ரயிலைப் பார்க்கும் ஆவலில், சில வாண்டுகள் தண்டவாள ஓரமாய் நிற்பது தெரிந்தது.

அனைத்தையும் பார்த்து விட்டுத் தலையைச் சட்டென்று உள்ளுக்கு இழுத்துக் கொண்டான் சரவணனாகிய ராஜேந்திரன்.

காருக்குள் பெட்ரோல் இன்டிகேட்டர் பெட்ரோலின் குறைந்த இருப்பைக் காட்டி மேலும் அவனை மிரட்டியது.

'சகலத்துக்கும் பணம் வேண்டும். அப்பா – அம்மாவிடம் வேறு நிறைய பணம் தருவதாகச் சொல்லிவிட்டு வந்தாயிற்று. ஆகவே அப்பொழுது போட்டுப் புதைத்த அந்தப் பணத்தை இன்று எப்படியாவது எடுத்தாக வேண்டும்.'

வேகமாக நினைத்துக் கொண்டவன், ஒரு வினாடி பாஸ்கரையும் கார்த்திகாவையும் அவன் நினைத்துப் பார்த்த மறுவினாடி, தன் தேகத்தையே ஒருமுறை உற்று நோக்கினான்.

சிலந்தி வலையில் அதன் எட்டுக்கால் வசம் சிக்கிய ஒரு பொட்டுப் பூச்சி, எப்படி சிலந்தியின் கோரப்பிடியில் இருந்து மீள முடியாமல் அதன் பசிக்கு இரையாகிறதோ, அதுபோல் ஆவேசமான தனது ஆவி வசம் ஒரு கருவி போல் அகப்பட்டு விட்ட அந்தத் தேகம், அவனுக்கு இலேசாகப் பரிதாபத்தை உண்டு பண்ணியது.

இந்தத் தேகத்திடமிருந்து என்னைப் பிரிக்க இவர்கள் எதையும் செய்யக்கூடும். இவர்கள் பார்வையிலே நான் படக்கூடாது. என் கடமை ஈடேறும் வரை மட்டுமில்ல, எப்பொழுதும்!

'நான் உயிரோடு இருந்தால் எத்தனை ஆண்டு இந்த உடலில் வாழுவேனோ, அத்தனை காலம் இந்தச் சரீரத்தில் நான் வாழ்ந்தே தீருவேன். சந்திராவைச் சந்திப்பேன். அந்தச் சந்தனத் தேகத்தை என் சொந்தமாக்கி மணப்பேன். என் குடும்பத்தைக் குதூகலமாக வைத்துக் கொள்வேன்.'

உள்ளங்கைகளைக் குத்திப் பிசைந்தபடி காருக்குள் எண்ணப்பந்தல் போட்ட அவன், திடுமென்று புகை கக்கியபடி வரும் இரயிலின் ஆரவாரம் கேட்டு நிமிர்ந்தான். ராமேஸ்வரம் பாஸஞ்சர், நிலக்கரியை மென்று விழுங்கிப் புகைக் குழலில்

கவளம் கவளமாய்ப் புகையைக் கக்கிக்கொண்டு, பெட்டிகளை இழுக்கமாட்டாமல் இழுத்தபடி வந்துகொண்டிருந்தது.

பெட்டிகள் ரயில்வே கேட்டைக் கடக்க ஆரம்பித்தன. பெட்டிகளுக்குள் நிறைய இடமிருந்தும், ஏனோ அனேகம்பேர் படி அருகில் நின்று கொண்டிருந்தனர்.

கேட்டுக்கு அப்பால் காத்திருக்கும் வாகனங்களை அவர்கள் பார்க்க, அவர்களை வாகன ஓட்டிகள் பார்க்க, இறுதியாகக் கடந்த பெட்டியின் வாயில்படி அருகில் ஒருவன் நின்று கொண்டிருந்தான்.

காக்கிப் பேண்டும் காக்கிச் சட்டையும் போட்டுக் கழுத்தில் சிவப்பு மப்ளரைச் சுற்றியிருந்தான். அடர்த்தியான காடு போன்ற வாரப்படாத தலைமுடியும் கிருதாவும் மீசையும் அவன் ஒரு ரவுடி என்று யார் பார்த்தாலும் சொல்லும் விதத்தில் இருக்க, அவனைக் கவனித்த சரவணனின் நெற்றிப் பரப்பு சக்கென்றுச் சுருங்கியது.

விழிமணிகள் நெருங்கிக்கொண்டு கூர்மையாயின.

உதடுகள், “அது பத்ராசலமே தான்!” என்று ஆமோதிப்பாய் மூளை உணர்ந்து கொண்டதைச் சொல்ல, அவன் உடம்பில் உடனேயே ஒரு பரபரப்பும் படபடப்பும் காட்டு வெள்ளம் போல் பாயத் தொடங்கியது.

முகத்தில் கூட முத்து முத்தாய் வியர்வை.

தன்னையும் மீற, “பத்ராசலம்!” என்று உணர்ச்சிவயப்பட்டுக் கத்தினான். நல்லவேளையாக அவன் கத்தலை அவனுக்கு முன்னால் நின்ற லாரியின் ஸ்டார்ட்டிங் சத்தமும் ஹாரன் சத்தமும் போட்டு அமுக்கிவிட்டன.

அதற்குக் காரணமாய் ரயில்வே கேட் திறந்து கொள்ள, வாகனங்கள் மெல்ல நகரத் தொடங்கின.

பின்னாலிருந்த கார்க்காரர் தனது ஹாரனை அமுக்கி சரவணனைத் துரிதப்படுத்த ஆரம்பித்தார்.

அந்தச் சத்தம் கேட்டுப் பிரக்ஞை திரும்பியவன், சுதாரிப்புக்கு வந்து காரைக் கிளப்பினான். எச்சரிக்கையாக முன்னால் செல்லும் பாஸ்கரையும் கார்த்திகாவையும் அவர்கள் எங்கு செல்கிறார்கள் என்று பார்த்துக்கொண்டு, அவர்களுக்கு நேர் எதிர்த்திசையில் தனது காரை ஓடித்துத் திருப்பினான். திருப்பிவிட்டு அங்கேயே காரை நிறுத்தினான்.

ஏனோ சகலத்தையும் மீறி பத்ராசலம் முகம், அவன் மனக்கண்ணில் நிழலாடியது.

"படுபாவி! என்னைப் பரலோகம் அனுப்பிவிட்டு, ரயிலில் ஒய்யாரமாக ஊர் சுற்றிக்கொண்டு இருக்கிறாயா நீ...? உன்னையும் உன் கூட்டத்தையும் நார்நாராக உரித்துக் தொங்கவிடுகிறேனா இல்லையா, பார்!"

ஆவேசம் சத்தியப் பிரமாணம் வந்து மனத்தைக் கட்டியது.

தன்னையும், தன் ஆவேச உணர்வுகளையும் மீறி, காரை ஒரு ஓரமாக நிறுத்திக்கொண்டு, தான் வெந்து கொண்டிருப்பது அப்பொழுது தான் அவனுக்கே நினைவுக்கு வந்தது.

பலகாதம் ஓடி வந்தவன் ஒரு நிழல் இருப்பைக் கண்டமாத்திரத்தில் நின்று இளைப்பாறும் தினுசில் தான் கூட இளைப்பாறிக் கொண்டிருப்பதாகப்பட்டது.

அடிவயிற்றில் இரைப்பை ஏதுமில்லாமல் சுருங்கி விரிந்து புதிதாகப் பசிப் பிரச்னையை வேறு அவனுக்கு உணர்த்தப் பார்த்தது.

"மனிதர்களுக்கு எதிரி வெளியே எல்லாம் இல்லை. மார்புக்குக் கீழே ஒரு சாண் வயிறு என்ற ரூபத்தில் உள்ளே இருக்கிறான்! ஒரு வேளை கவனிக்கத் தவறினாலும் கண்ணைச் செருகவிட்டுக் காலைப் பின்னவிட்டு மயக்கத்தில் தூக்கி எறிந்துவிடுகிறானே இந்த வயிற்றுத் துரோகி..."

விசாரமாக அவன் மனம் சிந்தனை வயப்பட்ட சமயம், எங்கிருந்தோ வந்து அவன் காதுகளில் மோதியது கம்பீரமான மணிசத்தம்!

ஏனோ அது அவன் ரோமக்கால்களைத் தொண்ணூறு டிகிரிக்கு நிமிர்த்தியது.

மெல்ல நிமிர்ந்து பார்வையை வெளியேவிட்டான். கம்பீரமாகப் பார்வையில் பட்டது ஒரு சர்ச் கோபுரம். உச்சியில் கூட்டல் குறிபோல் புனிதச்சிலுவை!

அதைப் பார்த்த மாத்திரத்தில், கண் இரண்டில் நெருப்பின் தகிப்பு. கதகதப்பாகத் தோன்றியது.

'டாண்... டாண்... டாண்'

மணிச்சத்தம் ஓங்கிக் கொண்டே போனது. அந்தச்சத்தம் அவன் காதுகளின் கேட்கும் சக்திக்கே சவால்விடும் போலத் தோன்றியது.

நல்ல பகல்பொழுதில் சிமெண்டு பூச்சால் ஆன அந்த கம்பீரச் சிலுவை, ஏனோ இவன் பார்வையில் ஒரு வெளிச்சக் கோடாய், பார்வைக்கு முன்னே பார்வையைச் சிதைக்கக் காத்திருக்கும் அக்னிக் கூம்பாகத் தென்பட்டது.

வினாடியும் தாமதிக்காமல் ராஜேந்திரன் காரை ஸ்டார்ட் செய்தான்.

அந்தச் சர்ச்சின் பார்வையை விட்டு மறைவதை விட முக்கியமாக வேறு ஒன்று அவன் கவனத்தை ஈர்த்தது.

அவனையும் அறியாமல் வடக்குத்திக்கில் அந்தக் கார் பறக்கத் தொடங்கியது.

ஈசான மூலையின் மயான சான்னித்யம் எங்கே எங்கே என்று அவன் அந்தராத்மா தவியாய்த் தவிப்பது அவன் முகக்கோடுகளில் தெரிந்தது?

ஊர் என்று இருந்தால் ஈசான மூலை தான் மயானவெளி ஆகும். மயானவெளிதான் அருள் பிரகாசம் வந்து ஒடுங்க முடியாத, அதன் கதிர்கள் ஊடுருவக் கூட இயலாத சூன்யவெளி ஆகும்.

அந்தச் சூன்யவெளியில் போய் விழுந்தால்தான் பார்வைத் தகிப்பும் தேகக்கொதிப்பும் நீங்கும் என்பது போல் உணர்ந்தவன், எதிர்பார்த்தபடியே ஊர் எல்லையில் அடர்த்தியான ஒரு குட்டிவனம் போலத் தென்பட்ட மயானத்தைப் பார்த்துவிட்டுப் புழுதிபடிந்த அந்த மண்சாலையில் பளபளப்பான மாருதியைச் செலுத்தினான்.

வேலால் வேய்ந்த பழங்கால இரும்புக் கதவும் சிதைந்து உதிர்ந்து போன மண் சுவருமாய் அதில் புல்லும் செடியும் முளைத்துக் கிடக்க, அமைதி மயமாய்த் தென்பட்ட மயானத்தின் முன்புறம் அவனது கார் நின்றது.

தாமதிக்காமல் கார்க்கதவைத் திறந்தவன் இரும்புக் கதவருகே சென்று உள்ளே ஊடுருவினான்.

ஏறத்தாழ ஒரு ஃபர்லாங் தூரத்துக்கு அப்பால் திட்டுத் திட்டாய்ச் சமாதிகள், ஊடே ஊடே புன்னைமரமும் கறுமருதும் கைகோர்த்து வளர்ந்திருந்தன.

சமாதிகளைக் கடந்து ஒரு மண் மேடு போன்ற இடத்தில் ஒரு சிறிய குடிசை. அந்தக் குடிசை வாசல் கட்டிலில் மரநிழலில் யாரோ படுத்திருப்பதும், படுத்திருக்கும் நபர் புகைபிடிப்பதும் துல்லியமாகத் தெரிந்தது.

வெட்டியானாக இருக்கக்கூடும். ஊகித்த மறுநிமிடமே அந்தக் கதவு கிறீச்சிட அதன் மேல் ஏறி மயான வெளிக்குள் குதித்தவன் உற்சாகமாய் நிமிர்ந்தான்.

புதிதாக ஒரு பலம் மீண்டும் ஊற்றுநீர் உடம்பில் உற்பத்தி ஆவது போல் உருவான ஒரு பிரமை அவனுள் தட்டியது.

காற்றில் வீச்சலான தன்மை இல்லை. இது மயானம். நான் வேகமாய் எல்லாம் வீசமாட்டேன் என்பது போல் காற்று வாலைச் சுருட்டிக் கொண்டிருந்தது. மரம்செடிகளின் இலை தழை எல்லாம் காற்றின் வீசலற்ற தன்மையால் அசையமாட்டாமல் தொங்கிப்போய்க் கிடந்தன.

நிமிர்ந்து அதன் மண்பாதை மேல் நடந்தவன், அதுவரை மரக்கூட்டம் மறைத்துக் கொண்டிருந்த பிண அடுப்புக் கட்டடத்தை அப்பொழுது தான் பார்த்தான்.

இரண்டு ஆஸ்பெஸ்டாஸ் ஷீட்டுகள் முக்கோண வடிவில் சரிந்து, நான்கு இரும்பு ஆங்கிளில் துளி நிழல் தரவேண்டி முடங்கிக் கிடந்தன. அதை நான்கு இரும்பு கால்கள் தூக்கி நிறுத்தியிருந்தன.

கீழே இரண்டு பிணமேடை. அவிந்து ஓய்ந்த பிணத்தின் சாம்பலும் துளி கூட சிதிலமடையாத ஒரு பிணத்தின் சாம்பலும் துளி கூட சிதிலமடையாத ஒரு பிணத்தின் மண்டை ஓடும்! அங்கே எரிந்த மிச்சங்களாய்க் கிடந்தன.

பக்கத்துப் பிண மேடை துப்புரவாகச் சாணியிட்டு மெழுகப்பட்டிருந்தது. அப்பால் குப்பலாய் வறட்டித் துண்டுகளும் வீசி எறிந்த காய்ந்த மாலைகளும் உடைத்துப் போட்ட சட்டித்துண்டங்களும் மலைபோல் குவிந்து கிடந்தன.

ஏனோ சாதாரண மனிதர்களைக் கதிகலங்க வைக்கும் அந்தப் பொருள்கள், அவன் முகத்தில் புன்னகையைப் பெயர்த்தெடுத்தது.

அந்த புன்னகை அழியாதபடி சாணியிட்டு மெழுகப்பட்டிருக்கும் பிணமேடை மேல் உடம்பைக் கிடத்தினான் இராஜேந்திரன்.

'இரவு வரை இங்கேயே தான் சயனிப்பு. இருட்டட்டும். வானத்து ஆதித்தன் உலகின் மறுமுனைப் பக்கம் வெளிச்சம் தந்து வர மேற்கில் அமுங்கி ஒழிந்திடட்டும். அதன் பின் வெளியேறி பணத்தைத் தேடுதல் என்றில்லாமல், சகல காரியங்களையும் சாதித்துக் கொள்ளுவேன். இனி எப்பொழுதும் என் உறக்க பீடம் இந்த மேடை தான்.'

அவன் நினைத்து முடித்துக் கண்கள் மூடத் தொடங்கிய அதே வினாடி, அந்த மயானத்தின் இரும்புக் கதவுக்கு அப்பால், ஒரு குடுகுடுப்பைக்காரன் வந்து சேர்ந்திருந்தான்.

எண்பது வயதை எட்டியிருந்த அவன் நெற்றியில் எட்டணா அகலக் கறுப்புப் பொட்டு யாரைப் பார்த்தாலும் மிரட்டும்அளவு...

★★★

புதிய சாந்தி நிவாசின் முன்னே பெருமூச்சுவிட்டபடி வந்து நின்ற வேனை, சரவணனின் அப்பா பத்மநாபன் முதல் அம்மா பார்வதி வரை வெகுதீனமாகப் பார்த்தனர்.

சரவணனின் தங்கை லலிதா வெகுவேகமாக வேனை நெருங்கி உள்ளே பார்வையைச் செலுத்திவிட்டு, வேனிலிருந்து இறங்கி பாஸ்கரையும் கார்த்திகாவையும் சற்று வெறிப்போடு பார்த்தாள்.

"பாஸ்கர்... என்னடா ஆச்சு, சரவணன் கிடைக்கலையா?" அவன் அப்பா வேகமாகக் கேட்டார்.

"இல்லேப்பா... எங்க இருக்கான்னே தெரியலை. போலீஸ்ல எல்லாம் ரிப்போர்ட் பண்ணியாச்சு?" என்றான் பாஸ்கர் சலித்த குரலில்.

"மாமா! இங்க நின்னு பேசறதுல பிரயோஜனமில்லை, நாமெல்லாம் போய் அந்தக் காடம்மா கிழவியைப் பார்ப்போம். அவ ஒரு அசாதாரணப் பெண்" என்றாள் கார்த்திகா.

"ஆமாண்ணே...! சிலருக்கு மைபோட்டுப் பாக்கற வித்தையெல்லாம் தெரியும்னு கேள்விப்பட்டிருக்கேன். அந்தக் கிழவிக்குத் தெரியுமோ என்னமோ?"

கார்த்திகாவின் அம்மா ராஜேஸ்வரி, தானும் ஊக்கப்படுத்தினாள்.

பிறகு எல்லோருமாக அந்த வேனில் ஏறி அமர்ந்தார்கள். புதிய அந்த வீட்டை, அலங்காரத்தில் அரண்மனை மாதிரி காட்சி தந்த அந்த வீட்டை ஏனோ பத்மநாபனின் பார்வை மிக வெறுப்பாகப் பார்த்தது.

நல்ல காரியம் நடக்க வேண்டிய வேளையில், எதற்கோ குறிவைத்துச் செல்ல வேண்டிய அந்தக் கடூரம் அவர் நெஞ்சை நெருடியது.

டிரைவிங் சீட் முன்னே பாஸ்கர் அமர்ந்திருந்தான், காடம்மாவின் குடிசைக்கு வழிகாட்டிக் கொண்டிருக்க, அந்த வேன் அவள் குடிசையை ஒருவழியாக எட்டியது.

உள்ளே காடம்மா தியானத்தில் இருந்தாள். ஏனோ, அவள் கறுப்பு அங்கி உடுத்தியிருந்தாள். நெற்றியில் கூட இரத்தப்பொட்டு.

15

'மரணம் புரட்சிகரமான மாற்றமாகும். எனினும் மரணத்தினால் வாழ்க்கையில் இருந்த பாசங்களும் முற்றாக அற்றுப்போவதில்லை. தூய சரீரமில்லாத போதிலும் அவர்களைவிட்டுப் போவதில்லை, மரணத்துக்கு முன்பு எந்த பற்றுக்கள் ஆன்மாவை வருத்துகின்றனவோ, அந்தப் பற்றுக்கள் மரணத்தின் பின்பும் தொடருகின்றன.'
சவத்தை புதைத்தால் சில ஆன்மாக்கள் புதைக்கப்பட்ட இடத்தில் சிலகாலம் தங்கிவிடுகின்றன. சில பெருந் துக்கத்துடன் மறுஉலகுக்குப் பிரயாணம் செய்கின்றன.

(Life after Death – நூலில் டாக்டர் மோடி)

நெற்றியில் ரத்தப்பொட்டு துலங்க, சற்று அகோரமாகப் பார்வைக்குத் தென்பட்ட காடம்மையைப் பார்த்து கார்த்திகா அதிர்ச்சியுடன் முகம் சுளித்தாள்.

"வணக்கம் காடம்மா!" பாஸ்கர் இதைக் கவனிக்காமல் காடம்மையின் கவனத்தைத் தன் பக்கம் திசைதிருப்பப் பார்த்தான்.

ஏறிட்டது காடம்மையின் சிரம். அந்தக் கூழாங்கற்களை ஒத்த விழியிரண்டில் சற்று அதிர்ச்சி மேவிய கலக்கம் உடனேயே நங்கூரம் போட்டது.

ஆனால், முகத்திலோ அசாத்யமவுனம். ஏனோ கார்த்திகா பாஸ்கருக்குப் பின்னால் சற்றுப் பாதுகாப்பாக நின்றுகொண்டாள். சாணியிட்டு மெழுகியிருக்கும் அந்தத் தரையிலிருந்து சாண வாசனையோடு கலந்து வரும் தாழம்பூ பத்தியின் மணம் நாசியை நிமிண்ட, ஊடே நடுக்கல்லைப் போல் வடிவமின்றி நிற்கும் ஒரு கல் அதன் மேல் குங்குமமும் மஞ்சளும் கொட்டிக் கலந்து கிடக்கும் ஆலிங்கனநிலை.

அந்த மவுனமான சூழ்நிலையின் இறுக்கத்தை வெட்டிக்கொண்டு வாய் திறந்தாள் காடம்மை.

“வா தம்பி! உயிர்க்கிளி ஒரு கூண்டைக் கண்டுபிடிச்சு, அந்தக் கூண்டோட வானமேறிப் பறந்தும் போயிடுச்சி போலத் தெரியுதே...?”

படுதீர்க்கமாக உக்ர அரவமின்றி காடம்மை பேசிய பேச்சு முதலில் பாஸ்கருக்குப் புரியவில்லை.

பிறகு யோசித்துப் புரிந்த நிலையில் அதை ஆமோதிப்பது போல் அவளைப் பார்த்தான்.

“கவலைப்படாதே... இந்தப் பூமியில் இந்தச் சதைப்பையில் ஆன்மா குந்தியிருக்கிற காலத்துல இதெல்லாம் ரொம்ப சகஜம் தான்!”

சற்று தத்துவார்த்தமாகப் பேசியவளைக் கார்த்திகா பார்த்தாள்.

“ஆரு இந்தப் பெண் குட்டி?”

காடம்மை அவளைப் பார்த்து பாஸ்கரிடம் கேட்க, பாஸ்கர் மெல்ல இதழ் பிரித்தான். அதில் சோகத் ததும்பல்.

“என் அத்தை மக! என் அண்ணனை இவ தான் கட்டிக்கப் போறா.”

அவன் அப்படிச் சொல்லவும் காடம்மை பார்வை கார்த்திகாவிடம் அசாத்யமாக ஊன்றியது.

“உன் இடது தொடையில் மச்சம் இருக்கா தாயி?” ஊன்றிய நிலையில் கேள்வி கேட்டது.

கார்த்திகா அந்தக் கேள்விக்கு முன்னால் சற்றுத் துவண்டு போனாள். தன் தொடையில் மச்சம் இருப்பது இவளுக்கு எப்படித் தெரியும். என்று ஆச்சரியத்தைக் கண்ணில் பிடித்துக் காட்டினாள்.

"இருக்குதா?" இரண்டாம் முறையாக காடம்மை கேட்டாள்.

"ஆமா... இருக்கு!"

"நீ உன் வீட்டுக்குக் கடைக்குட்டி தானே?"

"ஆ... ஆமா! ஆமா!"

"உனக்கு மல்லிகைப்பூன்னா – உசுர்தானே?"

"ஆமாங்க! ஆமாம்... எப்படி இதெல்லாம் உங்களுக்கு தெரியும்?"

கார்த்திகாவின் அந்தக் கேள்வி முன்னால் இளக்காரமாகச் சிரித்தாள் காடம்மை.

"பாட்டி! நீ சிரிக்கிற நேரமில்ல இது. என் அண்ணனை நாங்க காப்பாத்தியாகணும். நீ வழிசொல்லுவேன்னு நம்பி வந்திருக்கோம்"

பாஸ்கர் குறுக்கே புகுந்தான். காடம்மை உடனேயே அவன் மேல் தன் பார்வையைத் தீர்க்கமாகச் செலுத்தினாள்.

"எனக்கும் அது தெரியும் தம்பி. நான் அதுபத்தி தான் யோசிச்சுக்கிட்டிருக்கேன்."

"இதுல யோசிக்க என்ன இருக்கு?"

"இதுலதான் யோசிக்க நிறைய விஷயமிருக்கு!"

"எனக்குப் புரியலை."

"போகப்போகப் புரியும், ஜாதகப்படி உன் அண்ணன் ஒரு அஷ்டம ஜனேந்திரியன்!"

"அப்படின்னா?"

"சனியோட ஆதிக்க எண்ணான எட்டாம் தேதி எட்டாம் மாசம் அபூர்வமா வர்ற சனிக்கிழமை அன்னிக்கு உன் அம்மாவோட

கர்பத்துல எச்சமா இரண்டு மாசம் இருக்க வேண்டியவன். எட்டாம்மாசமே பிரசவமாயிட்டான்! கலத்திலும் எட்டுக்குள்ற ஒட்டிப்பிறந்து சனிவளையத்துல வந்த ஜனிச்சவங்களை அஷ்டம ஜனேந்திரியன்னு தகதேச விசால சுவடி சொல்லுதப்பா..."

"சரி. அதுக்கென்ன இப்போ?"

"அதுக்கென்னவா? இந்தப் பூமண்டலத்து பூஜா சக்திகளுக்கெல்லாம் சவால் விட்றவன் அஷ்டம ஜனேந்திரியன். ஆக்க நினைச்சாலும் அழிக்க நினைச்சாலும் இவனுக்கு நிகர் இவனே! ஐநூற்று அறுபத்தி ஆறு வருஷத்துக்கு, ஒருமுறை இது மாதிரி அபூர்வப் பிறப்பு நேரும்னு தசதேச சுவடிகள் சொல்லுது!"

"பாட்டி நீ என்ன சொல்றே... இதெல்லாம் எனக்குப் புதிரா இருக்கு. தசதேச விசாலச் சுவடின்னா என்ன? எனக்கு ஒண்ணுமே புரியலையே?..."

"மயானத்துக்கு இன்னொரு பேர் தசதேசம்! இது குறிச்சொல். அந்த மயான சம்பந்தமான விஷயங்களை விரிவாகச் சொல்றது தான் தசதேச விசால சுவடி."

"என் அண்ணனை அந்த ஆவி பிடிச்சதுக்கும் இந்தச் சுவடிக்கும் என்ன சம்பந்தம்?"

"நிறைய இருக்கு. அநியாயமாப் பிரியற ஆத்மாக்கள் அழியறதேயில்லை அலையும், அலையும்...! பிண்டத்துக்குப் பறக்கும். கழுகா அலையும். அவைகளோட குரலோ உருவமோ நமக்குக் கேட்காது - தெரியாது. ஆனால் அஷ்டம ஜனேந்திரியர்களால் அவர்களைப் பார்க்கமுடியும். அவர்கள் குரலையும் கேட்க முடியும்.

துளிக் கூட தெய்வாம்சம் இந்த அஷ்டம ஜனேந்திரியர்கள் கிட்ட தங்காது. அதனால அலையற ஆத்மாவுக்கு இவங்க உடல் ஒரு அடைக்கலப்பாத்திரம். இவங்க உடலைக் கருவியா ஒரு ஆவி பயன்படுத்த ஆரம்பிச்சா, அதுக்கு விடிவே கிடையாது.

எத்தனை வில்லாள கண்டன் வந்தாலும் உடுக்கடிச்சாலும், பிரம்பெடுத்தாலும், மந்திரபூமிகள் பக்கமா கூட்டிப்போய்

வேப்பிலையால் ஆவேசம் தீர ஆடித்தீர்த்தாலும் அந்த ஆவி விலகாது. அதை விலக்கற உபாயம் அந்தச் சுவடிக் குறிப்புல தான் இருக்கு."

"இப்ப எங்க அந்தச்சுவடி? உடனே அதைப் பார்த்து என் அண்ணனைக் காப்பாற்று."

"என்கிட்ட ஏதப்பா அந்தச் சுவடியும் குறிப்பும்...?"

"பின்ன, இவ்வளவு விஷயத்தை நீ எதை வெச்சுச் சொன்னே?"

"எனது பழைய அனுபவத்தை வெச்சு. அன்றாட எனது பூஜை வாழ்க்கையின் அருளை வெச்சு..."

"பாட்டி! நீ சொல்ற விஷயங்கள் எனக்கும் மட்டுமல்ல, எல்லாருக்குமே புதிராத் தோணுது...! இப்படியும் விஷயங்கள் இந்த உலகத்துல இருக்கிறதா இப்ப தான் எனக்குப் புரியுது... எது எப்படிப் போனாலும், என் அண்ணனைக் காப்பாத்தியாகணும். அவன் மேல உயிரை வெச்சுக்கிட்டிருக்கிற இந்தப் பெண்ணுக்காக, அவன் தான் தன் வாழ்க்கைன்னு முடிவுபண்ணிட்ட இவளுக்காக, நீ இதைச் செய்தாகணும். அந்தத் தசதேச விசாலச் சுவடிக்கட்டு இப்ப எங்க இருக்கு? சொல்லு நான் போய்க் கொண்டு வர்றேன்!"

சன்யாசம் ஏத்துகிட்ட புதுசுல இந்தக் குறிப்புப் பற்றி அந்தப் பொதிகைமலை சன்யாசியான விருச்சிகானந்தர் சொல்லிக் கேட்டது தான். இப்போ அந்த விருச்சிகானந்தர் எங்க இருக்காரோ... எப்படி இருக்காரோ, யாருக்குத் தெரியும்?"

"முன்னை பின்ன பார்த்திராத என்னைப் பற்றிப் புட்டுப்புட்டு வெச்சே. அந்த விருச்சிகானந்தர் பற்றி மட்டும் தெரியாதுங்கறியே?"

புத்திபூர்வமாக, அதே சமயம் சற்று ஆவேசத்துடன் கார்த்திகா முதல் முறையாக காடம்மை எதிரே வாய் திறந்தாள்.

காடம்மை அவளை உடனேயே புன்னகையோடு பார்த்தாள்.

"தாயி! தினம் தியானமும் யோகமும் பண்ணி, யோகத்துல நவாம்சமும் அடையப் பெற்ற யாரும் அவர்கள் எதிரில் நிற்பவர்களைப் பற்றிப் புட்டுப்புட்ட வெச்சுடுவாங்கம்மா.

கூடுவிட்டுக் கூடுபாயுறதுல இருந்து உனக்குள்ள உனக்கே தெரியாம ஊடுருவுவதுவரை எல்லாமே என்போன்றவர்களுக்குச் சாத்தியம் கண்ணு. நீ சின்னப் பொண்ணு உனக்கு சொன்னாப் புரியாது!"

"இல்ல நீ கதைவிடறே... தசதேச விசால சுவடி விருச்சிகானந்தர்னு எங்களைக் குழப்பறே? நேரடியா விஷயத்துக்குவா. உனக்கு எவ்வளவு பணம் வேணும் தந்துட்றேன். என் அத்தானை மீட்டுத்தா..."

ஆவேசத்தில் தான் என்ன பேசுகிறோம் என்பதே கார்த்திகாவுக்குப் புரியவில்லை. அறிவுக்கு எட்டாத விஷயங்களைக் கேள்விப்பட்ட வேகத்தில், அவளது பகுத்தறிவும் அதே சமயம் உணர்வு பூர்வமாக முன் தினம் இரவு அவள் அனுபவித்த நிஜமும் ஒன்று கலந்து, ஒரு குழப்பமான நிலைக்கு அவளைத் தள்ளிவிட, அதன் எதிரொலியாக அவள் வெளிப்படுத்திய கருத்துக்கள் ஏனோ காடம்மையைக் கோபப்படுத்தவில்லை.

மீண்டும் அதே சிரிப்பைத் தொடர்ந்தாள். சட்டென்று அவள் சிரிப்பு நின்று போனது. அதற்குக் காரணமாக அந்த அறையின் தெய்வ உருப்போன்ற நடுக்கல் மேல்கூரையை ஊடுருவி சூரியவெளிச்சம் பட ஆரம்பித்தது.

அதைப்பார்த்த மாத்திரத்தில் அந்தக்கல் எதிரே போய் எதுவும் பேசாமல் காடம்மா பத்மாசனமிட்டு அமர்ந்தாள் கண்களை இறுக மூடிக்கொண்டாள்.

★★★

அந்த நண்பகலின் மிகச் சரியான பன்னிரண்டு மணிப்பொழுதில் மயானத்தில் அந்தக் குடுகுடுப்பைக்காரன் மிக வேகமாக நடந்துகொண்டிருந்தான்.

திட்டுத் திட்டான சமாதிகளைத் தாண்டி, வெட்டியானின் குடிசையை நோக்கி நடந்தான். அவன் தோளை பழைய

துணிகளின் பாரம் அழுத்திக் கொண்டிருக்க, வலது கை குடுகுடுப்பையை இறுகப்பற்றியிருந்தது.

வெட்டியான் குடிசை முன் போய் நின்றவன், தனது குடுகுடுப்பையை இரண்டே இரண்டு முறை அசைத்து ஒலி எழுப்பினான்.

சத்தம் கேட்டுக் குடிசைக்கு வெளியே ஒரு உருவம் தள்ளாடலாய் எழுந்து வந்தது.

“ஆரு! சங்கிலிக் குறும்பனா?” கேள்வி கேட்டது.

“ஆமா, முள்ளேரி வேம்பா”

“இன்னிக்கு ஒரு சரீரமும் ஊருக்குள்ளாற சாயலை, சங்கிலிக்குறும்பா. நீ உன் விருப்பம் போல பூசை போட்டுக்கோ. ஒரு பய வரமாட்டான்.”

சற்று உரக்க இருவரும் பேசிக்கொள்வது பிணமேடையில் படுத்திருக்கும் சரவணனாகிய ராஜேந்திரன் காதுகளைத் தீண்டவும் வெடுக்கென்று அவன் எழுந்து அமர்ந்தான்.

அவன் பார்வைக்கு நேரே அந்த சங்கிலிக்குறும்பன் மேடையை நோக்கி வர ஆரம்பித்தான்.

ஊடே குறுக்கிடும் சமாதி மேடுகளை, அந்த மேடுகளில் முளைவிட்டிருக்கும் எருக்கம் புதர்களை, அந்தப் புதரில் அண்டிப் படுத்திருக்கும் சாம்பல் அரணைகளைத் துவம்சமாய் மிதித்தபடி, கம்பீர நடை நடந்துவரும் அவனைப் பார்க்க லேசாய் மிரண்டது சரவணன் மனம்.

ஆனாலும் அவனை எதிர்கொள்வதற்குத் துணிந்த பாவனையில் மார்பு நிமிர்த்தி எழுந்து நின்றான்.

நடந்துவரும் சங்கிலிக்குறும்பன் சிரத்தை நிமிர்த்தி நேரே பிணமேடையை நோக்கிய போது அவனுக்குத் தூக்கிவாரிப்போட்டது.

16

'சில ஆவிகள் இவ்வுலகை விட்டுப்போ முடியாது.
இங்கும் அங்கும் அலைந்து திரிகின்றன.
இவை பூமினாற்
கட்டுண்ட ஆவிகள் எனப்படும்.
இவற்றுக்கு இவ்வுலகம் நரகமுமாகும்;
முன்னேறாது பிறந்தும்
இறந்தும்உழல்கின்றன!'

- கீபுறு மதம்

('மரணத்திற்குப்பின்' நூலிலிருந்து. பொ. சங்கரப்பிள்ளை எழுதியது.)

அந்தமயான வெளியில் அரக்கன் போல் மார்பு நிமிர்த்திப் புஜப்பருமானத்தோடு, துடிப்பில்லாத இமைவிரிப்போடு, சரவணன் எனும் ராஜேந்திரன் தன் இருப்பிடம் நோக்கிவரும் அந்தக் குடுகுடுப்பைக்காரனை வெறித்தான்.

அந்த நண்பகல் வேளையில் சரவணனைப் பார்த்த அந்தக் குடுகுடுப்பைக் காரனுக்கு இலேசாக வியர்த்தது.

'மயானம் அரவமற்றுக் கிடக்கும். அமர்க்களமாகப் பிணச் சாம்பலை உடம்பில் பூசிக்கொண்டு பிணமேட்டில் அமர்ந்து

ஜக்கம்மையைத் தியானிக்கலாம்'- என்று எண்ணி வந்தவனுக்கு சரவணனின் பயமற்ற நிமிர்ந்த நிலை ஏனோ புரியவில்லை.

எச்சரிக்கையாகத் தோள் மீது தேங்கிக் கிடக்கும் அழுக்குத் துணிகளின் ஊடே தொங்கிக் கொண்டு இருக்கும் நரித்தோல் பையினுள் தனது வலது கையை விட்டான்.

அஞ்சனப் பாத்திரம் (தலைக்குழந்தையின் கபாலம் மூலம் உருவாக்கிய 'மை' அடங்கிய சிறிய டப்பா!) தட்டுப்பட்டது. அந்த அஞ்சனப் பாத்திரத்தைத் தொட்ட மறுவினாடியே அவன் உடம்பில் மின்சாரம் பாய்ந்த மாதிரி ஒரு நிலை.

காற்று மூலமாக ஏதோ ஒன்று அவனை அண்டித் துன்புறுத்துவது போல் ஒரு பிரமை.

அதுவரை மெள்ளவேனும் நடந்து கொண்டிருந்த பாதம் அப்படியே ஒரு கட்டத்தில் நடக்க மாட்டாமல் நின்றது.

'வேண்டாம், திரும்பிப்போ... உனது வசியத்துக்கும் சாந்தி பூசைக்கும் மசியாத ஒருவன் எதிரே நின்று கொண்டிருக்கிறான்.'

'இவன் ஒரு அஷ்டம ஜனேந்திரியன்! அடங்காத நெருப்பு மனத்தோடு அலைபாய்ந்து கொண்டிருக்கிறான். உனது மயான பூசையை நீ பிறகு பார்த்துக்கொள். இவனை எதிர்கொள்ளாதே, திரும்பிப்போ... திரும்பிப்போ...!'

காற்று மூலம் ஒரு செய்தியை யாரோ அவன் காதோரமாய்ப் படித்த மாதிரி ஒரு உணர்வு.

அசையாமல் நின்று சரவணனைப் பார்த்தவன், எதுவும் பேசாமல் அப்படியே பின்னடைய ஆரம்பித்தான்.

வெட்டியான் வசிக்கும் அந்தக் குடிசை மேடு வரை சரவணனைப் பார்த்துக் கொண்டே பின்னால் நடந்தவன் மேட்டை எட்டியவுடன் வேகமாகத் திரும்பிக் குடிசையை நோக்கி நடந்தான்.

"என்ன திரும்பிட்டே? பூசை போடலியா?" குடிசை வாசலை எட்டிய அவனை வெட்டியான் விசாரிப்பது தெரிந்தது.

“நான் பூசை போட்றது கிடக்கட்டும். பிணமேடை மேலே ஒருத்தன் நின்னுகிட்டிருக்கான். ஆரு அது.” குடுகுடுப்பைக்காரன் கேள்விக்கு வெட்டியானின் ஆச்சரியப் புருவங்கள், பதில் கூற முடியாமல் வளைந்தன.

“உச்சிப்போதுல கூட ஒரு ஈ காக்கை நடமாடப் பயப்பட்ற மயானம் இது. இங்க ஒருத்தன் மாரை நிமிர்த்திக்கிட்டு என்னை வெறிக்கிறான். பார்த்தா மனுஷன் மாதிரி தெரியலை”

“இது என்ன ராப்போதா? காத்து கண்ணுக்குத் தென்பட...”

“பகல் பொழுதுலையே காத்தைக் கண்ணால் பார்க்க முடிஞ்சவன் நான்! வீடுவீடா போய்த் திருஷ்டியால விஷயமறிஞ்சு உடுக்கடிச்சு ஜோசியம் சொல்ற சாதாரண குடுகுடுப்பைக்காரன் நானில்லைங்கறது உனக்குத் தெரியும் தானே?”

“நீ என்ன சொல்லவர்றே. நீ பாத்தது வேறு யார்?”

“அஞ்சனப் பாத்திரத்தைத் தொட்டதுமே தெரிஞ்சு போச்சு. அவன் அஷ்டம ஜனேந்திரியன்னு!”

“உன் பாஷை எனக்குப் புரியலை!”

“உனக்குப் புரியாட்டி போவுது. ஜாக்ரதையா இரு. அவனை ஒரு சாதாரண மனுஷனா நினைச்சு விரட்ட நினைக்காதே. நான் இனி அடிக்கடி வருவேன். அதமட்டும் ஞாபகம் வச்சுக்கோ”

“உன் அஞ்சனத்துல கொஞ்சம் எனக்கு வேணும்”

“எதுக்கு?”

“பாதுகாப்புக்குத் தான். வரவர ராவேளைல இந்த மயானத்துல என்னாலேயே இருக்க முடியலை. நாலு நாளைக்கு முன்ன ஒரு கன்னிப் பொண்ணு காமாலைல செத்துப் போச்சுன்னு சொல்லி எடுத்து வந்து புதைச்சிட்டு போனாங்க. ராவானா அந்தச் சமாதிப் பக்கம் இருந்து ஒரே அழுகை சப்தம். உடுக்கையடிச்சு சாம்பிராணிப் புகை போட்டால் கூட சப்தம் நிக்கமாட்டேங்குது. தூங்கற சமயத்துல கால் மாட்டுல வந்து சுருசுருன்னு நின்னுக்கிட்டுது.”

“உன் பிரச்சனைக்கு அஞ்சன மை தேவையில்ல. ஜீவ வளையம் தரேன். என் ஜக்கம்மை பாதத்துல கொலுசா கொஞ்சிக் கிட்டிருக்கிற ஒரு ஆபரணம் அது. ஒரு மண்டலம் அவ விக்கிரகத்துல வெச்சு பூஜித்த வளையம் அது. அதை உன் கணுக்கால்ல மாட்டிக்கோ. யாரும் உன்னை எதுவும் பண்ண முடியாது.”

அந்த மயானத்தில் சமூகத்தின் எதார்த்தமான பழக்க வழக்கங்களற்ற நிலையில் வெட்டியானும் குடுகுடுப்பைக் காரனும் மர்மமான விஷயங்களைத் தோல் உரித்துப் பேசிக்கொள்ளும் அதே சமயம், அந்தக் கூரைக் குடிசையின் இடப்பக்கம் குடுகுடுப்பைக் காரனைப் பின்தொடர்ந்து சரவணனும் வந்து சேர்ந்திருந்தான்.

அவனது காதுகள் இருவர் பேசுவதையும் கூர்மையாகக் கேட்டுக் கொண்டிருந்தன.

கூரை வீட்டின் சரிந்த கீற்றுத்தட்டி அவனைப் பாதுகாப்பாக மறைத்துக் கொண்டிருந்தது. அதன் துவாரங்களின் ஊடே சரவணன் பார்வை இருவரையும் வெறித்துக் கொண்டிருக்க, கைகள் ஏதோ ஆபத்து காத்திருக்கிறது என்பது போல் கைகள் பிசைந்து கொண்டன.

குடுகுடுப்பைக்காரன் பேசி முடித்த நிலையில் கிளம்பத் தயாரானான். அவன் தந்திருந்த ஜீவ வளையம் வெட்டியான் கைகளில் ஒரு செம்புவளையமாக மின்னிக் கொண்டிருந்தது.

ஏனோ அதைப் பார்த்த மறுவினாடியே சரவணனுக்குக் கண்ணிரண்டிலும் தகிப்புத் தோன்றியது. தனது காற்றுச் சரீரம் அந்தத் தேகத்தில் அடங்கிய பொருந்தாமல் திமிறிக்கொண்டு உடம்பை விட்டு எல்லை காண முடியாத ஒரு தூரத்துக்கு ஏறிப் பறக்க விரும்பும் உணர்வு தோன்றியது. ஆனாலும் மனத்தின் எண்ண உறுதியில் அவ்வாறு நிகழாதபடி தான் உடம்பை இறுக்கப்பற்றியிருப்பது அவனுக்குப் புரிந்தது.

அன்னையின் கருவில் கரைந்து பத்துமாதம் சிறை கிடந்து, கருவில் உருத்திரண்ட சரீரத்தின் இயல்புக்கும் திறத்துக்கும்

ஏற்ப வளர்ந்தும், புதிதாய்ச் சிந்தித்தும் அறிய வேண்டியதை அறிந்து வாழ மட்டுமே இந்தச் சரீரம் பயன்படும். மற்றபடி ஆவி ஆக்கிரமிப்புக்கெல்லாம் ஒத்துவராது என்பது போன்ற எண்ணம் அவனுக்குள் நீண்டு சென்றது.

'அப்படிச் செய்ய முயன்றால் அதை வெல்ல இந்த உலகில்தான் எத்தனை வழிகள்! எத்தனை சக்திகள்!'

சிந்தனை மயமாகித் திரும்பப் பிணமேடையை நோக்கி நடக்க ஆரம்பித்தான். அவன் கால் கட்டு, அந்த மயான மரங்கள் உதிர்த்த இலைத் தழைகள் வதங்கிச் சப்தித்தன.

அந்தச் சப்தம் கேட்டுத் திடுக்கிட்டு எட்டிப்பார்த்தான் வெட்டியான். அவன் பார்வைக்கு சரவணனின் பனியன் அணிந்த முதுகு தெரிந்தது.

'யார் இவன்? எதற்காக இந்த மோசமான நிலப்பகுதிக்கு வந்திருக்கிறான்?'

கேள்விக்குள் விதிர்ப்போடு விழுந்தது அவன் மனம்.

★★★

நண்பகல் வேளையாகப் பார்த்துக் கூரைத்துவாரம் வழியாக அந்தக் கூரை வீட்டின் தெய்விகக் கல்லின் மேல் சூரியக்கதிர் விழவும் பேச்சைக் கத்தரித்துக் கொண்டு தியானத்துக்குள் நுழைந்திருந்த காடம்மை, இன்னும் தியானத்தில் இருந்து கலையாமல் மவுனியாகக் கண்மூடி அமர்ந்திருந்தாள்.

கார்த்திகாவும் பாஸ்கரும் கையைப் பிசைந்தபடி ஒன்றும் புரியாமல் பக்கமாய் நின்றுகொண்டிருந்தார்கள்.

"பாஸ்... என்ன இது? இந்தக் கிழவி, பாதி விஷயத்தைச் சொன்னவ இப்படி மவுனமாயிட்டா. டைம்வேஸ்ட் ஆகிகிட்டிருக்கு. இப்ப என்ன பண்றது?"

கார்த்திகா பாஸ்கரின் காதுப் புறமாய்க் கிசுகிசுத்தாள்.

“கொஞ்சம் பொறு தியானத்தை நாம் கலைக்கவேண்டாம். கிழவிக்குக் கோபம் வந்தா, சாபம் விட்டாலும் விட்டுடுவா...”

“ஸ்டுப்பிட்... இது என்ன திரேதாயுகமா? இல்ல. துவாபரயுகமா? சாபம் கீபம்னு பேசிக்கிட்டு... எல்லாம் ஹம்பக்! அவ்வளவும் இமாலய ரீல். சும்மா பிடிச்சு உசுப்பு.”

“நீ தான் ஸ்டுப்பிட்! இவ்வளவு பேசற நீ, எதுக்கு இவளைப் பொருட்படுத்தி சரவணனை பத்திக் கேட்கணும்?”

“என்ன பாஸ்கர் நீ...? என்னால இவளை ஒத்துக்கவும் முடியலை. மறுக்கவும் முடியலை. ஒரே குழப்பமா இருக்கு. என்னோட இருபது வருஷ வாழ்க்கைல நான் நினைச்சு கூடப் பார்க்காத விஷயங்கள் இதெல்லாம். அம்புலி மாமா கதையில் சின்ன வயசுல ஆவி பேய்னு படிச்சதுண்டு. அவ்வளவு தான். ஒரே நாள்ல இந்த விஷயங்களை எப்படி நம்பறது?”

“எப்படி மறுப்பது...? அதுக்குப் பதில் சொல்! காற்று உருவம் கண்ணுல பட்டுதே! அதை மறுக்க முடியுமா? சரவணன் தன்னிலை புரியாம புதிய அவதாரம் எடுத்திருக்கானே, அதை மறுக்க முடியுமா?

மங்கலமா நடந்து முடிய வேண்டிய கிரகப்பிரவேச நிகழ்ச்சி, அப்படியே ஸ்தம்பிச்சுப் போய் நிற்க ஆளுக்கொரு பக்கம் சரவணன், சரவணன்னு அலை பாயறோமே அதை மறுக்க முடியுமா?

ஏதோ ஒரு சூப்பர் நேச்சுரல் பவர் இந்த உலகத்துல இருக்குன்னு நம்பாதவங்க யார்? நம்மை மிஞ்சிய அந்த சக்தியோட செயல்களைப் புரிஞ்சுக்கறது ஒண்ணும் சுலபமான விஷயமில்ல. மர்மமா தான் இருக்கும்!”

“நீ என்ன சொல்றே... பாஸ்கர்?”

“இந்த மர்மங்களை நான் அறிவின் துணையோட பயம் பாரபட்சம் இவையெல்லாம் இல்லாம அணுகிப் பார்க்கறதுன்னு முடிவுக்கு வந்துட்டேன்”

“குட்...! ஐ ஆம் இன் தி சேம் சைட்.”

“அப்ப எதுவும் பேசாம பொறுமையா இரு. கிழவி கண்ணைத் தானா திறக்கட்டும்.”

இருவரும் காத்திருக்க ஆரம்பித்தார்கள். கடிகார முள் பன்னிரெண்டே முக்காலைத் தாண்டிக் கொண்டிருந்தது.

வினாடி முள் குட்டிபோட்ட பூனையாக வட்டமடித்துக் கொண்டேயிருந்தது.

★★★

டெலிபோன் சிணுங்கியது. பெர்ப்யூம் வாசம் அதன் ஒலி வாங்கித் துவாரம் ஊடே தூள் பறந்து கொண்டிருந்தது. அதைச் சிருங்காரமாய் ரசித்தபடி, தனது காது மடலுக்கு ரிசீவரைக் கொண்டு சென்றார் மலையப்பன் எனும் அந்த மனிதர்.

குளித்து முடித்து விட்டு வந்திருந்தார். இடுப்பில் கூட பூத்துவாலை இன்னும் அகன்றிருக்கவில்லை.

“ஹாலோ, மலையப்பன் பேசறேன்” என்றார், தனது பருத்த உதடுகளை அசைத்து.

மறுமுனையில் அவரை தாமஸ் எதிர்கொண்டான். “முதலாளிங்களா? வணக்கம் முதலாளி...”

“என்ன தாமஸ்...?”

“முதலாளி! நம்ப ராஜேந்திரன் பத்தி ஒரு முக்கிய தகவல் கிடைச்சிருக்கு. என்னால அதை நம்பமுடியலை. உங்ககிட்ட உடனே பேசியாகணும் நான்.”

“அப்ப புறப்பட்டு வா!” அவனுக்கு அழைப்பு விடுத்துவிட்டு ஆழமாகச் சுவாசித்தார். அந்தப் பெரிய மனிதர்.

ராஜேந்திரன் பற்றிக் கேள்விப்பட்ட அடுத்த வினாடியே மனம் ஆசிட்டில் விழுந்த மீன் துண்டம் நிற்பது போல் ஆகியிருந்தது.

“துரோகிப் பய!” - என்றது அவர் உதடுகள்.

✦ ——— ✦

17

'மரணம் பழைய உடைகளை அகற்றிப்
புதிய உடைகளை அணிவதற்கு ஒப்பாகும்
ஆன்மா பழைய உடம்பிலிருந்து
நீங்கிப் புதிய உடம்பெடுக்கிறது'

– பௌத்த 'இலாமைசிம்' (Lamaism)

பக்கத்தில் பாந்தமான ஒயர் கூடைச்சேர்! அதில் போய் ஆசுவாசத்தோடு விழுந்தார், மலையப்பன்.

தாமஸ் போன் மூலம் நிமிண்டி விட்ட ராஜேந்திரனின் நினைப்பு, மனசை அக்கினிப் பிழம்பால் வருடிக் கொண்டிருந்தது.

'ஒரு காசா... இரண்டு காசா? பத்து லட்ச ரூபாய்! – இதை எப்படிப் போகட்டும்' என்று விட முடியம்? அவர் மனத்தில் சமாதான முயற்சிகள் பலனளிக்கவில்லை. அது குமுறத் தொடங்கியது.

"முதலாளி! ரொம்ப நல்ல பையனுங்க இந்தத் தம்பி! பாவம் வாழ்க்கை வெறுத்துப் போய், தற்கொலை பண்ணிக்கத் தெரிஞ்சான்; பிடிச்சி இழுத்துக்கிட்டு வந்துட்டேன்."

இப்படி ஒரு அறிமுகத்தோடு ஒரு இருபது நாள் முன்பு, சுப்புராஜ் எனும் தனது வலது கை, அவனை அழைத்து வந்து அறிமுகப்படுத்தியது முதலில் அவர் நினைப்பில் பூத்தது.

“ஏம்ப்பா...! தற்கொலை பண்ணிக்கிற அளவுக்கு உனக்கு என்னப்பா பிரச்னை?”

இவர் அன்று ராஜேந்திரனை பார்த்துக் கேட்ட முதல் கேள்வி இது.

“வாழற அளவுக்கு இந்த உலகத்துல என்னங்க வசதி இருக்கு?”

ராஜேந்திரன் இவரைப் பார்த்து இப்படித்தான் திருப்பிக் கேட்டான்.

“என்னப்பா இல்லை? படிக்க புஸ்தகமா? பார்க்க சினிமாவா? சாப்பிடறதுக்கு ஆகாரமா? உடுத்திக்கிறதுக்கு துணியா? எது இல்லை?”

“இருக்கு! எல்லாமே இருக்கு. ஆனா பணக்காரங்க கைவசம்!”

“எல்லாமே வெறுத்துப் போனவன் மாதிரிப் பேசுறே! வாழ்க்கையில் எதிர்நீச்சல் போடத் துணிச்சல் இல்லாத கோழையா இருக்கியே...!”

“என் நிலையில் யாரும் அப்படித்தான் ஆயிடுவாங்க! வியாதில இருக்கிற அப்பா. நிம்மதியைத் தொலைச்சுட்டு அலைபாயற அம்மா. கல்யாணக் கனவுகளோட அக்கா. அரைவயிறுக்குக் கூட வழியில்லாம வாடிக்கிடக்கிற தம்பி, தங்கைங்க!”

இவ்வளவுக்கும் மத்தியில் நான் எப்படியோ பட்டதாரி ஆயிட்டேன். என்னையும் ஒருத்தி காதலிச்சா! நல்ல வேலைக்குப் போவேன், நிறைய சம்பாதிப்பேன், தாலிகட்டி அவளோட குடும்பம் நடத்துவேங்கறது அவ எதிர்பார்ப்பு. பியூன் வேலைக்குப் போகணும்னா கூட ஐயாயிரம் லஞ்சம் தரணுமே! நான் என்ன செய்யட்டும்?

“படிக்கறவன் பூரா ஆபீஸ் வேலைக்கே போகணும்னு நெனைச்சா, எப்படி தம்பி?”

“சொந்தவேலை செய்ய முதலுக்கு எங்கப்ப போக...?”

“நான் தரேன். செய்யறியா?”

ராஜேந்திரன் எனும் ஒரு இளம்புலியை தன் கூண்டுக்கு வெளியே கொண்டு வந்துவிட்ட பெருமிதத்தில் அன்று இந்த மலையப்பன் மீசையைக் கூட பெரிதாக நீவிவிட்டுக் கொண்டார். ஆனால் அத்தனை சுலபத்தில ராஜேந்திரன் இவரது கூண்டுக்குள் அடங்குவதாக இல்லை.

“நீங்க யார், எனக்கு உதவி செய்ய?”

திருப்பிக் கேட்டான்.

“மனுஷன் நல்ல மனசுள்ள மனுஷன்!”- சிகரெட்டை எடுத்துப்பற்ற வைத்தபடி அவர் சொன்ன மேற்படி பதிலில் ராஜேந்திரன் முகம் ஆச்சரிய சமுத்திரம் ஆகியது.

“என்ன தம்பி ஆச்சரியப்பட்றே? ஒரு பிச்சைக்காரனுக்கு அஞ்சு பைசா போட யோசிக்கிற உலகத்துல, என் மாதிரியும் ஒருத்தனான்னு பார்க்கறியா? நான் எல்லார்க்கும் மனுஷன் இல்ல... உன் மாதிரி வாழ்க்கையை வெறுத்து, சமூகம் வெறுத்தவனுக்கு மட்டும் தான் எனக்கு இந்தச் சமூகம் பேர்ல மரியாதை, மதிப்பு கிடையாது.

இங்கே நூத்துக்குத் தொண்ணூறு பேர் ஆட்டு மந்தைங்க. இதுல சுயமா சிந்திச்சுச் சரியா நடக்க நெனைக்கறவன் கூட அந்தத் தொண்ணூறு பேரால திசைமாறிப் போயிடறான். இங்க தடி எடுத்தவன் தான் தண்டல்காரன். மூளை உள்ளவன் தான் பலசாலி.”

மலையப்பன் நிகழ்த்திய நீண்ட பிரசங்கம் ராஜேந்திரனை இழுத்துப் பிடித்து நிறுத்தியது.

“உனக்கு ஒண்ணும் நான் சும்மா பணம் தரப்போறது இல்ல. நீ எனக்கு ஒரு வேலை செய்யணும். உன் மாதிரி அப்பாவி

இளைஞனுக்கு முதல் தடவை இந்த வேலைய செய்யறது ரொம்பச் சாதாரணம். ஆனா என் மாதிரி கறுப்புப் புள்ளிகளுக்கு அசாதாரணம்...”

“நீங்க என்ன சொல்றீங்க?”

“ஒண்ணுமில்ல. நான் ஒரு சூட்கேஸ் தருவேன். ஏழரை கிலோ வெயிட் இருக்கும். உள்ற – இருபது லட்ச ரூபாய்! அதை கன்னியாகுமரி வரை கொண்டுகிட்டுப் போய், கடற்கரை ஓரமா நீலக்கோட்டும், வெள்ளை பேண்ட்டுமாய் வந்து நிக்கப்போற ஒரு பார்ட்டி கிட்ட நீ தரணும். பதிலுக்கு ஒரு சூட்கேஸ் தருவாங்க. அதை எடுத்துக்கிட்டு நீட்டாடு வந்து சேர்த்துடணும். இதை நீ கச்சிதமா செஞ்சு முடிச்சுட்டா இருபதினாயிரும் ரூபா உனக்குத் தருவேன்.”

மலையப்பன் சொன்னவுடன் ஏனோ ராஜேந்திரன் முகம் பொட்டுப் பொட்டாய் வியர்வைப் புள்ளிகளைப் பூப்பூக்கவிட்டது,

“ரொம்ப பயப்பட்றேன்னு நினைக்கிறேன்! பயப்பட இதுல ஒண்ணுமேயில்லை. கன்னியாகுமரிக்கு நீ பிக்னிக் போகமாட்டியா, என்ன? அப்படிநினைச்சுக்கோ...”

“பிக்னிக் போவேன், ஆனா இருபது லட்சம் பத்து லட்சம்கற விவகாரம் தான் பயமுறுத்துது”

பதட்டப்படாதே. நான் முன்னையே சொன்ன மாதிரி உன் மாதிரி நபர்கள் இதை முதல் தடவை செய்யறது ரொம்பச் சுலபம். சமூகத்துக்கும் போலீசுக்கும் நீ ஒரு நல்லபிள்ளை. தொடர்ந்து இதைச் செய்து மாட்டிக்கிட்டாதான் வில்லங்கம்.

முதலும் கடைசியுமா இதைத் துணிஞ்சு செய்துட்டு, இருபதினாயிரத்தைக் கொண்டு ஒரு டீக்கடையோ, இல்ல – பெட்டிக் கடையோ வெச்சு...

மலையப்பன் முழுவதுமாய் முடிக்கு முன்பே தனது வலது கையைச் சம்மதத்தோடு நீட்டினான் ராஜேந்திரன். பிறகு சூட்கேசும் கையுமாகக் கிளம்பியவன் தான்.

இருபது லட்சம் கள்ளநோட்டுக்களைப் பெற்றுக் கொண்ட பார்ட்டியிடமிருந்துகூட பதில் வந்துவிட்டது. ஆனால், பத்து லட்சத்தோடு இவன் வந்து சேரவில்லை.

"எத்தனுக்கு எத்தனாக இருப்பானோ?"

கேள்வியோடு பூத்துவாலையை உருவி எறிந்துவிட்டு, பட்டு வேட்டியை பீரோவில் இருந்து எடுத்துத் தோரணையாக அதைக் கட்டிக்கொண்ட மலையப்பன், புசுபுசுவென்று முடிமேவிய மார்பின் மேல் பாண்ட்ஸ் பவுடரை பொலபொலவென்று கொட்டிக் கொண்ட சமயம், காலிங்பெல்லை அழுத்தி, தாமஸ் தான் வந்துவிட்டதைச் சொன்னான்.

"கதவு திறந்துதான் இருக்கு. உள்ள வாய்யா!" மலையப்பன் குரலில் கடுமை தொனித்தது.

உள்ளே வந்த தாமஸ், உடம்பை அநியாயத்துக்கு வளைத்துக்கொண்டு மலையப்பன் எதிரே செயற்கையாகக் கூனிக்குறுகினான்.

மலையப்பன் பார்வையே வந்த விஷயத்தை விசாரித்தது.

"முதலாளி... அந்த ராஜேந்திரன் பத்தித் தகவல் கிடைச்சுருக்கு. அவனை நம்பளை மாதிரி ஒரு கடத்தல் கூட்டம் சிங்கப்பூருக்குக் கடத்திட்டாங்களாம். அவன் சிநேகிதன் ஒருத்தன் ராஜேந்திரன் வீட்டுக்கு வந்திருந்தான். அவன்தான் சொன்னான்!"

தாமசின் பதிலைக் கேட்டுவிட்டு ஏளனமான பார்வையோடு தாமசை ஏறிட்டார், மலையப்பன். உடனேயே புரிந்துகொண்டான், தாமஸ்.

"நான் அதை நம்பலை, முதலாளி. அவன் கதைவிடறாங்கறது தெரிஞ்சு போச்சு. அதனால் துப்பாக்கியை நீட்டி உண்மையை வரவைக்கப் பார்த்தேன். ஆனா... ஆனா..."

தாமஸ் எதையோ சொல்லத் தயங்குவது புரியவரவே. மலையப்பன் அவனை ஆர்வத்துடன் வெறித்தார்.

“அவனைப் பார்த்தா மனுஷன் மாதிரித் தெரியலை. அமானுஷ்யசக்தி படைச்ச ஒரு அரக்கன் மாதிரி...”

மலையப்பன் ஏனோ தாமஸ் முடிக்கும் முன்பே கேலியாக அதைக் கேட்டுச் சிரிக்க ஆரம்பித்தார். அந்தச் சிரிப்பு தாமசைப் பயமுறுத்தியது.

“இல்ல முதலாளி...! நான் சொல்றது நிஜம்! நீங்க அவனைப் பார்த்தாதான் நம்புவீங்க. பெரிய பெரிய பேட்டை தாதாக்களையே நான் ஒரு கை பார்த்தவன். ஏனோ என் ஜம்பம் அவன் கிட்ட பலிக்கலை. சத்தியமா சொல்றேன், அவன் மனுஷனே இல்ல...”

“அப்ப, நான் உடனே அவனைப் பார்த்தாகணுமே.” ஒற்றை வரியில் நேரடியாக விஷயத்துக்கு வந்தார், மலையப்பன்.

தாமஸ் ஏனோ அதற்குப் பதிலளிக்க முடியாமல் தயங்கிநின்றான்.

“என்ன பதிலைக் காணோம்?” கேட்டார்.

“அது வந்து... அவனை எங்க போய் தேடறதுன்னு யோசிக்கிறேன்.”

“எங்கேயோ போய்த் தேடு. இருபத்தி நாலு மணிநேரம் தான் உனக்கு அவகாசம். நீ சொல்ற அந்த அமானுஷ்ய மனுஷன் என் முன்ன வந்தாகணும்; இல்லாட்டி...”

அந்த “இல்லாட்டியில் ஒரு கொடூரம் கொடி கட்டிப்பறப்பதை அவனால் உணர முடிந்தது.”

“உத்தரவு முதலாளி!” என்றபடி வெளியேறினான், வெளியே அவனது அடியாள் படை ‘ரத்தினம், காளி, செங்கோடன்’ என்று தினுசுதினுசான பட்டைப் பெயர்களில் காத்திருந்தது.

★★★

காடம்மை கண் திறந்த போது மணி இரண்டு இருக்கும். பக்கத்தில் பரிதவிப்பாக அதுவரைக்கும் பொறுமை காத்தபடி

நின்று கொண்டிருந்த பாஸ்கரையும் கார்த்திகாவையும் சற்று ஆச்சரியமாகப் பார்த்தாள்.

“நீங்க இன்னும் போகலியா?” ஆச்சரியம் கலையாமல் கேட்டாள்.

“எப்படிப் போக முடியும் பாட்டி? அண்ணன் பத்தி பாதிதானே சொன்னே?” பாஸ்கர், அவளைப் பார்த்துக் கேட்டான்.

“அதுல எங்களுக்குத் திருப்தி இல்ல. ஏதோ விருச்சிகானந்தர்– பொதிகைமலை, தசதேச விசால சுவடின்னு சொன்னே. அவரை எங்களாலப் பார்க்க முடியலைன்னா என்ன பண்றது? நாங்க அவரைப் பார்த்து அந்தச் குறிப்பைப்படிச்சு, செய்ய வேண்டியதைச் செய்யறதுக்குள்ற - இங்க அண்ணன். எதாவது தப்புதண்டா பண்ணிட்டா?”

காடம்மை அதைக்கேட்டு அர்த்தத்துடன் தலையசைத்தாள்.

“அப்ப நான் ஒண்ணு பண்றேன். உன் அண்ணன் இருக்கற இடத்தை நான் சொல்றேன். அவனைப் பிடிச்சுப் பாதுகாப்பா வெச்சுட்டுப் பிறகு பொதிகைமலைக்கு நீங்கபோய் வாங்களேன்.”

காடம்மையின் அந்தப் பதில் இருவருக்கும் மிகுந்த தெம்பைத் தந்தது.

“பாட்டி... அதுக்கு தான் உன் கிட்ட வந்ததே. அண்ணனை உடனே நாங்க பிடிச்சாகணும். எங்க இருக்கான் இப்போ...?”

மிக வேகமாகக் கேட்டான், பாஸ்கர்.

காடம்மை அவனுக்குப் பதில் தருவதற்காக அந்தக் குடிசையில் தெய்விக நடுகல் முன்னே போய் அமர்ந்தாள். பக்கத்தில் ஒரு பித்தளைப் பாத்திரம் அதை எடுத்து கார்த்திகா வசம் தர அவளை அழைத்தாள்.

கார்த்திகா பயத்துடன் அவளை நெருங்கினாள்.

“பயப்படாம இதுல தண்ணி எடுத்துகிட்டுவா. வெளிய மண்பானைல இருக்கு” என்றாள்.

கார்த்திகாவும் அவ்வாறே எடுத்துவர, இடுப்பில் முடிந்திருந்த குங்குமப்பையை வெளியே எடுத்தாள் காடம்மை.

ஒரு சிட்டிகைக் குங்குமத்தைக் கையில் எடுத்து அதை, அந்தப் பாத்திரநீரைப் பார்த்தபடி, எதையோ முணுமுணுத்துக் கொண்டு, அந்தச் சிட்டிகைக் குங்குமத்தை அதில் சிந்தவிட்டாள். குங்குமம் பாத்திர நீரில் கரையத் தொடங்கியது.

காடம்மை முகமும் உருமாற ஆரம்பித்தது.

அவள் மனக்கண்ணில் ஈசான மூலையின் மயானம் ஒரு நிழற்படமாய் உருவகிக்கத் தொடங்கியது.

அந்த மயான ராஜ்யத்தில் பிணப்படுக்கை மேல் ஆசுவாசத்தோடு சரவணன் படுத்திருப்பதுவரை மனக்கண் அப்படியே உற்றுநோக்கியது.

✦ ——— ✦

18

பிரம்மாச்சாரியாக ஒருவன் வாழ்ந்து திடீரென்று ஒருநாள் அகால மரணமடைய நேரிட்டால், இவனுடைய ஆவி மிகவும் சக்தி வாய்ந்த ஆவியாக மாறுவதுண்டு. இதுவே பிரம்ம ராட்சதன் எனப்படுகிறது.

இத்தகைய ஆவிகளை நமது சாதாரண பூஜைகளும் மந்திரங்களும் கட்டுப்படுத்தாது. அழிக்காது. இறையருள் பெற்ற மகான்களாலேயே இதை வெல்லமுடியும்.

வள்ளலார் ராமலிங்க அடிகள், வேட்ட வலம் ஜமீன்தார் குடும்பத்தை ஆட்டிப்படைத்த பிரம்ம ராட்சதனை விரட்டியதாக வரலாறு கூறுகிறது.

– 'பில்லி சூனியமும் ஆவிகளும்', நூலில்
ஜெகன்மோகன்

உற்றுநோக்கி காடம்மையின் மனக்கண்ணில் சரவணன் துல்லியமாகப் புலப்பட ஆரம்பித்தான்.

பிணமேடையில் மல்லாந்த நிலையில் ஒரு ஆழ்ந்த யோசனையில், மிகுந்த விசாரத்துடன் அவன் படுத்துக்கிடப்பதுவரை அவள் மனக்கண் மிகத்தீனமாகப் பார்த்தது.

அதன் எதிரொலி முகத்து இதழ்க்கிடையில் மந்தகாசப் புன்னகையாகப் பரவியது.

கார்த்திகா, காடம்மையின் செயலை ஒரு அதிசய நிகழ்ச்சியாகப் பார்த்துக் கொண்டிருந்தாள். குங்குமத்தை சிட்டிகை சிட்டிகையாகக் கரைக்கும் கையும், மந்தகாசப் புன்னகை முகமுமாய்த் தென்படும் அவளை முடிந்த அளவு அவள் முகம் வெறித்தது.

ஏனோ பாஸ்கர் பெட்டிப் பாம்புப் போல் கட்டுப்பட்டு, மனத்தில் பகுத்தறிவு ஆராய்ச்சிகளுக்கெல்லாம் இடமில்லை என்பது போல் அடங்கிப் போயிருந்தான்.

ஊடே குறுக்கிட்டது மெட்டடார் வேனின் ஹாரன் சத்தம்.

அந்தச் சத்தத்தாக்குதலால் தனது முயற்சி கலைந்த மாதிரி, காடம்மை உடம்பைச் சிலிர்ப்பினாள்.

"என்ன அது வெளில சப்தம்?" என்று எரிச்சல் கொப்பளிக்கக் கேட்டாள்.

"ஒண்ணுமில்ல... எங்க கூட எங்க அப்பா அம்மா எல்லாம் வந்திருக்காங்க. அவங்க வேன்ல உட்கார்ந்திருக்காங்க. நான் உன்னைப் பார்த்துட்டு நிலைமைக்குத் தகுந்த மாதிரி உங்களை கூப்பிடறேன்னு சொல்லிட்டு வந்திருந்தேன். அதான் உள்ள வந்து ரொம்ப நேரமாச்சேன்னு பொறுமை இழந்து ஹாரன் அடிக்கறாங்க" என்றான் பாஸ்கர்.

"பெத்தவங்களை வெளிய உக்காத்தி வெச்சுட்டு நீங்க மட்டும் உள்ள வந்தீங்களோ?" கண்டிக்கும் விதமாக எதிர்க்கேள்வி கேட்டாள் காடம்மை.

"இல்ல பாட்டி...! கூட்டமா வந்தா நீ விசயத்தைச் சொல்லியோ மாட்டியோன்னு ஒரு தயக்கம். அத்தோட நீ உன் பேரன் உடம்பை வெளியவச்சுக்கிட்டு ஏதாவது பண்ணிக்கிட்டு இருப்பே அவங்க அதைப் பார்க்க நேர்ந்தா வித்தியாசமா நினைக்கலாம்... அதான்!"

பாஸ்கர் சற்று தயக்கத்தோடு நிஜங்களை வரிசைப்படுத்தினான். காடம்மை லேசான அதிர்ச்சியோடு பாஸ்கரைப் பார்த்தாள்.

“நான் என் பேரன் உடம்பைத் தான் பாடம் பண்ணி வெச்சிருக்கேன்னு உனக்கு யார் சொன்னது?”

“நான் தான் அன்னிக்கு நேர்ல பார்த்தேனே?”

“இதை வேற யார்கிட்டையாவது சொன்னியா?”

“இல்ல. இந்த கார்த்திகாவுக்கு மட்டும் தெரியும்.”

“நல்லது. அது நாலுபேர் கிட்ட வெச்சு பேசற விஷயம் இல்ல. இனிமேல் அது விஷயத்துல நீ எனக்கு நம்பிக்கையா நடந்துக்கணும். என்னைக் கடவுளா நினைக்கிற இந்த ஊர்க்காரங்களுக்கே அந்த விஷயம் தெரியாது. ஒரு காரணமா நான் அப்படி வெச்சிருக்கேன். நீ மொதல்ல உன் அப்பா அம்மாவைக் கூப்பிடு உள்ளே”

கட்டளையாகப் பேசினாள் காடம்மை.

பாஸ்கர் உடனே வெளியே ஓடினான். உள்ளே வரும் சமயம் அவனுடன் அவன் அப்பா, அம்மா, கார்த்திகாவின் அம்மா அவன் தங்கை என்று ஒரு படையே உள்ளே நுழைந்தது.

பாஸ்கரின் தந்தை காடம்மையைப் பார்த்துச் சற்று பணிவோடு வணங்கினார். அவன் அம்மா – விட்டால் காடம்மையின் காலில் விழுந்துவிடும் பாசத்துடிப்பில் தென்பட்டாள்.

“உங்கக் கஷ்டம் என்னனு எனக்கு நல்லாத் தெரியும். ஏதோ ஆண்டவன் கருணையினால் உங்களை நானும், என்னை நீங்களும் சந்திக்க நேர்ந்திருக்கு”

“உங்க மகன் சரவணன் நிலைபற்றி இப்பத்தான் தம்பிக் கிட்ட விரிவாகச் சொன்னேன். எனக்குத் தெரிஞ்ச வழியையும் காட்டியிருக்கேன். கவலைப்படாதீங்க” என்றாள் காடம்மைச் சற்று ஆறுதலாக.

“என்னமோங்க. எங்க கெட்ட நேரமோ, இல்ல என் மகன் சரவணன் கெட்ட நேரமோ, நடக்கக் கூடாதது எல்லாம் நடந்துடிச்சு. நீங்கதான் எங்களுக்கு உதவி செய்து எங்கக்குறையைத் தீர்க்கணும்”என்றார் சரவணனின் அப்பா.

“ஜஸ்ட் எல்லோரும் கீப் கொயட்...? பாட்டி, நீ குங்குமத்தைத் தண்ணியில கரைச்சபடிக் கண்ணை மூடிக்கிட்டு என்னமோ பண்ணே. ஐ மீன் தியானம் மாதிரி! அப்புறமா இளக்காரமாய்ச் சிரிச்சே.

அதுக்கெல்லாம் அர்த்தம் என்ன? அத மொதல்ல சொல்லு! சரவணன் அத்தான் இருக்கிற இடத்தைச் சொல்றேன்னு சொன்னியே. அத்தான் இப்ப எங்க இருக்கார்?”

ஊடே நுழைந்து முக்கியமான தனது முனைப்புக்கு காடம்மையை இழுத்தாள் கார்த்திகா.

எல்லோரும் காடம்மை கூறப்போகும் பதிலில் தங்களை நிலைப்படுத்தினர்.

“சொல்றேன். சரவணன் இப்ப எங்க இருக்கான்னு சொல்றேன். ஆனா யாரும் அதிர்ச்சி அடையக்கூடாது.”

காடம்மை விஷயத்துக்கு வர ஆரம்பித்தாள்.

எல்லோரும் காடம்மை உதட்டையே பார்த்தனர்.

“இந்தப் பிரபஞ்ச வாயுமண்டலத்துல மந்திர ஒலியும் அருள் அலையும் சஞ்சாரம் பண்ண முடிஞ்ச இடத்துல இப்ப அவன் இல்லை. சூன்யமும் ஆவிகளும் சஞ்சரிக்கிற மயானத்துல இவன் மல்லாந்து கிடக்கிறான். அந்த மாதிரி இடத்துல தான் அவனைப் போன்ற ஆவி பிடித்த மனிதர்கள் நிம்மதியா – மனம் அலைபாயாம நிற்க முடியும்.”

காடம்மையின் பதில் சரவணனின் தாயை ஒரு கலக்குக் கலக்கியது.

“என்ன சொல்றே பாட்டி. சுடுகாட்டிலேயா?”

பதட்டமாகக் கேட்டாள்.

“ஆமா... இப்ப அவன் சுடுகாட்டுல தான் இருக்கான். என் திருஷ்டியில் நான் உணர்ந்ததைச் சொல்லிட்டேன்.”

“எந்தச் சுடுகாட்டுல”- பாஸ்கர் வேகமாகக் குறுக்கிட்டான்.

“ஒரு ஊருக்கு ஒன்பது சுடுகாடா இருக்கும்? ஈசான வடக்குப் பக்கம் போய்ப் பார்.”

காடம்மையிடம் இருந்து மிகத் தீர்மானமாகப் பதில் வந்தது.

“பாட்டி சாதாரண ஒரு வீட்டுலையே அவனை என்னாலப் பூட்டமுடியலை. சுடுகாட்டுக்குப் போய் எப்படிப் பிடிக்கிறது.”

பாஸ்கர் கேள்விக்குக் காடம்மை தீவிரமாக யோசிக்கத் தொடங்கினாள். “அவனை நான் சக்தியில்லாதவனாக்கி ஒரு நிமிஷத்துல சுருட்டிப் படுக்க வைக்க முடியும். ஆனா அந்த முயற்சி அதிக நேரம் பலனளிக்காது...”

“நீ என்ன சொல்ற பாட்டி?”

“என் தியானசக்தியும் உபாசனா சக்தியும் அவன் எங்கிருந்தாலும் அவனை செய்வினை ரூபத்துல சுருட்டிடும். ஆனா என் மாதிரி தேவசக்தியில் நம்பிக்கை கொண்டவங்க அந்த மாதிரியெல்லாம் செய்யக்கூடாது.”

“நீ என்ன நாலு பேர் கெட்டுப் போகவா செய்யறே? ஒரு அப்பாவி இளைஞனைக் காப்பாத்த தானே?”

“எனக்கு அது தெரியாம இல்ல. ஆனா இது ரொம்ப ஆபத்தான செயல். மயிரிழை பிசகினாலும் பெரிய ஆபத்துல முடிஞ்சிடும்”

“புரியும்படி சொல்லு பாட்டி...”

“சரவணனோட தலைமுடி எனக்கு வேணும். கிடைக்குமா?”

“அது எதுக்கு?”

“எல்லாம் விளக்கமாச் சொல்ல இது காலமில்ல... அவன் கபாலத்து மூளை விட்ட ஒரு முடி எனக்குக் கிடைச்சாலும் போதும், அவனை கைகால்களைச் செயல் இழக்க வைச்சு படுத்த

படுக்கையாக்கிடறேன். அவன் உடம்புல இருக்கிற ஆவி என்ன முயன்றாலும் அவன் கை கால்களை இயக்க வைக்க முடியாது.

அப்படி என்னால் மிக அதிகபட்சம் ஒரு மணிநேரம் தான் ஆக்க முடியும். அந்த ஒரு மணி கால அளவுல அவனை நீங்க அந்தச் சுடுகாட்டை விட்டு விலக்கி இங்க கொண்டுகிட்டு வந்துடணும்.

இந்தத் தெய்வ சாந்நித்தியத்துல அவனுக்குச் சங்கிலி பூட்டிக் கட்டிப்போட்டுடலாம். நீங்க போய் விருச்சிகானந்தரைப் பார்த்து, தசதேச விசால சுவடி'யில் உள்ள விஷயங்களைத் தெரிஞ்சுக்கிட்டுவாங்க. பிறகு அவனைப் பிடிச்ச ஆவிகிட்ட இருந்து நான் அவனை மீட்டுத்தரேன்..."

காடம்மையின் பதில் எல்லோரையும் பெருமூச்செறிய வைத்தது.

"பாட்டி சரவணன் தலைமுடிக்கு இப்ப நான் எங்க போக?"

கேவாக் குறையாகக் கேட்டான் பாஸ்கர்.

"எனக்குத் தெரிஞ்ச வழி இது தான்?" பட்டென்று பதில் வந்தது காடம்மையிடம்.

அதைக் கேட்கச் சற்று உணர்ச்சிவசப்பட்ட பாஸ்கர் ஏதோ முடிவுக்கு வந்தவன் போல் அவளைப் பார்த்து, "சரி பாட்டி நான் அவன் தலைமுடியோடு வரேன்" என்று கூறிவிட்டு எல்லோரையும் பார்த்தான்.

கார்த்திகா அவனை அணுக்கமாய் நெருங்கி "ஹௌ இட் ஈஸ் பாசிபிள் பாஸ்...?" என்றாள்.

"தலைக்கு மேல போயாச்சு. சாண் போனா என்ன முழம் போனா என்ன. வா கார்த்தி..." என்று அவள் கைகளைப் பிடித்து இழுத்தான்.

"எங்க பாஸ்கர்?"

"சுடுகாட்டுக்குத் தான்!"

“சரவணன் அத்தானையே நேர்லப் பார்க்கவா?”

“யெஸ். பார்த்து மோதிப் பார்க்கிறேன். மோதும் போது ஒரு முடி கூடவா கைல கிடைக்காமப் போயிடும்?”

“இட் ஈஸ் வெரி டேஞ்சரஸ்?”

“வேற வழி?” – பாஸ்கர் அப்படிச் சொல்லவும் பத்மநாபன் தான் முன்வருவதாக வேட்டியை மடித்துக் கட்டினார்.

“நோ டாட்... நீங்க வேண்டாம். அம்மா ரொம்ப டெம்ப்டேஷன்ல இருக்காங்க. அவங்களுக்குப் பாதுகாப்பா இருங்க. வீ வில் டூ இட்...”

“டேய் சுடுகாட்டுக்குப் போக கார்த்திகா எதுக்குடா? அவ கல்யாணம் அவாத கன்னிப்பொண்ணு...” அவன் அம்மா குறுக்கே நுழைந்து கார்த்திகா செல்ல தடைபோட்டாள்.

“அத்தை ப்ளீஸ் என்னத் தடுக்காதீங்க. அத்தானுக்காக நான் எந்தக் கஷ்டத்தையும் சந்திக்கத் தயாரா இருக்கேன்.”

“நீ தயாரா இருக்கே. ஆனா உன் அப்பா தயாரா இல்லையே. உனக்கு ஏதாவது ஆனா யாரைக் கேட்டு என் பொண்ணை அங்கல்லாம் அனுப்புனீங்கன்னு சீறிக்கிட்டு வருவாரு. ஏற்கெனவே நீ அவன் கூட பழகறதும் பேசறதும் அவருக்குப் பிடிக்கலை. இந்த லட்சணத்துல இந்த மாதிரி ஆபத்தான வேலைல எல்லாம்...”

கார்த்திகா அந்தக் கருத்தைக் காதிலே வாங்கிக் கொள்ளவில்லை. ஆவேசம் வந்த மாதிரி வேனில் ஏறிக்கொண்டு தான் கிளம்பத் தயாராகி விட்ட தோரணையுடன் “கமான் பாஸ்கர்” என்று கத்தினாள்.

பாஸ்கர் அரைமனதாய் அவர்களைப் பார்த்தபடி வேனை நெருங்கினான். வேன் டிரைவர் இருவரையும் வெறித்தான்.

“டிரைவர் நீ இங்கேயே இரு. எவ்வளவு சீக்கிரம் வர முடியுமோ அவ்வளவு சீக்கிரம் வந்துட்றோம்.” என்றபடி சாவியை முடுக்கி அந்த வேனை ஸ்டார்ட் செய்யத் தொடங்கினான்.

குதிரை கனைப்பது போல் செருமியபடி ஸ்டார்ட் ஆனது வேன். எடுப்பிலேயே அபார வேகத்தோடு தார்ச்சாலையை எட்டியது.

“பாஸ்கர்... நீ அந்தக் கிழவி சொல்றத நம்பறியா? அத்தான் சுடுகாட்டுல கட்டாயமா இருப்பாரா!” இடையே கார்த்திகா சந்தேகத்தைக் கிளறினாள்.

“ஹோ கார்த்தி... இவ்வளவு நடந்துமா உனக்கு அவநம்பிக்கை?” சலித்தான் பாஸ்கர்.

“அதுக்கல்ல பாஸ்! குங்குமத்தை தண்ணில கரைச்சு ஒரு ஆணைக் கண்டுபிடிக்க முடியும்னா அது எவ்வளவு பெரிய விஷயம். டி.வில எல்லாம் எவ்வளவு பேர் காணாமப் போயிட்டதுக்கு விளம்பரம் செய்யறாங்க. அவங்க எல்லாம் பேசாம...”

கார்த்திகா சொல்ல வருவது பாஸ்கருக்கும் புரிந்தது.

“உன் சந்தேகத்துக்கு விடை நமக்கு சுடுகாட்ல தான் கிடைக்கணும். உனக்கு பயமில்லையே...” பாஸ்கரின் கேள்வி ஏனோ கார்த்திகாவைச் சற்று சங்கடப்படுத்தத்தான் செய்தது.

“நான் இதுவரை சுடுகாட்டுப் பக்கமெல்லாம் போனதில்லை பாஸ்கர். ஆமா சுடுகாடு எப்படி இருக்கும்?”

கேட்கும் போதே அவளையும் மீறி தொண்டைக் குழி வறண்டு போனது.

“எனக்கு மட்டும் அனுபவமிருக்கா என்ன? வா போய் பார்ப்போம். இந்தப் பூமியில் அதுவும் ஒரு பகுதி தானே?”

“யெஸ், யெஸ். ஆனா அந்தப் பகுதிக்கு மட்டும் இந்த உலகம் ஏன் தான் இப்படி பயப்படுகிறதோ?”

கார்த்திகா என்னதான் தினவுடன் பேசினாலும் தொடை இரண்டும் லேசாய் நடுங்கத்தான் செய்தது தொலைவில் மயானமும் தென்பட ஆரம்பித்தது.

மயானத்தின் முன் பூட்டப்பட்ட சிதைந்த கம்பி கேட்டுக்கு முன்னால் பளபளப்பான கார்த்திகாவின் மாருதி கார்!

19

பிரதேச ஜென்மத்தை யடைந்தவன் பயங்கரமான முகத்தோடும் வாள்போன்ற பற்களோடும் தன் குலத்தோரின் கனவில் தோன்றியோ, (அல்லது) வேறு வடிவில் வந்தோ ‘என்னைக் காப்பாற்றுவார் ஒருவர் கூட இல்லையா? பசி தாகத்தோடு நான் வருந்துகிறேனே என் பிரேத ஜென்ம கொடுமைக்கு விடிவில்லையா?’ எனக் கதறுவான்.

- கருட புராணம்

“**கா**ர்த்தி... அதோ பார்! உன் கார்!”

சுடுகாட்டு வாசலில் நிற்கும் கார்த்திகாவின் மாருதியைப் பார்த்து கண்களை அகட்டி விரித்துப் பேசினான், பாஸ்கர்.

கார்த்திகா அதைப் பார்த்து அப்படியே விக்கித்துப் போனாள்.

“வாட் எ சர்ப்ரைஸ்... அந்தக் கிழவி சொன்ன மாதிரியே! அப்ப அத்தான் உள்ள இருந்தாகணும்”

கார்த்திகா கைகளைக் குத்திப் பிசைந்து தவிக்கவும், அந்த மாருதி காருக்கு முன்னால் அந்த மெட்டடார் வேன் நிற்கவும் சரியாக இருந்தது.

பாஸ்கர் வேனை நிறுத்தினாலும் உடனடியாக வேனை விட்டுக் கீழே இறங்காமல், வெளியே பார்வையைவிட்டான்.

புதிய அந்தப் பிராந்தியம் அவனை வெறித்தது. ஊருக்கு வெளியே ஒரு ஒடுங்கிப் போன பாதை வழியாக உள்ளே நுழைந்திருந்த அந்தப் பகுதியின் அமைதி ஏனோ அவன் மனதில் சற்று கலவரம் கூட்டியது.

"என்ன பாஸ்கர்? ஏன் தயங்கறே?" கார்த்திகா அவசரப்படுத்தினாள்.

"கார்த்திகா! சூழ்நிலையைப் பார்த்தியா? ஒரு ஈ காக்கை கூட இல்ல. நமக்கு அவ்வளவா பரிச்சயப்படாத தாவரங்கள். காய்ந்த ஓலைகளோடு செதில் செதிலா கறுப்பு கறுப்பா பனைமரம். கொத்து கொத்தா சப்பாத்திக்கள்ளி. பாட்டனி ஸ்டூடண்டால கூட கண்டுபிடிக்க முடியாதபடி முள்ளும் பூவுமா விதம் விதமான தாவரம்."

"முடிஞ்ச இடத்துல எல்லாம் கரையான் புற்று. ஆங்காங்கே பிய்த்து போட்டிக்கிற தென்னை ஓலைபாடைகள். காய்ஞ்ச மாலைங்க..."

பாஸ்கரின் வர்ணிப்பில் கார்த்திகா தனக்குள் இறுகத் தொடங்கினாள்.

"ஆமாம் பாஸ்! இதை எல்லாம் எதுக்கு இப்ப சொல்லித் தொலைக்கிறே! மனசுக்குள் நான் பூட்டி வைச்சுருக்கிற பயம் அப்புறம் என்னை விழுங்கினாலும் விழுங்கிடும். ப்ளீஸ்... வந்த வேலையைப் பார்ப்போமே. ஹரி அப்"

தொண்டை வறளப் பேசினாலும் அந்தப் பேச்சில் தன்னை நிமிர்த்தினாள், கார்த்திகா.

மெல்ல வேனை விட்டு இருவரும் இறங்கினர். முதல் காரியமாகக் காரை மெல்ல எட்டிப்பார்த்தான், பாஸ்கர். உள்ளே சரவணன் இருப்பானோ என்ற கேள்விக்கு விடை 'இல்லை' என்று உடனே கிட்டியது.

நிமிர்ந்து மயானம் பக்கம் பார்த்தான்.

சாத்தப்பட்டு இருக்கும் துருப்பிடித்த கம்பி கேட் அவனை வெறித்தது.

கேட் அருகே சென்று உள்ளே நோட்டமிட்டான். கேட்டை தொடர்ந்து மண்பாதை நீண்டு சமாதி மேடுகளை காட்டியபடி நெளிந்திருந்தது.

தொலைவில் ஒரு மேட்டில் வெட்டியானின் குடிசை. பல சமாதிகள் பிளந்து போய் பல செடிகளுக்கு வளர இடம் தந்திருந்தன. அங்கொன்றும், இங்கொன்றுமாய் சில எலும்புத் துண்டங்களும், உடைந்த மண்பானைகளும் பாஸ்கரைப் பார்த்துப் பல்லிளித்தன.

சமாதி மேடுகளைக் கடந்து அடர்த்தியான வனம் போன்ற மரக்கூட்டம்.

ஓங்கலான அந்த மரக்கூட்டத்தின் கீழெல்லாம் கூட சமாதிகள். ஏனோ அந்த மரங்களில் வந்து குந்திச் செல்ல ஒரு பறவை இனத்துக்குக் கூட பிரியமில்லாதது போல் அந்த மரங்களின் கிளைகள் கலகலப்பற்று வானம் பார்க்கத் தங்கள் கிளைக்கைகளை நீட்டி இருந்தன.

காற்று கூட அதிக அதட்டலாய் வீசாமல் அதன் கிளைகளை லேசாய் வருடிச் செல்ல, ஒன்றிரண்டு இலைச்சரம் மட்டும் லேசாய் ஆடிக்கொண்டிருந்தன.

பாஸ்கர் அந்தச் சூழ்நிலையைப் பார்த்து வியர்க்க ஆரம்பித்தான். கார்த்திகா பக்கம் திரும்பினான். அவள் அவனை நெருங்கி அவனை ஒத்தநிலையில் அந்த மயானப் பெருவெளியைப் பார்த்துக் கொண்டு இருந்தாள்.

“கார்த்தி, உள்ளே போய்ப் பார்க்கலாமா?” - மிக மெல்லிதாகக் கேட்டான்.

அரைமனதாய் அவள் தலை ஆடியது. அதைப் பார்த்துவிட்டு அந்தக் கம்பிக் கதவின் இடைக் கம்பியில் காலை ஊன்றி வேல்

போன்ற கூரிய மேற்புறமாய் இடக்காலைத் தூக்கிப் போட்டு வலக்காலை பிறகு தூக்கி உடலை ஒருவழியாக மயானத்தின் உட்பக்கம் எடுத்துச் சென்றான்.

இடையே அவன் முயற்சியால் பாதிக்கப்பட்டது போல் அந்தக் கதவு அரக்கப் பரக்கக் கிறீச்சிட்டது. கதவை விட்டு இறங்கி, அந்த மயான நிலப்பரப்பை மதிக்காமல், அந்தச் சப்தத்தால் பாதிக்கப்பட்டவன் போல் அப்படியே சில வினாடிகள் நின்றவன், பிறகு ஒரு வழியாக ஆசுவாசித்து தொப்பென்று கீழே குதித்தான்.

குதித்தவன், “கார்த்தி... நீ உள்ளே வரவேண்டாம்! நான் போய் சரவணன் இருக்கானான்னு முதல்ல பார்த்துட்டு வரேன்”– என்றவன் மெல்ல அந்த மண்பாதையில் கார்த்திகாவைப் பார்த்தபடி நடக்கத் தொடங்கினான்.

காலில் அணிந்திருக்கும் ஷூ ஒரு தினுசாக சப்தித்தது. அமைதியான அந்தச் சூழலில் அந்தச் சப்தம் துல்லியமாக எதிரொலித்தது.

சமாதி மேடுகள் அவனைப் பயமுறுத்தின.

ஒரு சமாதியைப் பிணந்தின்னி நாய்களில் சில கிண்டிக் கிளறி இருந்தன. ஆங்காங்கே அவை சுவைத்துத் துப்பிய மனித எலும்புத் துண்டுகள்.

குறுக்கும் நெடுக்குமாய்ச் சில அரணைகள் இலை, தழை சரசரக்க ஓடி, மேலும் பாஸ்கரைப் பயமுறுத்தின.

வெட்டியானின் குடிசைக்கு நேர் எதிர்திசையில் மரக்கூட்டங்களை நோக்கி அவன் கால்கள் சென்றன.

வெளியே சூரியன் மேற்கு அடிவானில் களைத்துப்போய் அமர்ந்து இருந்தான். பகல் முழுக்க கிழக்கில் தொடங்கிய பயணக் களைப்பில் சிவந்து போயிருந்தான். சில நிமிட காலத்தில் இரவின் வசம் அந்த மயானம் ஆனந்தமாக ஐக்கியமாகும் உண்மை பாஸ்கருக்கு புரிந்தது. விழிமணிகள் சரவணனைத் தேடின.

'எந்தச் சமாதி மேலாவது படுத்துக் கிடக்கிறானா?'

மனக்கேள்வி விடை தேடிய சமயம் வெட்டியான் குடிசையில் லேசான சலசலப்பு.

வெட்டியான் குடிசையை விட்டு வெளியே வராமல் குடிசை ஜன்னல் துவாரம் வழியாகப் பாஸ்கரைப் பார்த்து விட்டிருந்தான்!

பார்த்த அந்த மறுவினாடியே அவன் முகம் மாறிப்போய் இருந்தது.

'ஏற்கனவே குடுகுடுப்பைக்காரன் சொல்லிச் சென்றிருந்த சரவணன் வேறு உள்ளிருக்க, புதிதாகப் பேண்டும், சட்டையுமாகப் பயந்து பயந்து நடுங்கிய படி உள்ளே அல்லாடும் இவன் யார்?'

வெட்டியானின் மனக்கேள்வி அவனைப் பிடித்து அரவமில்லாமல் வெளியே தள்ளியது.

எச்சரிக்கையாகக் குடுகுடுப்பைக்காரன் தந்த ஜீவவளையத்தை எடுத்து மாட்டிக்கொண்டான்.

கறுப்புப் போர்வையை எடுத்து உடம்பை அதில் சுருட்டி அடக்கினான். பருத்த கருவேலந் தடியை வழக்கம் போல் கைகளில் எடுத்துக்கொண்டான். குடிசையை விட்டு மெல்ல வெளியே வந்தான்.

இதற்குள் பாஸ்கர் மரக்கூட்டங்களுக்கு அப்பால் பிணங்களை எரிக்கும் ஆஸ்பெஸ்டாஸ் கூரையைப் பார்த்துவிட்டிருந்தான்.

குவிந்து கிடக்கும் வறட்டித் துண்டுகளுக்குப் பக்கத்தில் பிணமேடை மேல் சரவணன் படுத்திருந்தான். கால் மேல் கால் போட்டு அதை இலகுவாக ஆட்டியபடி ஆஸ்பெஸ்டாஸ் கூரையையே வெறித்துக் கொண்டு அவன் படுத்திருப்பது ஒரு வழியாக பாஸ்கருக்குத் தெரிந்துவிட்டது.

சரவணனைப் பார்த்த மறுவினாடி, உடம்பில் ஆர்வமும் பயமும் ஆற்றுப்பாதை போல் வியர்வை வெள்ளம் பாய்ச்சின.

அரவமில்லாமல் சரவணனை நோக்கி நடந்தான். "தெய்வமே..." மனது அதிசயமாக தெய்வத்தைத் துணைக்கு அழைத்தது.

அவனைப் போலவே பாதுகாப்பாக அரவமில்லாமல் வரும் வெட்டியான் ஒரு கட்டத்தில் மரம் ஒன்றின் பின்னால் நடப்பதைக்காண நின்றே விட்டான்.

பாஸ்கர் தைரியத்தை வலுக்கட்டாயமாக இழுத்து மனத்தில் பூசிக்கொண்டு மெல்ல மெல்ல காலடி எடுத்து நடந்து சரவணனை மிகுந்த சமீபத்தில் நெருங்கியேவிட்டான்.

ஒரு உடைத்துப் போட்ட நீர்ப்பானை இப்பொழுது அவனது ஷூ பட்டு நச்சென்று உடைந்து சப்திக்க, வால் மிதிபட்ட நாகம் போல் சிருட்டென்று நிமிர்ந்தது. சரவணன் உடல்.

எதிரே பாஸ்கரைப் பார்த்த அதிர்ச்சியில், அவன் கண்கள் விரிய வேண்டிய எல்லையையே தாண்டி விரிந்தது.

"நீ இங்கேயும் வந்துட்டியா?"

உதட்டில் உக்கிரமான கேள்வி.

"நீ எங்கே போனாலும் வருவேன், சரவணா!"

"உன் சரவணன் நான் இல்லை. நான் ராஜேந்திரன்! என்னை என் வழியோ போக விட்டுடு. இப்படித் தொந்தரவு பண்ண வந்தே ரொம்ப அவதிப்படுவே."

"என் அண்ணனை விட்டுடு. நானும் உன்னை விட்டுடறேன்."

"விடறதுக்கா நான் உன் அண்ணனைப் பிடிச்சிருக்கேன். இந்த உலகத்துல நான் பல வருஷம் வாழ விரும்பறேன்"

"வேண்டாம் சரவணா... சொன்னாக் கேளு, வா என் கூட"

"நான் ராஜேந்திரன் என்கிட்ட வம்பு பண்ணாம வந்த வழியே திரும்பிப் போகப் போறியா இல்லியா?"

"முடியவே முடியாது"

"என் சக்தி உனக்குத் தெரியாது"

“அதையும் தான் காட்டேன் பார்ப்போம்”

பாஸ்கரின் துணிச்சலான பேச்சைத் தொடர்ந்து சரவணனின் கரம் பாஸ்கரின் மோவாய் மேல் மலைபோல் வந்து மோதியது.

தயிர்கடையும் மத்தினால் மெத்தின மாதிரி ஒரு வலி. அதுதான் சாக்கு என்று பாஸ்கர் எகிறி, சரவணன் மேல் விழுந்து அவனை இறுகக் கட்டியபடி வலது கையால் அவன் தலைமுடியை இறுக்கிப் பிடித்தான்

✦ ——— ✦

20

"இங்கிலாந்தில் உள்ள 'டவர் ஆஃப் லண்டன்' என்ற கோபுரத்தின் மீது பவுர்ணமி நாட்களில் ஆவிகள் உலவுவதை இன்றும் பலர் காண்கிறார்கள். சர் வால்ட்டர் ராலே என்ற ஆணும், அன்னு பாலின் என்ற பெண்ணும் பல ஆண்டுகளுக்கு முன்பு அங்கு கொல்லப்பட்டனர் என்பது குறிப்பிடத்தக்கது."

- ஆவிகள் அளித்த ஆனந்த அனுபவங்கள்
நூலிலிருந்து வெ. சுப்ரமணியன் பி.லிட்,

தலைமுடியைப் பிடித்த கைகளை பாஸ்கர் தளரவிடவில்லை. ஆனால், சரவணனின் ஆக்ரமிப்போ கர்ணகடூரமாக இருந்தது.

யானையின் தும்பிக்கை வசம் அகப்பட்ட மனிதனைப் போல் பாஸ்கர் சரவணனின் பிடியில் தடுமாறினான். மூச்சே நின்று விடுவது போல் அவன் கையை வளைத்து மார்பை நெஞ்சோடு நெஞ்சாய் வைத்து இறுக்கினான், சரவணன்.

"வேண்டாம்... வேண்டாம்... விட்டுடு என்னை, விட்டுடு!"- தலைமுடியை இறுக்கப் பற்றியக் கைகளை இலேசய் இளக்கியபடி அவலக் குரல் கொடுக்க ஆரம்பித்தான், பாஸ்கர்.

சில தலைமுடிகள் உதிருதலாய் பாஸ்கர் கைவசம் பிய்ந்து ஒன்று சேர்ந்திருந்தன!

அந்தக் குரலை பொருட்படுத்த விரும்பாதவனாய் பாஸ்கரை சரவணன் அப்படியே தலைக்கு மேல் தூக்கினான்.

தூக்கிய வேகத்தில் காற்றாடி போல் அவனைச் சுழலவிட்டு, அந்த மயானவெளியில் விட்டு எறிந்தான்.

எந்த நிலையிலும் தலைமுடிகள் பற்றிய கைகளை பாஸ்கர் விரித்துக் கொள்ளவில்லை. வீசி எறியப்பட்ட கல்லைப் போல் சொத்தென்று ஒரு சமாதி மேட்டின் மேல் விழுந்து, இடுப்பொடிந்தது போல் வலி, எடுத்து வதைக்கத் தொடங்க, நிமிர்ந்து எழுந்து ஓடப் பார்த்தான் பாஸ்கர். ஆனால் முடியவில்லை.

எங்கோ இசகு பிசகாய் எலும்பு முறிந்து போனது போல் இருந்தது.

சரவணனோ அவனை மீண்டும் தூக்கி எறிந்து தும்சப்படுத்த தான் தயார் என்பது போல் கீழே சமாதி மேல் விழுந்து கிடக்கும் பாஸ்கரை நோக்கி நடந்து வர ஆரம்பித்தான்.

பாஸ்கர் எழுந்திருக்க இயலாத நிலையில் மேற்கொண்டு என்ன செய்வதென்று புரியாமல் உதவிக்கு கார்த்திகாவை நோக்கி குரல் கொடுக்க ஆரம்பித்தான்.

"கார்த்தி... கார்த்தி... கார்த்தி..." அவனது அமானுஷ்ய அலறல் அந்த மயானத்தையே உலுக்கியது.

ஒளிந்துகொண்டு அவ்வளவையும் வேடிக்கைப் பார்க்கும் வெட்டியான் முள்ளேரிவேம்பன் கூட லேசாக உலுங்கிப் போயிருந்தான்.

'இங்கே என்ன நடக்கிறது. எதற்காக இவர்கள் இப்படி மோதிக் கொள்கிறார்கள். இவன் 'கார்த்தி' என்று யாரை உதவிக்கு அழைக்கிறான்?'

வெட்டியானின் கேள்விக்கு விடையாக தொலைவில் மண்பாதைக்கு அப்பாலான கம்பி கேட் மேல் ஒரு பெண் ஏறுவது தெரிந்தது. அந்த கேட் மேல் தட்டுத்தடுமாறி ஏறும்

அந்த பெண் சொத்தென்று மயானத்துக்கு வரும் உட்பக்க மண்பாதை மேல் ஒரு பொட்டலமாய் விழுகிறாள்.

விழுந்த வேகத்தில் புழுதி பறக்க உள்ளே ஓடிவருகிறாள். நெருங்க நெருங்கத்தான் தெரிகிறது அவளது அசத்தலான அழகு. 'பாங்காய் கட்டியிருக்கும் ஆரஞ்சு வண்ணப் புடவை, நல்ல பாம்பை சாரைப் பாம்பு புணரும் போது நெளிகின்ற மாதிரி கருகரு பின்னல். நிலவின் ஒரு துண்டம் போன்ற முகப்பரப்பு. வாளிப்பான உயரம், பருமன் எல்லாம்!'

இத்தனை அழகான பெண்ணுக்கு இந்த மோசமான இடத்தில் என்ன வேலை?

வெட்டியான் முள்ளேரி வேம்பன் வியப்பில் மலை ஏறிக்கொண்டிருந்தான்.

கணுக்காலில் குடுகுடுப்பைக்காரன் சங்கிலிக்குறும்பன் தந்து சென்றிருந்த ஜீவவளையம் உட்கார்ந்திருந்தது. ஓடிவந்த கார்த்திகா ஒரு சமாதி மேட்டின் மேல் அலங்கோலமாய் பாஸ்கர் கிடப்பதையும், எதிரே படமெடுத்து நிற்கும் ராஜநாகம் போல் சரவணன் நிற்பதையும் பார்த்து பயத்தால் 'வீல்' என்று அலறினாள்.

அந்தச் சப்தம் மிகத் துல்லியமாக ஒரு ஸ்டீரியோ போனிக் ஒலிபரப்பைப்போல் அந்த மயானம் முழுக்க எதிரொலித்தது.

சப்தம் கேட்டு சரவணன் நிமிர்ந்தான்.

எதிரே கார்த்திகாவைப் பார்த்து விட்டுத் தனது வேகத்தைச் சற்றுக் கட்டுப்படுத்திக்கொண்டான்.

கார்த்திகா, பயத்துடன் பாஸ்கரை நெருங்கி, அவனை முதலில் தூக்கி நிறுத்த முயன்றாள்.

தூக்கி நிறுத்தும் போது முத்துப் பூத்த முகத்தோடு பயம் கலந்த பார்வையை சரவணனை நோக்கிப் பார்த்தாள்.

சரவணன் மேலும் தொடர்ந்து நடந்து பாஸ்கரை நெருங்காமல் அப்படியே நின்று கார்த்திகாவை வெறித்தான்.

பாஸ்கர் தள்ளாடலோடு எழுந்து நின்றான்.

நிற்க மாட்டாத தவிப்போடு அவள் தோள் மேல் கைகளைப் போட்டு வளைத்து கட்டிக்கொண்டான். கார்த்திகாவுக்குக் கூச்சமாக இருந்தாலும் வேறு வழி தெரியவில்லை.

இருவரும் மெல்லத் திரும்பி நடக்க ஆரம்பித்தார்கள்.

விந்தி விந்தி நடக்கிறான் பாஸ்கர். அவனது வலக்கையில் சரவணன் தலைமுடிகளில் சில இறுக்கமாக விரல் இடுக்குகளில் சிக்கியிருந்தது.

ஏனோ சரவணன் கார்த்திகாவைப் பார்த்த பிறகு. பாஸ்கரைத் தாக்கத் துடிக்கவில்லை.

“இனி என்னைத் தேடி வர்ற வேலையெல்லாம் வெச்சுக்காதே. நான் உன் அண்ணன் இல்லை ராஜேந்திரன்!” என்று எச்சரிப்பாகக் கத்துவது மட்டும் அவர்களுக்குக் கேட்டது.

வெட்டியான் காதுகளையும் அந்தக் கத்தல் விட்டு விடவில்லை.

வெட்டியான் முள்ளேரி வேம்பன் பேச்சு மூச்சற்றுப் போயிருந்தான்.

‘அந்த மயான வெளியில் எவ்வளவோ அதிசயங்களைப் பார்த்திருக்கிறான். தோண்டிய பிணத்தை எடுத்து வெளியே வைத்துக்கொண்டு அதைக் கட்டிக்கொண்டு படுத்திருக்கும் மாந்திரீகர்களைப் பார்த்திருக்கிறான்.

மரத்திற்கு மரம் ஊஞ்சல் விளையாடுவது போல ஓடிப்பிடித்து விளையாடும் கன்னி ஆவிகளைப் பார்த்திருக்கிறான்!

விடியவிடிய அகோரக் கட்டைக்குரலில் பேய்கள் அழும் சப்தத்தைக் கேட்டிருக்கிறான்!

ஆந்திரா, கேரளாவிலிருந்தெல்லாம் கம்பளத்தார்கள் வந்து, சமாதிக்குப் பக்கத்தில் இன்னொரு சமாதியாகத் தங்களை

உயிரோடு புதைத்துக் கொண்டு மயான பூஜை செய்வதைப் பார்த்திருக்கிறான்!

ஆனால், இப்படி மனிதனுக்கு மனிதன் துணிச்சலாய் மோதிக் கொள்ளும் அதிசயம் இப்பொழுது தான் நடந்திருக்கிறது, இதில் ஏதோ பிடிபடாத ஒரு மர்மம் ஒளிந்திருக்கிறது.

குடுகுடுப்பைக்காரன் சங்கிலிக்குறும்பன் சொன்னது போல், இவன் அசாதாரண மனிதன் தான். இவன் விஷயத்தில் மிக எச்சரிக்கையாக இருக்க வேண்டும்.'

முள்ளேரிவேம்பன் மனத்தில் கணக்கு போட்டுக்கொண்டு ஆயாசித்த சமயம், கார்த்திகாவும் பாஸ்கரும் அந்த மயானக் கேட்டை நோக்கியிருந்தார்கள்.

அந்தக் கேட்டை எப்படி மேலேறிக் கடப்பது என்பது புரியாத நிலையில் இருவரும் தவிக்கத் தொடங்கியிருப்பது தெரிந்தது.

"அவர்களுக்கு உதவினால் என்ன?"

முள்ளேரி வேம்பனுக்குள் கரிசனமான கேள்வி. இடுப்பை உடனே தொட்டுப்பார்த்தான். சாவிக்கொத்து தயாராகத் தட்டுப்பட்டது.

உடனேயே சரவணன் பக்கம் பார்வையைவிட்டான். அவன் பிணப்படுக்கையை நோக்கித் திரும்பிக் கொண்டிருந்தான். இதுதான் சமயம் என்று அரவமின்றி அந்த மரத்துப் பின்னாலிருந்து அகன்று கேட்டை நோக்கி வெகுவேகமாக நடந்து இருவரையும் நெருங்கினான்.

கார்த்திகாவும், பாஸ்கரும் வெட்டியானைச் சற்று ஆச்சரியப் பயத்தோடு பார்த்தார்கள்.

"பயப்படாதீங்க. நான் இந்த மாயனத்து வெட்டியான். முள்ளேரிவேம்பன் என் பேரு. ஆமா! ஆரு கண்ணுங்களா, நீங்க! உள்ற இருக்கற அந்தத் தம்பி ஆரு?" சொச்சைத் தமிழில் அவன் கேட்ட கேள்விக்கு என்ன பதில் சொல்லலாம் என்று இருவரும் யோசிப்பது தெரிந்தது.

“இங்கெல்லாம் நீங்க வரலாமா? இது மோசமான மயானமாச்சுதே! குலத்தொழில் எங்களுக்கு இது. எந்தப் பேய் பிசாசும் எங்களை ஒண்ணும் பண்ணாது. இருந்தும் நானே பயந்துகிட்டு சமயங்கள்ல வெளிய வரமாட்டேன். அவ்வளவு மோசமான பூமிது.”

அவன் பேச்சில் கழிவிரக்கம் தலைகாட்டவே இருவரும் அவனை சற்று நம்பிக்கையுடன் பார்த்தார்கள்.

இதற்குள் அவன் மயான கதவின் துருவேறிய பூட்டைத் திறக்க ஆயத்தமாகியிருந்தான்.

“அப்பாடா!” என்ற பெருமூச்சுவிட்டாள், கார்த்திகா, கேட்டுக்கு அப்பால் நிற்கும் வேனில் பாஸ்கர் தள்ளாடலோடு போய் ஏறிக்கொண்டான்.

கார்த்திகா தனது மாருதியைத் திரும்பிப் பார்த்தாள். உள்ளே சாவி எடுக்கப்படாத நிலையில் அது கிளம்புவதற்கு நான் தயார் என்பது போல் நின்று கொண்டிருந்தது.

“பாஸ்கர்! நான் இந்தக் காரை எடுத்துக்கிட்டு வரேன். இதை இங்கேயே விட்டுட்டு நாம வந்த வழியே திரும்பினா எங்க அப்பாவுக்கு பதில் சொல்ல முடியாது. நீ வேனை டிரைவ் பண்ணிக்கிட்டு வந்துடுவியா? முடியுமா?” கேட்டாள்.

பாஸ்கர் ஆமோதிப்பாய் தலைஅசைத்தான்.

கார்த்திகா வேகமாக சென்று மாருதியில் ஏறி அமர்ந்தாள். இருவரும் ட்ரைவிங் சீட்டில் அமர்ந்த நிலையில் வெட்டியானைப் பார்த்து வெறித்தார்கள்.

வெட்டியானுக்குள் அவர்கள் தங்கள் வாயைத் திறந்து பதில் ஏதும் கூறாத வருத்தம் வளாகமாய் இருந்தது.

முதலில் கார்த்திகா காரை ஸ்டார்ட் செய்தாள்.

ஸ்டார்ட் செய்த நிலையில் சட்டென்று முக்கியமான ஒரு விஷயம் ஞாபகத்துக்கு வந்தது போல் “பாஸ்கர் அத்தான் தலைமுடி கிடைச்சுடுச்சு தானே?” என்று கேட்டாள்.

பாஸ்கர் அதுவரை எதற்கும் திறந்திராத தன் வலக்கையை பார்த்தான். நான்கு விரல் மடங்கலிலும், உள்ளங்கையிலும் ஒன்றிரண்டு மூன்று நான்காய் அநேக முடிகள்.

அதைப் பத்திரமாக விரலைப் பிரித்து உதிர்த்து ஒன்று சேர்த்தான். ஒன்று சேர்க்கும் போதே 'கிடைச்சிடுச்சு' என்பதுபோல் கார்த்திகாவைப் பார்த்தான்.

அவள் பார்வை ஊஞ்சல் ஆக்கி பெருமூச்சுவிட்டபடி கிளச்சை மிதித்து, கியரை மாற்றி ஆக்சிலேட்டர் மேல் தன் பூப்பஞ்சு பாதத்தைத் தூக்கி வைத்தாள்.

சீறியது மாருதி.

முடிக்கற்றையை பாக்கெட்டில் போட்டுக் கொண்ட கையோடு அவளைப் பின்தொடர்ந்தான் பாஸ்கர்.

வெட்டியான் அவன் தலைமுடி பற்றிக் கேட்ட மறுவினாடியே குழம்ப ஆரம்பித்திருந்தான்.

'செய்வினைக்குத் தானே இந்தத் தலைமுடி பயன்படும் இவர்களுக்கு எதுக்கு அது?'

21

'கருடா! மனித தேகம் என்ன... பூவுலகில் உடலோடு சஞ்சரிக்கும் எந்த ஜீவனின் தேகமும் நிச்சயமற்றது. சுக்கில சுரோணிதத்தால் உண்டாவது. அன்ன பானாதிகளால் விருத்தியடைவது. மிகமிக அநித்யமானது. கர்மவினையினால் வருவது'

– கருட புராணம்

'செய்வினைக்கு அல்லவா தலைமுடி பயன்படும்?' என்ற கேள்வியோடு விதிர்விதித்த வெட்டியான் முள்ளேரிவேம்பன் ஒரு வினாடி குலுங்கிப்போனான்.

இதற்குள் கார்த்திகாவும், பாஸ்கரும் வேனையும், காரையும் கிளப்பியிருந்தார்கள். புழுதி படிந்த மயான பாதையின் நுண்ணிய அழுக்குப் புழுதிகளை இருவரும் வாரிச் சுருட்டியபடி தங்கள் வாகனத்தை வளைத்துத் திருப்பினார்கள். வழிகாட்டுபவன் போல் பாஸ்கர் முன்னே செல்ல, கார்த்திகா அவனைப் பின்தொடர்ந்தாள்.

பெட்ரோல் இன்டிகேட்டர் அவளைப் பயமுறுத்தியது.

ஒருவழியாக அந்த மயான ராஜ்ஜியத்தின் மவுனாதிக்கத்தை விட்டு நழுவி மறைந்தவர்களைப் பார்த்து முடிந்த

முன்ளேரிவேம்பன், திரும்பவும் தனது ராஜ்யத்தின் அந்த மண்சாலை மேல் நடக்க ஆரம்பித்தான்.

மறக்காமல் மயானக் கதவை இழுத்து மூடிப்பூட்டியிருந்தான். மனத்தில் குழப்பம் பந்தாட்டம் ஆடியது.

'யார் இவர்கள்?' என்ற கேள்வி, திரும்பத் திரும்ப அலைமோதியது. ஞாபகமாகப் பிணம் எரிக்கும் வன்னி மரக்கூட்டம் பக்கம் பதுங்கிப் பதுங்கிச் சென்றான்.

சரவணன் என்ன செய்கிறான் என்பதைப் பார்க்கும் ஆவல் அவனுக்குள் அலைமோதத் தொடங்கியிருந்தது.

சரவணன் பிணமேடையில் ஒரு பிணம் போலத்தான் படுத்திருந்தான்.

ஆஸ்பெஸ்டாஸ் கூரைவளைவின் கூம்பிய முனையில் ஒரு புள்ளியின் மேல் பார்வை வெறித்திருந்தது.

'இப்படியே அதிக நாள் காலம் தள்ள முடியாது!' என்ற பயம், பயத்தை வென்ற அந்த ஆவி மனிதனின் மனத்தில் துளிர்விட்டிருந்தது.

ஊரை விட்டே ஓடி விட ஆசையாக இருந்தது. இந்த உடம்பில் நுழைந்தது முதல் இன்னமும் சந்திராவைப் பார்க்காத ஏக்கம் வேறு அவனுள் மண்டியிட்டு அழுதது.

ஒன்றா இரண்டா... எதிரே ஆவேசத்துடன் செய்து முடிக்க வேண்டிய பணிகள் கைகட்டி நின்றன.

திரும்பவும் வீட்டுக்குச் சென்று செலவுக்குப் பணம் தருவதாகச் சொன்னதைச் செயல்படுத்தியாக வேண்டும்.

புதைத்து வைத்த பணத்தைப் பத்திரமாகத் திரும்ப எடுத்துப் பாதுகாப்பாக வைத்துக் கொள்ள வேண்டும்.

சந்திராவைச் சந்தித்து நான் தான் ராஜேந்திரன், உருவம் தான் வேறு! வா ஓடிப்போகலாம், வாழலாம் என்று அழைக்க வேண்டும்.

சகலத்துக்கும் மேலாக என்னை இந்தக் கதிக்குத் துடிக்கத் துடிக்க ஆளாக்கிய அந்த நான்கு பேரையும் என் போலவே ஆவியாக்கிப் பார்க்க வேண்டும்.

இன்று கண்ணில் பட்ட பத்ராசலத்தைக் கூட கைநழுவ விட்டுவிட்டேனே... சை!

சரவணன் மல்லாந்த நிலையில் மருகலோடு, 'சை!' என்று சொன்னது போது முள்ளேரி வேம்பன் அவனுக்கு மிகச் சமீபமாகப் போய்ச் சேர்ந்திருந்தான்.'

சங்கிலிக் குறும்பனின் ஜீவவளையம் அவனுக்குத் தைரியத்தைத் தந்து கொண்டிருந்தது.

மல்லாந்த நிலையில் படுத்து இருக்கும் சரவணனைச் சற்று ஊன்றிப் பார்த்தான். அவனை அழைத்து அன்பாகப் பேசிப் பார்க்கலாமா என்று தோன்றியது. பயம் மென்னியைத் திருகியது. இறுதியில் ஒருவழியாகத் துணிந்தான்.

'தம்பி...!' அழைத்தான்.

குரல் கேட்டு துணுக்குற்று எழுந்தான். சரவணன். முள்ளேரி வேம்பனை வெறித்துப் போகுமளவு விரிந்த விழிகளால் நோக்கினான்.

'யார் தம்பி நீ... இங்க என்ன பண்ணுறே?'- கனிவாகக் கேட்டான், வேம்பன்.

சரவணனிடம் பதிலில்லை.

"நான் இந்த மயானத்து வெட்டியான். மோசமான மயானம் இது. ரவுடிப் பசங்க பகல் போதுல கூட இந்தப் பக்கம் சீட்டாட்டம், சூதாட்டம்னு எதுக்கும் வரப்பயப்படுவாங்க. இந்த இடத்துல நீ என்ன ராசா பண்றே!"

இடைவிடாத பணிவோடு வேம்பன் பேசினதால் சரவணனால் அவன் பால் கோபம் கொள்ள இயலவில்லை. ஆனாலும் வாயைத் திறக்காமல் இருந்தான்.

"யாரோ இரண்டு பேர் வந்தாங்க. நீ அதுல ஒருத்தன் கூட மோதுனே... அவன் உன் தலைமுடி கிடைச்ச சந்தோஷத்துல விட்டாப்போதும்னு திரும்பி ஓடறான்."

"பார்க்கறதுக்குப் பணக்காரங்க மாதிரி தெரியுது அவன் வேன்ல போறான். அந்த பெண்ணோ அழகான கார்ல அவனைத் தொடர்ந்து போகுது. தலைமுடி எல்லாம் செய்வினை செய்யறதுக்குத்தான் பயன்படும்? உன் தலைமுடி அவங்களுக்கு எதுக்கு? அவங்க உன் எதிரிங்களா?"

தன் பேச்சில் முக்கியமான நிஜத்தை முள்ளேரி வேம்பன் சரவணன் எதிரே கக்கவும், சரவணனுக்கு, தூக்கிவாரிப்போட்டது.

தனது தலைமுடியோடு போகிறார்களா அவர்கள்... அவர்கள் வந்ததே அதற்குத்தானோ? ஐயோ இப்பொழுது என்ன செய்வது? பதைப்போடு அங்கிருந்து ஓடத்தொடங்கினான்.

ஓடியவன் மயானக் கதவருகில் சென்று வெளியே தான் நிறத்திய காரை பார்த்தான். காணவில்லை!

உடனேயே கைகளைக் குத்திப் பிசைந்து கொண்டான். உடம்பு கோபத்திலும் பயத்திலும் திமிறியது. கண்கள் ரத்த சிவப்படைந்தன.

பக்கத்து மரத்தின் மேல் ஆவேசமாகப் போய் மோதினான். அது ஒரு யானை மோதியது போல் உணங்கிக் குலுங்கியது.

சமாதி மேடுகளைக் கால்களால் உதைத்து அந்தத்திட்டுக்களைப் பொடிப்பொடியாய் ஆக்கினான்.

தனக்கு ஏதோ ஒரு விபரீதம் நடக்கப் போகிறது என்ற கலவரத்தில், இஷ்டம் போல் நடக்க ஆரம்பித்தவனை எப்படித் தடுப்பது என்று புரியாமல், முள்ளேரிவேம்பன் விழிக்கவும், தெய்வம் போல் வந்தான் சங்கிலிக்குறும்பன்.

கம்பிக் கதவுக்கு அப்பாலே தனது குடுகுடுப்பைசகிதம் வந்து நின்றவன், ஒருமுறை குடுகுடுப்பையை அசைத்து ஒலித்து

விட்டு, கதவின் மேல் தோளை அழுத்தும் துணி மூட்டையோடு ஏறினான்.

மயானத்துக்குள் பொத்தென்று குதித்து நிமிர்ந்தவனுக்கு உள்ளிருந்து போடும் சரவணனின் அரவக் குரல் சிலிர்ப்பை உண்டுபண்ணியது.

முதல் காரியமாகத் துணிப்பைக்குள் கைகளை விட்டவன் எலும்புத் துண்டம் ஒன்றைச் சட்டென்று கையில் எடுத்தபடி அதை இறுகப் இறுகப் பிடித்துக்கொண்டான்.

கபால மோட்சமடைந்த அபூர்வமான மந்திரவாதி சித்தர்களின் வலக்கரத்து எலும்புத்துண்டு அது.

எலும்புத்துண்டுடன் எட்டி எட்டி நடந்தவனை ஒரு மரத்தின் பின்னால் நிற்கும் முள்ளேரிவேம்பன் பார்த்துவிட்டு, அவனருகே ஓடிவந்தான்.

“குறும்பா...! இங்க என்னென்னவோ நடக்குது. பேய் பிடிச்சவன் மாதிரி இவன் மயானத்தையே உலுக்கறான்பா, யாரோ இரண்டு பேர் கார்ல வந்து இறங்கினாங்க.”

“உன்னை மாதிரிக் கம்பிக்கதவை ஏறிக்குதிச்சு வந்து இவன் கிட்ட நின்னான் ஒருத்தன். அப்புறமா இரண்டு பேரும் மோதிக்கிட்டாங்க. அவன் இவன் கிட்ட உதைவாங்கச் சக்தியில்லாம ஓடிட்டான்.”

“ஆனா ஓடும் போது இவன் தலைமுடியில் சில முடிகளைக் கையில வெச்சிருந்தான். அதை நான் இவன் கிட்ட சொன்னேன். அதைக் கேட்டதுல இருந்தே பய இப்படிச் சாமியாட ஆரம்பிச்சிட்டான்.”

வேம்பனின் புலம்பலுக்கு ஈடுகொடுத்து நின்ற சங்கிலிக்குறும்பன், சட்டென்று ஒரு முடிவுக்கு வந்தவனாய், தனது கை எலும்பால் தரையில் ஒரு வட்டம் போட்டான்.

அந்த வட்டத்துக்குள் போய் நின்றவன், வேம்பனையும் தன் அருகில் அழைத்தான்.

உடனேயே அந்த வட்டத்தில் மண்டியிட்டு அமர்ந்தவன் தனது துணிப்பைக்குள்ளிருந்து கபாலம் ஒன்றை எடுத்துத் தன் எதிரே வைத்தான். அதன் தலையில் தனது ஆள்காட்டி விரலை வைத்து ஓங்கலாய் ஏதோ முணுமுணுத்தவன், சட்டென்று அண்ணாந்து யாரையோ பார்த்து விட்ட பாவனையில், 'போய் அவனை இழுத்து வா!' என்று குரல் மட்டும் கொடுத்தான்.

22

'பல நரம்புகளோடு துணை போல் பெரிய நரம்பைக் கொண்டதும் இந்திரியங்கள் பொருந்தியதும், காமக் குரோத லோப மோக மதமாற்சரியமாகிய உட்பகைகளுடன் கூடியதும், காமக் குரோத இச்சை துவேஷங்களால் வியாபிக்கப் பெற்றதும், மாயையோடு கூடியதுமான தேகம் எல்லா பிராணிகளுக்கும் உறுதியாக உளதாகும். சமஸ்த லோகங்களுக்கும் உரிய சமஸ்த தேவர்களும் தேகத்திலேயே இருக்கிறார்கள்!'

கருட புராணம்

சரவணனின் தலைமுடியை 'செய்வினை'க்காகப் பாஸ்கர் பறித்துச் சென்றிருப்பதைச் சுடுகாட்டு காவலாளி முள்ளேரிவேம்பன் கூறவும், குடுகுடுப்பைக்காரன் சங்கிலிக் குறும்பன் ஒரு எலும்பால் வட்டமிட்டு அந்த வட்டத்துக்குள் தானும் நின்று வேம்பனையும் நிறுத்திக்கொண்டு, சரவணனை இழுத்து வருமாறு சூன்யசக்தி ஒன்றை ஏவினான்.

வேம்பன் ஒன்றும் புரியாமல் விழிக்க, திடீரென்று அந்த இடத்தை நோக்கி சரவணன் யாராலோ துரத்தப்படுவது போல் ஓடிவந்தான்.

ஓடிவந்தவன் வட்டத்தைப் பார்த்து அப்படியே நின்றான்.

மார்பு பெருமூச்சில் ஏறி இறங்க, கண்கள் இமைக்காமல் வெறிக்க, அந்த வட்டத்தைச் சுற்றிச் சுற்றி வந்தான் சரவணன்.

வாயிலிருந்து எச்சில் காட்டுத்தனமாய் ஒழுகியது. நாக்கு ஒரு எல்லையில்லாமல் நீளும் போல் தோன்றியது. கைகள் பரபரத்தன. கூண்டுப்புலி கூண்டுக்கு வெளியே சுவைமிகுந்த இரையைப் பார்த்துவிட்டு உறுமலோடு கூண்டைச் சுற்றிச்சுற்றி வரும் வேகம் அவன் கால்களிலும் தெரிந்தது.

கபாலத்தின் மேல் கைவைத்து அமர்ந்திருக்கும் சங்கிலிக்குறும்பன் சட்டென்று கபாலத்தின் மேல் ஆள்காட்டி விரலுக்குப் பக்கமாக மோதிரவிரலையும் சேர்த்து நீட்டி வைத்தான்.

உதட்டில் பெரிதாய் எதையோ முணுமுணுத்தவன்,

'நீ யாருன்னு எனக்குத் தெரியும். ஒழுங்கா வந்து என் முன்னால் உட்காரப் போறியா, இல்லியா?'

அதட்டினான்.

சரவணன் மகுடிக்குக் கட்டுப்பட்ட நாகம் போல அவன் எதிரே வந்து உட்கார்ந்தான்.

"யார் நீ? எதையும் என் கிட்ட மறைக்கக்கூடாது. நான் உனக்கு உதவி தான் செய்வேன், உபத்ரவம் செய்யமாட்டேன்"– என்று கேட்டான்.

"நான் ராஜேந்திரன்!" – ஒருவரியில் பதில் வந்தது சரவணனிடம்.

"விவரமாச் சொல்லு..."

"நான் செத்து இன்னியோட பதினெட்டு 'நாளாகுது.' அடுத்த பதில் அவனிடமிருந்து வந்தது. பக்கமாய் அமர்ந்திருந்த வெட்டியான் முள்ளேரிவேம்பனுக்கு அந்தப் பதில் அவதான மூட்டியது."

'உயிரோடு பதில் சொல்பவன் எப்படிச் சாகமுடியும்?'– கேள்விக்குள் அமர்ந்து போனவனை சங்கிலிக்குறும்பன் ஒரு தினுசாகப் பார்த்துவிட்டுத் தொடர்ந்து கேட்டான்.

“இந்த உடம்புக்குச் சொந்தக்காரன் ஒரு அஷ்டம ஜனேந்திரியன். இவன் மாதிரி நபர்களை உன் மாதிரி இறந்த ஆத்மாக்கள் பார்க்கறதே அபூர்வமாச்சே. இவனை எங்க, எப்படிப் பிடிச்சே?”

“நானா தேடிப் போகலை. என்னைக் கொன்னு புதைச்ச இடத்துல இவன் தானா வந்து வீடு கட்டினான். அதுலேயும் குறிப்பா என்னைப் பொதைச்ச இடத்துக்கு நேர் மேல பூஜை அறையைக் கட்டப்பார்த்தான்.

அப்படி அந்தப் பூஜை அறையை இவன் கட்டிட்டா நான் நித்யமா எழுந்து யாரையும் பிடிக்க முடியாதே? அதனால் தான் இவனைப் பிடிச்சேன்.”

“ஏன் பிடிச்சே?”

“என்னை ஏன் கொன்னாங்க அந்த ரவுடிங்க?”

“புரியும் படி சொல்லு”

“பத்து லட்ச ரூபா பணத்தோட வந்த என்னை, நாலு ரவுடிங்க வழிமறிச்சாங்க. வாழ்க்கைல எப்படியோ முன்னுக்கு வந்துட்டோம்னு நினைச்சுக்கிட்டிருந்த என் நினைப்புல அப்படியே மண் அள்ளிப்போட்டுட்டாங்க. என் குடும்பப் பாசம், காதல் ஆசை, வாழணுங்கற வெறி எல்லாமே அவங்களால மண்ணோடு மண்ணாப் போச்சு. உடம்புல வலுவிருந்தா பூமியில் யாரும் எதையும் செய்யலாம்னு என்னைச் சித்ரவதை பண்ணிக் கொன்னாங்க. எங்கே பணம்? எங்கே பணம்னு கேட்டுக் கேட்டுக் கத்தியால குத்தினாங்க”

“அப்ப, பணம் அவங்க கிட்ட போய்ச் சேரலையா?”

“இல்லை. அதை ஒரு இடத்துல புதைச்சு வெச்சுட்டேன். அப்புறம் தான் அவங்க சித்தரவதைக்கு ஆளானேன். எனக்கு இப்ப அவங்க உயிர் வேணும். உயிர் வேணும். உயிர் வேணும்.”

“உன் தலைமுடியைக் கொண்டு போனது யார்?”

“இந்த உடம்புக்குச் சொந்தக்காரனான சரவணனோட தம்பி. என் ஆதிக்கத்துல இருந்த இந்த உடம்புக்குச் சொந்தமான சரவணனை மீட்க அவங்க எதையும் செய்வாங்க. அவங்களுக்குப் பயந்து தான் நான் இந்த மயானத்துக்கு வந்தேன்.

“வெளி உலகத்துல என்னால சகஜமா நடமாட முடியலை. மணிசப்தம் என் காதையே கிழிக்குது. கோவில் கோபுரங்கள் என் கண்ணை எரிக்குது.”

“நான் என் சந்திராவைக் கட்டிக்கிட்டு வாழணும். உயிரோட இருந்தா எவ்வளவு நாள் வாழ்வேனோ அவ்வளவு நாள் வாழணும். நான் வாழணும்! நான் வாழணும்!”

“ஒரு பக்கம் அந்த ரவுடிங்களைப் பழிவாங்கற ஆவேசம். மறுபக்கம் வாழணுங்கற வெறி. உன்னைப் பார்த்தா எனக்குப் பரிதாபமா இருக்கு. உன் மாதிரி ஒரு ஆவியைத் தான் நான் தேடிக்கிட்டு இருந்தேன்.”

“நீ எனக்கொரு உதவி செஞ்சா நான் உனக்குத் துணை நிக்கறேன். நான் ஒரு கத்துக்குட்டி மந்திரக்காரன். ஆனாலும் சில சித்து வேலைகளைச் செய்வேன்.

மந்திர சாம்ராஜ்ய மகா வலிமை முழுசும் எனக்கு வரணும். நீ எனக்கு உதவி செய்யணும். செய்தா பதிலுக்கு நீ விரும்பற வாழ்க்கையை நான் அமைச்சுத்தரேன். அந்த ரவுடிகளைப் பழிவாங்க நான் உனக்குத் துணை நிக்கறேன். இந்த உடம்புக்குச் சொந்தமானவங்க உன்னை எது செய்ய வந்தாலும் நான் தடுத்து நிறுத்தறேன். என்ன சொல்றே?”

அதுவரை கடுகடுவென்று புயலைப்போல் வீசிக் குமைந்தவன், சங்கிலிக்குறும்பனின் அந்த உறுதிமொழிகளால் தூக்கி நிறுத்தப்பட்டது போல் நிமிர்ந்தான்.

முகத்தில் முதல் தடவையாகப் புன்னகை வந்து புகுந்தது. அந்தப் புன்னகை அழியாமல், “ஆமா நான் உனக்கு என்ன உதவி செய்யணும்?” என்று கேட்டான்.

அவனை சங்கலிக்குறும்பன் ஒரு தினுசாகப் பார்த்தான்.

'அந்த உதவியை உடனே கேட்டு விடக்கூடாது' என்னும் ஒரு எச்சரிக்கை அவனுள் பரவிக்கொண்டிருந்தது.

"என்ன உதவி செய்யணும்? கேள்..."

திரும்பவும் சரவணனிடம் நிமிண்டல்.

"வேளை வரும் போது கேக்கறேன். ஆனா கட்டாயம் அந்த உதவி செய்வேன்னு சத்தியம் செய்யணும் நீ..."

சங்கிலிக்குறும்பனின் இந்தப் புத்திசாலித்தனமான வளைப்பில் சற்று மவுனித்தான் சரவணன். மனத்துக்குள் புயல் மாதிரி வீசிக்கொண்டிருந்த ஆவேச உணர்வு அவனை எதற்கும் முன்னோக்கித் தள்ளியது.

"சரி செய்யறேன்!"

"சத்தியம் செய்யறது பெரிசில்ல, ராஜேந்திரா! அதன் படி நீ நடந்துக்கணும். எப்பவோ செய்த பாவம் தான் நீ இப்படி அல்பாயுசுல சாகும்படி ஆயிடிச்சி. இப்ப எனக்கு சத்தியம் பண்ணிட்டு உன் ஆவேசம் அடங்கினவுடன் அதை நிறைவேற்றாமப் போனே, உன்னை நான் சும்மா விடமாட்டேன்...!"

"என்ன பண்ணுவே?"

"கால காலத்துக்கும் ஆவியா எள்ளுத் தண்ணிக்கும், அன்னப் பிண்டத்துக்கும் வக்கற்றுப் போன துராத்மாவா – உன்னைப் புளியா மரத்துல அறைஞ்சிடவேன். விடுதலை இல்லாம நீ அந்த மரம் நசியறவரை கிடந்து தவிக்க வேண்டியது தான்!"

சங்கிலிக்குறும்பன் சொல்லும் போதே குரலில் கொடூரம் கொப்பளித்தது. அதைக் கேட்ட சரவணனுக்கு 'வேண்டாம் வேண்டாம்' என்று கத்த வேண்டும் போல் தோன்றியது.

"உன் விருப்பப்படியே நடந்துக்கறேன். ஆனா என் சந்தோஷ வாழ்க்கைக்கு நீ குறுக்கே நிற்கக்கூடாது." என்றான்.

“உன் விசேஷ சக்தியைத்தான் பயன்படுத்திக்குவேன். உன் வாழ்க்கைக்கு நான் எதிரி இல்லே!”

“நல்லது... நான் சத்தியம் செய்யறேன். உடனே நீ என்னை அந்தச் செய்வினைக் கொடுமையில் இருந்து காப்பாத்து. இந்தத் தேகத்துல ஒவ்வொரு உறுப்புக்கும் தேவதை காவலிருக்கு. அதுல கால் நரம்புக்குரிய தேவதையைச் செய்வினையாளர் தன்வசப்படுத்தி, இந்தத் தேகத்துக்குரிய செயல்பாடுகளைத் தடுத்து நிறுத்தாமல் இருக்க வழி செய்...”

சரவணன் சொல்லி வாய் மூடவும், சங்கலிக்குறும்பன், தான் அமர்ந்த இடத்தை விட்டு எழுந்து நின்றான்.

வடக்குப் பக்கமாகப் பார்த்து நின்றவன், சிறிது நேரம் கண்மூடித் தியானித்தான்.

பிறகு வட்டத்தை விட்டு வெளியே வந்தான். வட்டத்துக்கு வெளியே சென்றவனைப் பயத்துடன் பார்த்தான், வட்டத்துக்குள் அவனோடு சேர்ந்து அமர்ந்து கொண்டிருந்த முள்ளேரிவேம்பன்.

வெளியே சென்ற சங்கிலிக்குறும்பன் சரவணனைச் சுற்றி ஒரு வட்டமிட நினைத்தான்.

மாந்திரீகச் சித்தனின் வலக்கரத்து எலம்புத்துண்டு அதற்கு உதவி செய்தது. சரவணனைச் சுற்றி வந்து ஒரு வட்டமிட்டான். சரவணன் அதை ஆச்சரியமாகப் பார்த்தான்.

“என்ன செய்யறே நீ?” கேட்டான்.

“உன்னை ஏவல் சக்திகள் நெருங்க விடாம செய்ய மந்திரச்சுவர் எழுப்பறேன்...”

“உன் கண்ணுக்கு அது தெரியாது. ஏவல் சக்திக்கு அது தெரியும். எந்தக் காரணத்தை முன்னிட்டும் நீ இந்த வட்டத்துக்கு வெளியே வராதே...”

“வந்தா செய்வினைக்குப் பலியாவே! நீ பிடிச்சிருக்கற இந்த அஷ்டம ஜனேந்திரிய தேகம் செய்வினைச் சூழ்ச்சிக்கு இலக்காகிச் சுருண்டிடும். அப்புறம் உன்னால இயங்க முடியாது...”

“அதுக்காக, நான் இந்த வட்டத்துக்குள்ளேயே இருந்தா, என் எண்ணங்கள் ஈடேறிடுமா?”

“பொறு. செய்வினை சக்தியை நான் திருப்பிவிடும் வரை பொறு. அப்புறம் உன் ராஜ்யம் தான்.”

பேசிய சங்கிலிக்குறும்பன் வேம்பனைப் பார்த்தான். “வேம்பா, போய் ஒரு சட்டி நிறைய சாணியைக் கரைச்சு எடுத்து வா!” என்றான்.

வேம்பன், ‘அது எதுக்கு?’ என்பது போல் விழித்தான் “போ செய்!”

குறும்பனின் அதட்டலைத் தொடர்ந்து முள்ளேரி வேம்பன் ஓடினான். திரும்பி வரும்போது சாணியைக் கரைத்து வைத்து எடுத்து வந்த சட்டி இருந்தது. அந்தச் சட்டியை, சரவணனை வட்டமிட்டு நிறுத்திய வட்டத்தின் முன்னால் வைத்தான்.

“ராஜேந்திரா! இந்தச் சட்டியிலுள்ள சாணித் தண்ணீர், நீயும் நானும் பார்த்துக்கிட்டிருக்கும் போதே ரத்தமாய் மாறும்! அப்படி மாறின பிறகு, நீ வட்டத்தை விட்டு வெளிய வரலாம்.”

“குறும்பா, நீ என்ன சொல்றே? ரத்தமாவா! அது எப்படிச்சாத்தியம்?”

“ஏவிவிடப்பட்ட துஷ்ட வினை வெறுமனே திரும்பினா ஏவினவங்களுக்கு ஆபத்து. இல்லேன்னா அது உன்னையோ என்னையோ கூடத் தாக்கக்கூடும். பசுவோட சாணம் மனித சரீரத்துக்கு ஒப்பானது.

அதனாலதான் சாணத்தைப் பிடிச்சு வெச்சுக் கூட பிள்ளையார்னு சொல்லி வழிபடறோம். இந்தச் சாணத்திலேயும் உயிர் இயக்க தேவசக்திகள் உண்டு. வரும் வினை, சாணத்துல புகுந்து அந்தத் தேவசக்தி அணுக்களை ரத்தமாக்கித் திரும்பிடும்.”

சங்கிலிக்குறும்பனின் விளக்கம் பாதி புரிந்தும், பாதி புரியாதது போலவும் இருந்தது. முள்ளேரி வேம்பன், அந்தச் சாணிப் பாத்திரத்தையே பார்த்த அதே சமயம்...

கிறீச்சிட்டு நின்ற வேனில் இருந்து இறங்கி காடம்மையின் குடிசைக்குள் நுழைந்தான் பாஸ்கர். பின் தொடர்ந்து ஓடினாள் கார்த்திகா. உள்ளே சோக மயமாய் அமர்ந்திருந்த அத்தனை பேரும் பாஸ்கரை ஆர்வமாகப் பார்க்க, பாஸ்கர் பார்வையோ காடம்மையைத் தேடியது.

“டேய் பாஸ்கர் சரவணன் கிடைச்சானா?”

“அண்ணே! அவன் சுடுகாட்டுல இருந்தானா?”

“போன காரியம் என்ன ஆச்சு?”

ஆளுக்கு ஆள் விசாரிக்க அவர்களுக்கு கார்த்திகா பதில் சொல்ல வாயெடுத்தாள்.

“எப்படியோ உயிரையே பணயம் வெச்சு பாஸ்கர், சரவணன் அத்தான் தலைமுடியை எடுத்துக்கிட்டு வந்துட்டான். இனி அந்தப் பாட்டி கைலதான் எல்லாம் இருக்கு!”

பதில் சொல்லிவிட்டு அவளும் காடம்மையைத் தேடினாள். காடம்மை தியானத்தில் இருந்தாள். இருவரும் வந்துவிட்டது அறிந்து கண் திறந்தாள். முதல் காரியமாக பாஸ்கரைப் பார்த்தாள். அவன் சட்டைப்பையில் பொதிந்து வைத்திருந்த தலைமுடிகள் சிலவற்றை வெளியே எடுத்துக் காடம்மை எதிரே நீட்டினான்.

காடம்மை அதை இதழ்க்கடையில் புன்னகை நெளியப் பார்த்தாள். அவனது பாசத்துடிப்பு செய்த சாதனையாகவே அவளுக்கு அதுபட்டது. தனது தியான கட்டத்தின் முன் தயாராக அரிசி மாவில் ஒரு கோலம் போடப்பட்டு இருந்தது.

வித்யாசமான கோலம்!

எங்கே புள்ளி வைத்து எப்படி ஆரம்பித்துப் போடப்பட்டது என்பதே புரியாத கோலம். ஆனால் ஒரு ஒழுங்கும் அர்த்தமும் அதில் இருப்பது போல் தெரிந்தது.

அந்தக் கோலத்தின் மையத்தில் மஞ்சளும் குங்குமமும் இரைந்து கிடந்தன. அதன் மேல் அந்த முடிக்கற்றையை வாங்கி, காடம்மை வைத்தாள்.

எல்லோரும் அந்தக் கோலத்தையே உற்றுப்பார்த்தனர்.

காடம்மை தனது செயலைத் துவக்கும்முன் கார்த்திகாவை உற்றுப்பார்த்தாள். பின் பாஸ்கரின் தங்கையையும் பார்த்தாள்.

இருவரும் விழித்தார்கள்.

"கன்னி கழியாத இவங்க இரண்டு பேரும் இங்கே இருக்கக் கூடாது. இவங்களைக் கொஞ்சம் வெளியே போகச் சொல்லுங்க" என்றாள், பாஸ்கரின் அப்பாவைப் பார்த்து. அவர், அவர்கள் இருவரையும் பார்த்தார். கார்த்திகா முகம் அதிகம் வாடிப்போயிருந்தது.

"பாட்டி! நான் பார்த்தா என்ன ஆயிடும்?" எதிர்க்கேள்வி கேட்டாள்.

"வாதிக்க நேரமில்லை தாயி. நீ தயவுசெய்து கிளம்பு. உன் நல்லதுக்குத்தான் சொல்றேன்!"

"முடியாது. நானும் இருப்பேன். இங்கே நீ என்ன செய்யறேன்னு நான் பார்த்தாகணும். எல்லாமே அதிசயமா இருக்கு!"

"இது அதிசயமில்ல! மறைஞ்சு கிடக்கற ஒரு சாதாரண விஷயம். நீ தர்க்கம் பண்ணாம இடத்தைக் காலி பண்ணு."

பாஸ்கர் கோபமாகக் குறுக்கே நுழைந்தான்.

"கார்த்தி! ப்ளீஸ்...! கொஞ்சம் வெளியே தான் போயேன்!"

அவனது அதட்டலான குரலைத் தொடர்ந்து அவன் தங்கையும் அவளும் வெளியேறினர்.

உடனேயே அந்தக் குடிசையின் தட்டிக்கதவை இழுத்து மூடினாள் காடம்மை.

திரும்பவும் கோலத்தின் எதிரே சென்று அமர்ந்தாள். கண்களை இடுக்கிக் கொண்டு அந்தக் கோலத்தை உற்றுப்பார்த்தாள்.

வெளியே ஆர்வம் தாளாமல் அலைமோதிய கார்த்திகா, குடிசையின் கீற்றுத் துவாரம் வழியாக உள்ளே நடப்பதைக் கவனிக்கப் பார்வையை விடத் தொடங்கினாள்.

அப்படிப் பார்த்தவள் முகம் அப்படியே பேயறைபட்டது போல் ஆயிற்று.

23

'கடைசி நிலையில் இருக்கும் ஒரு ஆவியானது இந்த உலகத்தை ஒட்டியே வாழ்ந்து கொண்டிருக்கும். இன்னும் சிலருடைய உடல்களில் புகுந்து, தாமே அந்த அனுபவங்களில் ஈடுபட்டுக் களித்து மகிழ்வதும் உண்டு. தாம் உடலோடிருந்து அனுபவிப்பது போலவே அவை இன்னொரு உடலைத் தம்வசமாக்கி, அதிலிருந்து இப்படி அனுபவித்து மகிழும்.'

– 'வழிகாட்டும் ஆவிகள்' நூலில் புலியூர்க்கேசிகன்.

ஓலைத்துவாரம் வழியாகக் குடிசைக்குள் நடப்பதைப் பார்க்கத் தொடங்கிய கார்த்திகா முகம், ஒரு தினுசாக மாறுவதை பாஸ்கரின் தங்கை பார்த்துவிட்டு அவளும் துவாரம் வழியாகப் பார்க்க ஆரம்பித்தாள்.

காடம்மை அந்த நேரம் பார்த்துத் தனது மணிக்கட்டைக் கத்தி ஒன்றால் கீறிக்கொண்டிருந்தாள். அந்தக் கிழட்டுத் தேகத்திலும் குறுதி கொப்பளித்துக் கொட்ட ஆரம்பித்திருந்தது.

கொட்டும் ரத்தம் அந்தக் கோலம் முழுக்கச் சிவப்புப் புள்ளிகளாய்ச் சிதறிப் பரவியது. பக்கமாய் எல்லோரும் எதற்கோ கட்டுப்பட்டமாதிரி உறைந்து போய்விட்டிருந்தார்கள்.

ரத்தத்தில் ஒரு துளி சரவணனின் தலைமுடி மேலும்பட்டது. அடுத்த வினாடியே தனது சுய பிரக்ஞை தன்னை விட்டு விலகினது போல் முற்றிலும் வித்தியாசமாக மாறத் தொடங்கினாள் காடம்மை.

இடதுகையில் எங்கிருந்து எப்படி வந்தது என்பது புரியாத தினுசில் ஒரு எலுமிச்சம்பழம். அதை வலது கைக்கு வாங்கி இரண்டாக வெட்டிக் குங்குமத்தில் தேய்த்துக் குருதி கொட்டும் தனது வலதுகையில் ஒரு துண்டை பிடித்துக் கொண்டு கசக்கிப்பிழிய ஆரம்பித்தாள் காடம்மை.

சிவப்பாய் ரத்தம் குழாயிலிருந்து கொட்டுவது போல் எலுமிச்சம் பழச்சாறு குங்குமத்துடன் கலந்து கொட்ட ஆரம்பித்தது?

சாதாரணமாய் இரண்டு மூன்று டீஸ்பூன் அளவில் முடிந்து போகும் அதன் சாறுவளம், அதிசயமாகப் பெருக்கெடுத்துப் பிழியப் பிழிய வந்து கொண்டே இருந்தது.

காடம்மை எலுமிச்சம் துண்டத்தைக் கோலத்தைச் சுற்றிக் கைகளை ஆட்டி வட்டமிட்டு வட்டமிட்டுப் பிழிந்து கொண்டேயிருந்தாள். சாணிமெழுகிய தரைப்பரப்பு சொத சொதவென்று ரத்தப்பலி கண்ட பூமிபோல உருமாறத் தொடங்கியது.

சற்றைக்கெல்லாம் பிழிந்து முடித்தது போதும் என்பதுபோல் அந்த எலுமிச்சம் துண்டத்தைத் தனது கல்விக் கிரகச்சாமியை நோக்கி விட்டெறிந்தாள்.

உஸ்... உஸ்... என்று பெருமூச்சு அவளிடம் உருவாகத் தொடங்கியது. கைகளில் ரத்தப்பெருக்கு, தானாக நின்றுவிட்டிருந்தது. சட்டென்று உட்கார்ந்த இடத்தை விட்டு எழுந்து கொண்டவள். அந்தக் குடிசையின் மறைவான ஒரு பகுதிக்குச் சென்றுவிட்டுத் திரும்பும் சமயம் கைகளில் சில பொருள்கள்.

குறிப்பாக, அரிசிமாவில் செய்த ஈரப்பதமான உருண்டையும், ஒரு முட்டையும், ஒரு பொம்மையும் அந்த பொருள்களில் பளிச்சென்று தெரிந்தன.

திரும்பவும் அந்தப் பொருள்களோடு கோலத்தின் எதிரே வந்து அமர்ந்தவள் நெருப்புத் துண்டை மிதித்த வான்கோழி போல் சிலுப்பலாக, ஒரு கத்துகத்தினாள்.

பாஸ்கரும் அவன் குடும்பத்தவரும் உறைந்தே போனார்கள். பிறகு ஓங்கலாக பார்க்கவா என்று யாரையோ அழைக்கும் விதமாய்க் கத்திவிட்டு, முட்டையை உயரத்தூக்கி எறிந்தாள்.

மேலேறிய முட்டை ஐன்ஸ்டீனின் புவிஈர்ப்பு விசைத் தத்துவத்துக்கே 'டாட்டா' காட்டியது போல் திரும்பவும் கீழே விழாமல் மாயமானது.

உடனேயே அரிசி மாவு உருண்டையைக் கோலத்துக்கு மிக அருகில் வைத்து ஒரு உருவம் போல் செய்தாள்.

செய்த உருவத்தின் முட்டிக்கால் பரப்பின் மேல் எங்கிருந்தோ வந்த எலுமிச்சம் பழத்தை மேலே வைத்தாள். வைத்துவிட்டுக் கைவசம் உள்ளிருந்து கொண்டு வந்திருந்த பொம்மையின் முட்டிக் காலைச் சற்றுத் தூரச்சென்று அமர்ந்தவள் விரலால் தட்டினாள்.

தூரத்தில் உள்ள மாவு உருவத்தின் முட்டிக்கால் மேலுள்ள எலுமிச்சம்பழம் இப்பொழுது தானாக உருண்டு கீழே விழுந்தது. காடம்மை முகத்தில் சந்தோஷம் பூத்தது. திரும்பவும் தன்னை மறந்த 'கெக்கெக்' சிரிப்பு அவள் உதடுகளில் அரும்ப, ஒரு கற்பூரத்துண்டை எடுத்து சரவணனின் தலைமுடிக் கற்றைகளுக்கு நடுவே வைத்துக் கைகளைப் பொத்தி மூடினாள்.

மூடிய கைகளைத் திரும்ப எடுத்துக்கொண்ட போது எந்த ஒரு தீக்குச்சியின் உதவியும் இன்றி அந்தக் கற்பூரம் கபகபவென்று பற்றி எரியத் தொடங்கியது.

அது எரிய ஆரம்பித்த மறுவினாடி, பொம்மையைக் கையில் எடுத்தவள் அதன் காலைத் திருகினாள். திருகின நிலையில் அவளது கால்களும் தானாகத் திரும்பி வளைந்து கொள்ள ஆரம்பித்தன.

அவளது வாய் கோணத் தொடங்கியது. வாதம் வந்து தாக்கியது போல் தவித்தவள், பாஸ்கரைப் பார்த்துப் பக்கமாய் அழைத்தாள்.

“போ தம்பி... போ... உங்க அண்ணன் இப்ப என் மாதிரி சுருண்டுகிடப்பான். போய்க் கார்ல தூக்கிப் போட்டுக்கிட்டுவா. துளிகூடப் பயப்படாதே. இந்தா எலுமிச்சம்பழம்! இது கையிலேயே இருக்கட்டும்.

எதிர்ப்பு வரும். கவலைப்படாதே. நீ அவனைக் கொண்டு வரும் வரை இந்தப் பொம்மைக்காலை நான் பழைய நிலைக்குத் திருப்பமாட்டேன். பாத தேவதைக்கு என் ரத்தத்தைக் காணிக்கையாக்கிக், குளிரக் குளிர எலுமிச்சம்பழ ரசத்தால் அபிஷேகிச்சு, என்னையே பணயம் வெச்சு நான் உன் அண்ணனுக்கு வினை விதைச்சிருக்கேன்.

விதைச்ச வினையை எடுக்கறது சுலபமில்ல. சுலபமா எடுக்கத்தான் நேரடியாக என்னையே வினைக்கு உட்படுத்திக்கிட்டு இருக்கேன். எனக்கு விடுதலை கிடைச்சா தான் உன் அண்ணனுக்குக் கிடைக்கும். இந்த வினை என்னை சிலமணிதான் கட்டுப்படுத்தும். அப்புறம் செயலிழந்துடும். என்கிட்ட இருக்கற தெய்விக சக்தி தான் அதுக்குக் காரணம். அந்தச் சிலமணிக்குள்ளாற நீ காரியத்தை முடிக்கணும். போ... போ... என் வாழ்க்கைல இந்த மாதிரி ஒரு சோதனைக்கு இப்பத்தான் முதல் தடவை என்னை உள்ளாக்கியிருக்கேன். வெற்றியோட திரும்பி வா, போ!”

பாஸ்கர் அதைக் கேட்டுச் சீறிக்கொண்டு வெளியேவந்தான். தயாராக வேனில் இருந்தாள் கார்த்திகா. இவன் காரில் ஏறவே சட்டென்று ஸ்டார்ட் செய்தாள்.

அரபுக் குதிரை மாதிரி திமிறலாக ஓட ஆரம்பித்தது அந்த வாகனம். ஸ்பீட் பிரேக்கரில் ஆக்சில் உடைபடும் வண்ணம் எம்பிப் பறந்தது.

“பாஸ்...! பாட்டி செய்யறதையும் சொல்றதையும் பார்த்துக்கிட்டுதான் இருந்தேன். வாட் எ டெர்ரிபிள்! அவ சரியான மேஜிஷியன். அந்த முட்டை எங்கப் போச்சுன்னே தெரியலை பார்த்தியா?”

பாஸ்கர் பதில் பேசாமல் பரபரப்பாகத் தென்பட்டான். முழுவதுமாக இருட்டி சாலை கரித்தனமாகக் கண்ணைக் கசக்கிவிட்டது. ஹெட்லைட் வெளிச்சம் முடிந்த மட்டும் ஒளிக்கோடாகச் சாலையை வியாபித்து மேடு பள்ளங்களை அடையாளம் காட்டியது.

கெடிகாரத்தைப் பார்த்தான். சரியாக மணி எட்டு!

★★★

“மணி இப்ப என்ன இருக்கும்?”

வெட்டியான் முள்ளேரி வேம்பனின் கேள்விக்கு அவன் குடிசையில் பதில் சொல்லாமல் இடுப்பில் கைவிட்டான் சங்கிலிக்குறும்பன். வேட்டிச் சுருக்கத்தில் ரசமணி தட்டுப்பட்டது.

அதை எடுத்து கண்ணுக்கு நேரே பிடித்தபடி காடாவிளக்கு டையஜ் வாலையை மறைத்து, ரசமணியைப் பார்த்தான். ரசமணியைச் சுற்றி ஒரு இரண்டு மில்லிமீட்டர் அளவுக்கு மெர்க்குரி விளக்கின் வெளிச்சம் போல் கதிர்கள் ஜ்வலித்தன.

“முதல் ஜாமம் முடியப்போகுது வேம்பா...” என்றான் உடனே.

“அப்படின்னா மணி எட்டைத் தாண்டிடுச்சுன்னு சொல்லு”

“ஆமா!”

“எப்படி அவ்வளவு துல்லியமா சொன்னே?”

“எல்லாம் ரசமணியை வெச்சுத்தான்”

“எப்படி?”

“உனக்கு சொன்னா புரியாது. இது நிகழ்காலத்தைக் காட்டற கடிகாரம் மட்டுமில்ல வேம்பா... எதிர்காலத்துல என்னைப்

பெரியதனவானாக்கப் போற அதிர்ஷ்ட மணி. இமாலயச் சித்தர் ஒருவர் தன் மரணத்துக்குப் பிறகு எனக்குத் தந்த பெரிய சொத்து இது.

இது வந்த நேரம் தான் நான் இந்த ஆவி மனிதனைச் சந்திச்சிருக்கேன். பத்து லட்ச ரூபா பணம். வித்தியாசமான பலம், எல்லாம் கொண்ட இந்த ஆவி மனிதனை நான் என் அடிமையாக்கிட்டா, எனக்கு ஈடு சொல்ல இந்த உலகத்துல ஒருத்தர் கிடையாது."

"எனக்கு ஒண்ணும் புரியலை குறும்பா. ஆமா, அவனை நீ எப்படிப் பயன்படுத்திக்கப் போறே. நீ அவன் கிட்ட கேட்க விரும்புற உதவி என்ன?"

முள்ளேரி வேம்பனின் கேள்விக்குப் பதில் சொல்லும் முன் சரவணனிடம் இருந்து அழைப்பொலி கேட்டது. இருவரும் ஓடினார்கள். ஞாபகமாக வேம்பன் தீப்பந்தத்தை எடுத்துக்கொண்டான்.

அந்த வளையத்துக்கு உள்ளே அமர்ந்திருந்த சரவணன் எதிரிலுள்ள சாணிப்பாத்திரம் அடுப்பின் மேலுள்ள உலைத்தண்ணீர் போல் நெருப்பின் தொடர்பே இல்லாமல் 'ப்ளக்... ப்ளக்' என்று கொப்பளித்துக் கொதித்துக் கொண்டிருந்தது.

ஊன்றிப் பார்த்தபோது ரத்தத் துவையலாக அது உருமாறி இருந்தது. வேம்பன் அதைப் பார்த்துச் சிலிர்த்தான்.

சங்கிலிக்குறும்பன் சட்டென்று அண்ணாந்து மரக்கிளைகளைப் பார்த்தான்.

"இருட்ல என்னத்த பார்க்கறே?"

வேம்பனின் கேள்விக்குப் பதில் தராமல் இடுப்பு ரசமணியை உடனே கைகளில் எடுத்துக் கோலியைத் தூக்கிப் போடுவது போல் தூக்கித் தூக்கிப் போட்டுப் பிடித்தபடி, யாரையோ தேடும் பாவனை காட்டத் தொடங்கினான்.

சில வினாடிகளுக்குப் பிறகு பக்கத்தில் சமாதி மேடு ஒன்றை உடைக்க ஆரம்பித்தான். கட்டிக்கட்டியாக மண் பெயர்ந்து வந்தது. வேம்பனையும் உதவிக்கு அழைத்தான்.

அவர்கள் செயலை மிக அதிசயமாக ஊன்றிப் பார்த்தான் சரவணன். பழைய அதே தெறித்துவிடும் பார்வை. ஆணியால் அடித்தது போல் அசையாமல் விரிந்து நிலையாகிவிட்ட, இமைக்காத பார்வை.

அவர்கள் பெயர்த்த மண்கட்டிகளைச் சுமக்காமல் சுமந்து வந்து அந்த ரத்தப் பாத்திரத்தின் மேல் போட்டு மூடத்தொடங்கினார்கள். ஒரு வழியாக அந்தச் சாணிப்பானை ரத்தப் பாத்திரமாகி, அப்படியே மண்மேட்டில் சமாதியாகவும் போனது.

“ராஜேந்திரா! இப்ப நீ தைரியமா வட்டத்தை விட்டு வெளிய வரலாம்” அழைத்தான் சங்கிலிக்குறும்பன். மதயானை போல் வெளியே வந்தான் சரவணன். முதல் தடவையாக நன்றியோடு சங்கிலிக்குறும்பனைப் பார்த்தான்.

“குடிசைக்கு வா எங்க கூட...” அழைத்துவிட்டுக் குடிசையை நோக்கி நடந்தான். சரவணன் அவர்கள் இருவரையும் பின் தொடர்ந்தான்.

குடிசைக்குள் நுழைந்தவனை வெற்றிப்புன்னகையோடு பார்த்தான் சங்கிலிக் குறும்பன்.

“உனக்கு வந்த முதல் ஆபத்தை திருப்பிச் சமாதி கட்டிட்டேன். இதே போல் எது வந்தாலும் காப்பாத்தித்தரேன். கவலைப்படாதே. நீ இங்க தைரியமாகத் தங்கலாம். விடிஞ்சு மற்றதைப் பேசிப்போம். மொதல்ல போய்ப் படு” என்றான்.

குடிசைத் திண்ணை அவனைக் குதூகலமாய் வரவேற்றது.

“ஆமா! அந்தப் பத்து லட்சத்தை எங்க புதைச்சு வெச்சுருக்கே?!”- மெல்ல விநயமாகக் கேட்டான்.

"விமான நிலையத்துக்குப் பக்கத்துலே... பாரதி நகருக்குப் போற பாதையில், ஒரு மரத்துக்குக் கீழே..."

"எந்த மரம்?"

"தெரியாது?"

"இப்பப் போனா அடையாளம் காட்ட முடியுமா உன்னால?"

"இப்ப நான் போயே தீரணும் என் வீட்டுக்கு நான் பணம் தர்றதாச் சொல்லியிருக்கேன். தந்தாகணும்."

"கவலைப்படாதே. அர்த்த ஜாமம் முடியறப்போ போகலாம். இப்ப போய்த் தூங்கு..."

அதே போல் போனான். படுத்தான். தூக்கம் மட்டும் வரவில்லை. உள்ளே சங்கிலிக்குறும்பனைத் தூக்கம் கவ்விக் கொண்டு இருந்தது.

"என்ன குறும்பா, தூக்கம் அசத்துதா?" - வேம்பன் கேட்டான்.

"ஆமா வேம்பா. செய்வினைக்காரியத்தை எப்ப செஞ்சாலும், தடுத்தாலும் அன்னிக்கு உடம்பு களைச்சுப் போயிடும். அந்தக் காரியத்துக்கு மட்டும் அப்படி ஒரு சக்தி!" - என்றவன், அப்படியே நித்திரையில் வழுக்கினான். வேம்பனும் துணை போனான்.

உறக்கக் கலக்கத்தில் அவனது இடுப்பு ரசமணி, ஒரு கோலிக் குண்டாக உருண்டு. இருளில் எங்கோ மறைந்தது.

அதே சமயம் மயான வாயிலில் பெருத்த ஆரவாரத்துடன் வந்து நின்றது பாஸ்கரும் கார்த்திகாவும் வந்த வேன்!

✦ ——— ✦

24

புழுதியைக் கிளப்பி விட்டு ஒரு குலுக்குக் குலுக்கி நின்ற அந்த வேனிலிருந்து ஆர்வமாக இறங்கினான் பாஸ்கர்.

கார்த்திகா, மயானச் சூழலைப் பார்த்து மலைக்க ஆரம்பித்திருந்தாள். இறங்கித் தரையைத் தொட மனம் இடம் கொடுக்காமல் அவளை இழுத்துப் பிடித்து வைத்திருந்தது.

இந்த வேனை பார்த்து கோட்டான் ஒன்று ஒரு மரத்தில் இருந்து கூக்குரலிட்டது. அந்தச் சப்தம் முடிந்த மட்டும் மயான மரங்களில் மோதி அதிர்ந்து சிதைந்து போய்க் காதுகளைத் தொட்டது.

"கார்த்திகா... பயப்படாதே இறங்கு!"

பாஸ்கர் அவளை ஊக்கினான்.

"ஒரே இருட்டா இருக்கு... பயம் மென்னியப் பிடிக்குது"

"பயந்தா காரியம் ஆகுமா? பூட்டிக் கிடக்கற கேட்டைக் கடந்து சரவணனை என் ஒருத்தனால் எப்படி இந்த இருட்டுல இழுத்து வரமுடியும். கமான் க்விக்..."

"பயமா இருக்கு பாஸ்!"

"என்ன கார்த்தி? திரும்பத் திரும்ப அதையே சொல்லிக்கிட்டு. லாஜிக்கா பேசறதா நினைச்சுக்கிட்டு எவ்வளவு கேள்வி நீ

கேட்டிருப்பே... உன் கருத்துப்படி சுடுகாடும் இந்தப் பூமில ஒரு நிலப்பகுதி தானே?"

"ஆர்க்யூ பண்ற நேரமா இது? அனுபவங்கள் எவ்வளவோ விஷயங்களை வாழ்க்கையில் நமக்குப் புரிய வெச்சுடுது. இன்னிக்கு எனக்கு நேர்ந்த ட்ரெமண்ட்ரஸ் எக்ஸ்பீரியன்ஸ் இருக்கே... ஓ காட்!"

"ஓகே... ஓகே... பிறகு பேசலாம். எடு, அந்த டார்ச் லைட்டை..." – அவன் கேட்க, அவள் எடுத்துத் தந்தாள்.

"நான் சரவணனோட வந்து டார்ச் லைட்டை அடிக்கிறேன். இறங்கி அந்தக் 'கேட்'டுக்கிட்டையாவது வா. என்ன?"

அவளுக்குக் கட்டளையிட்டு விட்டு, மெல்ல அந்த மயான கம்பிக் கேட்டை நோக்கி நடந்தான்.

டார்ச்லைட் வெளிச்சத்தை உள்ளே பாய்ச்சினான் மண்பாதை லேசாய் தெரிந்தது.

கதவைப் பற்றி ஏறித்தாண்டி அந்தப் பாதையில் குதித்தான். நிமிர்ந்தான். டார்ச்லைட் முடிந்த வரைக்கும் வெளிச்சத்தை அனுப்பி, சமாதி மேடுகளைக் காட்டியது.

ஒரு சமாதி அருகே யாரோ விசும்பி அழும் சத்தம். பாஸ்கரின் உதிர ஓட்டம் அந்த சப்தத்தால் உறைநிலைக்கே போய்விட்டது.

அங்கே நிற்கக்கூடாது என்பது போல் வேகமாக நடந்தான். இலைதழை நசுங்கிச் சரசரக்க சப்தம் போட்டு மேலும் பயமுறுத்தியது.

நடையில் மேலும் வேகம் கூட்டினான். காடம்மை மந்திரித்துத் தந்த எலுமிச்சம்பழத்தைக் கையில் எடுத்துக்கொண்டான்.

யாரோ கூட வருவது போல் ஒரு சப்தம் திடீரென்று வந்து இழைந்தது.

விகசிப்பாக, 'ஹேய்... ஸ்ஸ்... யா' என்றெல்லாம் வினோத சப்தம் காதைத் தொட்டது. முகத்தைத் திருப்பிப் பார்க்க மனம் அனுமதிக்கவில்லை. பார்க்காமல் இருக்கவும் முடியவில்லை.

நடக்கும் அந்தச் சமயத்தில் சட்டென்று திரும்பினான். கன்னங்கறுக்க கரடி போல் யாரோ நிற்பது போல் ஒரு பிரமை.

சட்டென்று டார்ச்லைட் வெளிச்சத்தைப் பாய்ச்சிப் பார்த்தான்.

அந்தக் கறுப்பு உருவம் உடனேயே கரைந்து விலகின மாதிரி வெற்றிடம் தென்பட்டது.

பாஸ்கர் முகத்தில் வியர்வை பந்தல் போடத் தொடங்கியது. உள்நாக்கு ஈரமின்றி உலர்ந்த மீன் துண்டம் போல் வறண்டு போய் விட்டிருந்தது.

திக்கும் திசையும் தெரியாமல் டார்ச் லைட்டை முடிந்த இடம் வரை சுற்றினான்.

மண்மேட்டில் இருக்கும் வெட்டியான் குடிசை தட்டுப்பட்டது.

அந்தக் குடிசை வாசலில் திண்ணை மேல் சரவணன் உறக்கம் பிடிக்காமல் கொதிக்கும் மனத்தோடு மல்லாந்திருந்தவன் வெளிச்சம் ஒன்று தன்னைக் கடந்தது கண்டு திடுக்கிட்டு எழுந்து நின்றான்.

தொலைவில் ஓரிடத்தில் டார்ச் லைட்டின் வெளிச்சப் புள்ளி அசைவாகத் தெரிந்தது.

'யாராக இருக்கும்?' மனப்பதறலோடு குடிசை விட்டு வெளியே வந்தவன், அந்த வெளிச்சப் புள்ளியை நோக்கிக் கம்பீரமாக நடக்க ஆரம்பித்தான்.

இதே சமயம் பாஸ்கர் டார்ச்சை எதார்த்தமாய் நடந்துவரும் சரவணன் மேல் பாய்ச்சவும் அவன் முகம் இறுகியது.

இது என்ன? கை கால்கள் விளங்காமல் சுருண்டு கிடப்பான் என்று எதிர்பார்த்து வந்தால் இப்படி ஒரு பழுதும் இன்றி யானை போல் நடைபோட்டு வருகிறானே இவன்... இனி என்ன செய்வது நான்?

பாஸ்கர் செய்வதறியாது பதறிப்போய் சட்டென்று டார்ச்சை அணைத்துவிட்டுப் பக்கமாய் ஓட ஆரம்பித்தான்.

ஒரு சமாதி, அநியாயத்திற்கு இடறியது. தடுமாறிக் கீழே விழுந்தவனை ஒரு சிதைந்த பாடை தாங்கிக் கொண்டது.

சுற்றிலும் கும்மிருட்டு!

நடந்துவரும் சரவணன் பாஸ்கரின் இந்தச் செயலால் ஒரு வினாடி கொதித்துப் போனான்.

'எங்கே அவன்?' என்று இருட்டில் விழியை விரட்டினான். வேகத்தில் கால்களைக் கரடு முரடான நிலப்பரப்பு இடறி இடறிவிட்டது.

பாஸ்கருக்குள் உயிர்ப்பந்து எம்பி எழ ஆரம்பித்திருந்தது. "தெய்வமே! வகையாக வந்து மாட்டிக்கொண்டேனே! காடம்மையின் மேல் நம்பிக்கை வைத்து வந்தது இப்படியா பொய்த்துப் போகும்!"

பாடை மேல் சயனித்த நிலையில் புலம்பி அழுதது மனது. கைகால்களில் நடுக்கம் தந்தி அடித்துக் கொண்டிருந்தது?

இதற்குள் பக்கமாய் வந்து சரவணன் தேடுவதை அரவங்கள் உணர்த்தின.

அடர்த்தியான கறுப்பு நிழலுருவமாய் அவன் தயங்கித் தயங்கி நடந்து வருவது தெரிந்தது.

அப்படி நடந்தவன், மிகச்சரியாக ஒரு கட்டத்தில் அவனை சங்கிலிக்குறும்பன் வட்டமிட்டு அமர்த்திய இடத்துக்கு வந்து நின்றான்.

அந்த வட்டத்துக்கு முன்னாலே சாணிப்பாத்திரம் ஏவி விட்ட வினையின் தாக்குதலாய் திசைத்திரும்பி அந்தப் பாத்திரத்தையே ரத்தக்களறியாக்கி, பின்னர் சமாதியாகவும் மண்திட்டுக்களால் மூடியிருந்தது.

அந்த மண்திட்டின் மேல் ஏறி நின்றது சரவணனின் கால்கள். சரிந்தது மண் மேடு. சரக்கென்று காலின் ஒரு பகுதி

மண்ணுக்குள் பாரம் தாங்காது உள்ளிறங்கி ரத்தப்பாத்திரத்தின் குழம்பைத் தொட்டு நின்றது.

ஈரமாய் அது காலைத் தாக்கிய சிலுசிலுப்பில் உதறலோடு காலை வெளியே இழுத்தான். திடீரென்று அது மரத்துப்போனது போல் ஒரு உணர்வு.

கையும் கூட சுண்டி இழுத்தது. அப்படியே கத்தக் கூடச் சக்தியற்று அந்த மேட்டின் மேல் விழுந்தான் சரவணன்.

மண்மூடிப் புதைபட்டுப் போய் சக்தியிழக்கும் நிலைக்குப் போய்விட்டவனை, திரும்பச் சக்தி பெற்ற மாதிரி சரவணனைத் தொட்டு ஆக்ரமித்து, அப்படியே அவனைச் சுருட்டியும் போட்டுவிட்டது.

திடீரென்று அவனிடமிருந்து சப்தமில்லாமல் போகவும் பாஸ்கர் எழுந்து அமர்ந்த நிலையில், சுற்றிச் சுற்றிப் பார்த்தால், கரிக்கும் இருட்டில் அவனை எங்கும் காணோம்.

மெல்ல எழுந்து நின்றான். இப்பொழுது காலை நெருடியது ஒரு மூங்கில் கம்பு அது. தன்னை எடுத்துக்கொள்ள அவனைத் தூண்டியது. அதைக் கையில் எடுத்துக்கொண்டவன், சரவணன் தன்னை நெருங்கி விட்டால் இந்த மூங்கில் கம்பினாலேயே ஒரு போடு போட்டு விடுவது என்ற உணர்வோடு துணிந்து டார்ச்லைட்டை ஆன் செய்தான்.

வெளிச்சம் பாய்ந்த இடத்தில் புழுப்போல் சுருண்ட நிலையில் சரவணன்!

பாஸ்கருக்கு ஒரு வினாடி ஒன்றும் புரியவில்லை. சற்றுமுன் கம்பீரமாக நடந்தவன் இப்பொழுது மட்டும் எப்படி? கேள்வியோடு அவனை நோக்கி மெல்லக் காலெடுத்தான்.

'நடிக்கிறானா?' எச்சரிக்கையோடுகிட்டே போய் நின்றவனை அசாத்யமாகப் பார்த்துக்கொண்டு இருந்தது சரவணனின் கண்கள்.

ஆனால் உடம்பில் அசைவில்லை. காடம்மையின் கையும் காலும் கோணிக்கொண்ட மாதிரி வளைந்து ரப்பர் போல் கிடந்தது தேகம்.

“சரவணா... சரவணா...” மெல்லக் குரலெடுத்தான். ஊஹூம். அவன் உடம்பில் எதிர்ப்பான அசைவு ஒரு பொட்டுமில்லை. மெல்லக் குனிந்துதொட்டான்.

சிலிர்க்கமட்டும் செய்தான் சரவணன். ஆனால், அதில் கூட சக்தியற்றதன்மை.

வினாடியும் பாஸ்கர் வீணாக்காமல் உடனேயே அவனை வாரித் தோள் மேல் போட்டுக் கொண்டான்.

டார்ச்லைட்டைப் பாய்ச்சியபடி நடக்க ஆரம்பித்தான்.

பின்னால் பலர் தொடர்வது போல் அரவம் பழையபடி கேட்டது. திரும்பிப் பார்க்காமல் தொடர்ந்து நடந்து கொண்டேயிருந்தான்.

வெகு சமீபத்தில் கம்பிக்கதவு தெரிந்தது. அதன் மேல் வெளிச்சம் படவும் வெளியே வேனிலிருந்த கார்த்திகா, உடனே வேனின் ஹெட்லெட்டைத் தட்டிவிட்டாள். வெள்ளமாய்ப் பாய்ந்தது வெளிச்சம்.

“கார்த்தி! கமான் க்விக்...” அலறினான் பாஸ்கர். கதவைத் திறந்து இறங்கி ஓட ஆரம்பித்தாள் கார்த்திகா.

மயானத்துக் குடிசையில் அரைத் தூக்கத்தல் இருந்த சங்கிலிக்குறும்பன் காதுகளை அந்தச் சப்தம் லேசான ஒலியாகத் தேய்ந்து போய்த் தீண்டவும். விருட்டென்று அவன் எழுந்தான்.

அமுங்கி எரியும் காடா விளக்கைப் பெரிதாக்கிப்படி கதவைத் திறந்து திண்ணையைப் பார்த்தான். சரவணன் இல்லாதது கண்டு திடுக்கிட்டு, மயான வாயில் புறமாய்க் கதவை நோக்கி அந்த மண்மேட்டை விட்டு இறங்கி வந்து பார்த்தான்.

பளீர் வெளிச்சத்தில் சரவணனை கார்த்திகா கம்பிக் கேட்டின் மேல் ஏறி மறுபுறமாய்க் கைத்தாங்கலாய் வாங்கிக் கொண்டிருந்தாள்.

‘இது எப்படி சாத்தியம்?’ பதைப்போடு விளக்கும் கையுமாகக் கேட்டை நோக்கிக் காட்டுத் தனமாய் ஓடத் தொடங்கின அவன் கால்கள்.

இதற்குள் சரவணனை கார்த்திகா கேட்டுக்கு மறுபுறம் வாங்கித் தன் தோள் மேல் சரித்துக் கொண்டாள்.

'அத்தான்!' உள் மனக் கேவலோடு சூழ்நிலையையும் பார்க்காமல் மார்புகள் அழுந்த அவனைக் கட்டிக்கொண்டாள்.

பாஸ்கர் தானும் கேட்டின் மேல் ஏறிக்குதிக்க ஆரம்பித்தான். இதற்குள் கேட்டை நெருங்கத் தொடங்கியிருந்தது சங்கிலிக்குறும்பன் தேகம்.

கார்த்திகா அவன் வருவதைப் பார்த்துவிட்டாள்.

"பாஸ்... யாரோ உன்னைத் துரத்திக்கிட்டு..." வாய்விட்டுக் கத்தினாள்.

பாஸ்கர் அதையெல்லாம் கவனிக்க அவகாசமில்லாதபடி வேகமெடுத்தான்.

"நீ போய் வேனை ஸ்டார்ட் பண்ணு கார்த்தி..."- திரும்பவும் அலறினான்.

25

ஆல காலம் ஜாலம் காட்ட
வழியில்லாச் சவம்;
என்றும் ஆதி அந்தம் காண மாட்டாத
ஆனந்த சிவம்!

- தசதேச விசால சுவடி.

மயான வாசல் கேட் அருகில் கார்த்திகாவும் பாஸ்கரும் சரவணனைக் கடத்துவதைப் பார்த்துவிட்டு ஓடிவந்த சங்கலிக்குறும்பன், கதவை எட்டிப்பிடிப்பதற்குள் எல்லாம் நிகழ்ந்து முடிந்துவிட்டது.

கார்த்திகா மின்னலைக் காலில் கட்டிக்கொண்டவள் போல் ஓடிப்போய் வேனைக் கிளப்பி வந்தாள். பாஸ்கர் அந்த வேனுக்குள் சரவணனை ஒரு பந்தாய் விட்டெறிந்துவிட்டு, அது ஓடஓட அதில் தொற்றிக் கொண்டான்.

சக்கரவட்டம் போட்டுப் புழுதிக் குவியலைக் கிளப்பி மயானக்கதவின் அருகே விதிர்த்து நிற்கும் சங்கிலிக்குறும்பன் முகத்தை அழுக்காலடித்து விட்டு, மயான நீக்கம் செய்த அந்த வேனை, அப்படியே ஸ்தம்பிப்போடு பார்த்தான், சங்கலிக்குறும்பன்.

இதற்குள் சப்தம் கேட்டு வேம்பனும் எழுந்து வந்திருந்தான்.

"என்ன குறும்பா... என்ன ஆச்சு?" வந்த வேகத்தில் கேட்டான்.

"என்னத்தச் சொல்ல வேம்பா...! அந்தப் பயலோட உறவுக்காரங்க எப்படியோ அவனைக் கடத்திட்டாங்க. ஒரு பெரிய ஐஸ்வர்யமே கிடைக்கப் போகுதுன்னு நினைச்சு இறுமாந்துகிடந்தேன். எல்லாம் பாழாப்போச்சு."

"இப்ப என்ன பண்ணப் போறே?"

"என்ன பண்ணவா? பொறுத்திருந்து பார்"

சங்கிலிக்குறும்பனின் பேச்சில் கோபமும் ஏமாற்றமும் சம விகிதத்தில் தொனித்தன. மேலும் எரிச்சல் மூட்டுவது போல் ஒரு கிழட்டு ஆந்தை அவர்கள் இருவர் ஊடே மரம் விட்டு மரம் கடந்து போனது.

அதன் சடசட சப்தமும், அந்த வேளை பார்த்துக் கோட்டான் ஒன்று சேர்ந்து சப்திக்கவும், அந்த மயான ராஜ்யத்தின் கடூரம் இருவரையும் மவுனப்படுத்தியது.

★★★

வேன் விமானநிலைய வளைவில் வேகம் குறையாமல் திரும்பிக்கொண்டிருந்தது. கார்த்திகா தான் இயக்கிக் கொண்டிருந்தாள். ஸ்டியரிங் அவள் கைகளில் அநாயாசமாகச் சுழன்றுகொண்டிருந்தது.

சரவணன் லேசாய்த் திமிறிக் கொண்டிருந்தான். அவனை இறுக்கிப் பிடித்திருந்தான், பாஸ்கர்.

கதவு ஜன்னல் வழியாகப் பார்வையைச் சற்று ஆசுவாசமாக விட்ட போது, ஒன்றன் பின் ஒன்றாக நான்கு லாரிகளை கார்த்திகா 'ஓவர்டேக்' செய்து கொண்டிருந்தாள்.

காடம்மையின் குடிசை இன்னும் சில நிமிடங்களில் வந்துவிடும்.

'இந்த ஆவி மனிதனை. அவள் எப்படி எதிர் கொள்ளப் போகிறாள்?' பாஸ்கர் தனக்குள் செறுமாந்து போனான்.

ஒருவழியாகக் குடிசையை எட்டிநின்றது வேன். ஒரு புலிப்பெண்ணைப் போல் வேகம் காட்டினாள் கார்த்திகா. பாஸ்கர், சரவணனை வாரித் தோளில் போட்டவனாய்க் குடிசைக்குள் நுழைந்தான்.

அந்தத் தெய்வ சான்னித்யம் சரவணனை என்னவோ செய்தது. கை, கால்கள் ரப்பராய்ச் சுருண்டு கொண்டுவிட்ட நிலையிலும் உடம்பில் எதிர்ப்பை அசாத்யமாகக் காட்டி, வாய் வழியே அலறலை முனகலாய் வெளிக்காட்டினான்.

நெருப்பின் மேல் விழுந்துவிட்ட புழுவைப் போல் இருந்தது அவன் நிலை.

காடம்மை, ஏறத்தாழ அவனைப் போலத்தான் இருந்தாள். ஆனால் உடம்பில் பதட்டமோ பரபரப்போ இல்லை.

சரவணனின் அப்பா ஓடிவந்து சரவணனை இறுக்கிப் பிடித்துக்கொண்டார்.

பாஸ்கர் காடம்மையை நெருங்கினான்.

"பாட்டி! எப்படியோ அண்ணனை அடிச்சுப் பிடிச்சு இழுத்துவந்துட்டேன். அடுத்து என்னத்தைப் பண்ண?"

பாஸ்கரின் கேள்விக்குக் காடம்மையின் பார்வை அந்தக் கூரைச் சரிவில் ஓரிடம் நோக்கி ஓடியது. அங்கே ஒரு பெரிய தோள் பை.

உடனேயே அந்தத் தோள் பையைக் கழற்றி வெளியே எடுத்தான், பாஸ்கர். அதில் சிணுங்கிக் குலுங்கியது இரும்புச் சங்கிலிகள். நெடுநாட்களாய்த் தங்களுக்குப் பணியே இல்லாமல் போய்விட்டதை, அவைகளின் மேல் படிந்து கிடக்கும் துருவேறிய அரக்கு நிறம் காட்டிக் கொடுத்தது.

பாஸ்கருக்கு உடனேயே புரிந்துவிட்டது. அந்தச் சங்கிலியால் சரவணனின் கை, கால்களை இழுத்துக் கட்டத் தொடங்கினான்.

சங்கிலியின் ஒரு முடிவை பூஜைமேடை இருந்த இடத்தில் ஒரு இரும்பு வளவியோடு சேர்த்துக் கட்டினான்.

நெற்றியில் வழிந்த வியர்வையைச் சுண்டி, ஒரு நீர்க்கோட்டைச் சொட்டவிட்டான். பின்னர் அண்ணாந்தான்.

வெறிப்பான வெறிப்பில் அவனது தாய் அருகே கார்த்திகாவின் அம்மா. விழிகளில் மருட்சியோடு தங்கை. கையைக் கட்டிக்கொண்டு தவிப்பாக அவன் அப்பா... கண்களில் நீர் திரண்டு நிற்க கார்த்திகா!

'அவர்களை ஏன் பார்த்தோம்' என்பது போல் மனம் வருத்தியது. உடனேயே மனத்தைக் கலைத்துக் கொண்டு காடம்மை அருகே சென்று மண்டியிட்டு அமர்ந்தான்.

"பாட்டி! நீ சொன்ன மாதிரியே எல்லாம் முடிஞ்சிடிச்சு. நீ எப்பப் பழைய நிலைக்கு வருவே. அதுக்கு நான் ஏதாவது பண்ணணுமா?"

கேட்க வேண்டியதைக் கச்சிதமாகக் கேட்டான்.

அவள், அவன் எதிரே தன் வளைந்த கைகளை கஷ்டப்பட்டுக் கூப்பினாள். மீண்டும் அதை விடுவித்த போது உருண்டு விழுந்தது ஒரு எலுமிச்சை!

ஆவலாக அதைக் கையில் எடுத்தான்.

அவள் தன் கண்களைப் பம்பரம் போல் பதிலுக்குச் சுழற்றினாள். சரியாக அதைப் புரிந்துகொண்டு, எதிர்க்கேள்வி கேட்டான்.

"இந்தப் பழத்தால் உன்னைச் சுத்தணுமா?" – 'ஆம்' என்பது போல் பரவசம் காட்டினாள், காடம்மை.

உடனேயே அந்தப் பழத்தைக் கையில் பிடித்துக் கொண்டு திருஷ்டிக் கழிப்பது போல் அவளைச் சுற்றினான்.

ஒவ்வொரு சுற்றுக்குமாக அவளது ஒவ்வொரு உறுப்பு சரியானது. நான்காவது சுற்றின் போது காடம்மை எழுந்து அமர்ந்தே கொண்டாள்.

எல்லாரும் பெருமூச்சுவிட்டனர்

காடம்மை உடனேயே கண்களை மூடி, ஒரு வினாடி தியானித்தாள். பிறகு வாய் திறந்தாள்.

"தம்பி! உன் விடாமுயற்சியால் நினைச்சபடி எல்லாத்தையும் முடிச்சுட்டே! உன் குடும்பம் தைரியமா இனி திரும்பிப் போகலாம். சரவணனுக்கு இனி நான் பொறுப்பு. இந்தக் குடிசைக்குள்ளாற அவனால் எந்தச் சேட்டையும் பண்ண முடியாது."

"நீங்க போய் அந்தத் தசதேச விசால சுவடிக் குறிப்புகளைக் கொண்டுக்கிட்டு வாங்க. இவனைப் பிடிச்ச அந்த ஆவியை நான் விரட்டறேன்" என்றாள்.

அவள் அப்படிச் சொன்ன சமயம் அதற்கு எதிர்ப்பாக சரவணன் தேகம் சங்கலிப் பிணைப்பை மீறி எகிறியது. காடம்மை திமிறிய சரவணனைத் தீர்க்கமாகப் பார்த்தாள். அந்தப் பார்வையின் தீர்க்கம் தாங்காமல் அவன் கோணிக்கொண்ட வாய் வழியே பெரிய அளவில் முனங்கினான்.

கார்த்திகா, அதைப் பார்த்து விசும்பியபடியே தனது தாயைத் தேடிப்போய் கட்டிக்கொள்ள, ஆறுதலாக வருடிக் கொடுத்தது, அவளது கரங்கள்.

★★★

கர்ணகடூரமாகத் தென்பட்டார், மலையப்பன். எதிரே தாமஸ் கூனிக்குறுகிப் போய் நின்றிருந்தான்.

"இருபத்தி நாலு மணிநேரத்துல அவனோடு இங்க வரணும்னு சொல்லியிருந்தேன். ஆள் எங்க இருக்கான்னே தெரியலைன்னு

வந்து நிக்கறே. காத்துல கரைஞ்சு மறைஞ்சுட்டானா, அந்த அதிசய மனுஷன். ஒருவேளை அவன் கற்பூர ஜென்மமோ?"

படு கிண்டலாக தாமஸைப் பார்த்து அவர் கேட்ட கேள்விக்கு தாமசிடம் பதிலில்லை.

"இந்த மாதிரி, தலைகுனிஞ்சு வந்து நின்னவன், என் வீட்டை விட்டு ஒழுங்காத் திரும்பினது கிடையாது. தெரியும் தானே உனக்கு?"

கேள்வியோடு கத்தி ஒன்றைக் கையில் எடுத்தார், மலையப்பன்.

26

ஞான மூவேந்திரிய மூலத்துளிப் பயிரே
ஊன கர்மேந்திரிய தேகத்து ஒளிஉயிர்!

–தசதேச விசால சுவடி

மலையப்பனின் கைகளில் மின்னிய அந்தக் கத்தி, தாமசைப் பார்த்து மிரட்டலாக ஜொலித்தது.

தாமஸ் வெளிற ஆரம்பித்தான்.

"வேண்டாம் பாஸ்... நான் சொல்றது சத்யம். இந்த முறை அவனை எப்பாடுபட்டாவது இழுத்துக்கிட்டு வந்துடறேன். என்னை ஒண்ணும் செஞ்சுடாதீங்க."

பரிதாபமாய்க் கெஞ்சினான். அதற்கும் பலனில்லை.

இடக்கையின் புஜத்து மேட்டில் நச்சென்று பாய்ந்து ஒரு நரம்பின் பாதையையும், சதையில் இரண்டங்குலத்தையும் அறுத்துக்கொண்டு கிண்ணென்று நின்றது, கத்தி.

ரத்தம்பீறிட்டு, சட்டையைச் சிவப்பாக்க, வாய்விட்டு அலறினான் தாமஸ்.

"கொல்லணும்னு கத்தி எறியலை. பயம் மனசுல இருக்கணும்னு எறிஞ்சிருக்கேன். அப்படியே டாக்டர் கிட்ட போய் தையல்,

ஊசி போட்டுக்கிட்டு அடுத்த 24 மணிநேரத்துக்குள்றயாவது அந்த அபூர்வ மனிதனோட இங்க வந்து சேரப்பாரு. என்ன?"

மலையப்பன் பேச்சுக்கு தாமஸ் வலியோடு தலையை அசைத்தான்.

வலி முனங்கலுடன் உயிர் தப்பியது ஏசு புண்ணியத்தால் என்று எண்ணியவன், கையை இறுகப் பிடித்துக் கத்தியை வெடுக்கென்று உருவியபடி வெகுவேகமாக அந்த இடத்தை விட்டு நழுவ ஆரம்பித்தான்.

பின்புற முதுகு, ரத்தப் பாய்வால் சொதசொதத்துப் போயிருந்தது.

★★★

வாசல் கூட்டி நீர் தெளித்துக் கொண்டிருந்தாள் சரசு. முகத்தில் இலேசான வெளிச்சம்.

சரவணன் அங்கே வந்து விட்டு ராஜேந்திரன் உயிரோடு இருப்பதாகவும் சிங்கப்பூர் வரை போயிருப்பதாகவும் சொல்லிவிட்டுப் போனதிலிருந்தே அவளுக்குப் பாதி உயிர் வந்து விட்டது.

மறுபாதி உயிரும் அவன் சொன்னது போல் பணத்துடன் வந்து சென்றால் திரும்ப வருமோ என்னவோ?

அவளது நெளிநெளியான பருவ விரல்கள் அந்தந்த வீட்டின் வாசலில் பெரிய தாமரைக் கோலத்தைப் போட்டுக் கொண்டிருந்தன. வீட்டுக்குள்ளே ஒரு மூலைமேல் அவளது அப்பா இருமல் உபன்யாசம் செய்து கொண்டிருந்தார்.

குடித்து விட்டு எறிந்த பீர் பாட்டில்களைப் போல் அவளது தம்பி – தங்கைகள் பாயின் மேல் உறக்கத்தில் ஆளுக்கொரு மாதிரியாகக் கிடந்தார்கள்.

அம்மா உள்ளே சுக்குத் தண்ணீரை வடித்துக் கொண்டிருந்தாள். பாலுக்கு வக்கற்றுப் போன ஏழ்மைக்கெல்லாம் தேவபானம் அது தானே?

மகன் வந்துவிடும் நம்பிக்கை அவளைத் தெம்பாக இயங்க விட்டுக் கொண்டிருந்தது.

திடும் என்று அதை விலக்கும் விதமாய் அரவம்...

வாசற்புறத்தில் சரசு வரைந்து கொண்டிருந்த தாமரைக் கோலத்தின் மேல் புலிச் சீற்றத்துடன் வந்து நின்றது ஒரு ஜீப்.

அதிலிருந்து வழக்கம் போல் ரவுடிகள். குறிப்பாகத் தாமஸ்!

தாமசைப் பார்த்த சரசுவின் விழிகளில் பட்டுப் பூச்சிகள் பயத்தோடு சிறகு விரித்தன.

'திரும்பவும் நீயா?' விக்கித்துப் போய் விதிர்க்க ஆரம்பித்தாள்.

தாமஸ் வீதியில் நின்று எதையும் பேச விரும்பாதவன் போல் விறுவிறுவென்று வீட்டிற்குள் நுழைந்தான்.

எல்லோருமே அவனைப் பின்தொடர்ந்தார்கள்.

இருமிக்கொண்டிருந்த அப்பா ஒரு இருமலின் பாதிக் கட்டத்தில் அதை அப்படியே நிறுத்திவிட்டு, வாய் பிளந்தார்.

தாமஸ் பார்வையை உள்ளே சுற்றிச் சுழலவிட்டான். தோளைச் சுற்றிப் பெரிய பாண்டேஜ் போட்டிருந்தான். 'நம நம' என்று வலி அவனைப் பிய்த்துக் கொண்டிருப்பதை அவனது முகச் சுணக்கத்தால் உணர முடிந்தது.

"எங்கடி அவன்?" சிம்மக் குரலில் கேட்டான்.

"அதான் உன் அண்ணனோட சினேகிதன்."

"எங்களுக்குத் தெரியாது."

"என் காதுல பூ வெக்கிறியா? அப்புறம் உன் நெத்தியில குண்டுப் பொட்டு நான் வெக்க வேண்டி வந்துடும்."

"சத்தியமா தெரியாது. நாங்களே அவன் வருகைக்காகத் தான் காத்திருக்கோம். அப்பவே வரேன்னு சொல்லிட்டுப் போனவன் இன்னமும் வரலை."

“அப்படியா?” என்று கேட்டுக் கொண்டவன் ஒரு ஒடிந்த நாற்காலி மேல் போய் விழுந்தான்.

பாக்கெட்டில் கையை விட்டுப் பணத்தை வெளியே எடுத்தான். கற்றைக் கற்றையாக நோட்டுகள்.

அதைச் சரசுவை நோக்கி விட்டெறிந்தான்.

“எங்களுக்கெல்லாம் இனிமே இங்க தான் சாப்பாடு, தூக்கம், எல்லாம். அவனைப் பாக்காம நான் போகறதா இல்லை. இந்தப் பணத்தைக் கொண்டு எங்களை நல்லா கவனி. ஒழுங்கா நடந்துகிட்டே ஒரு பிரச்னையும் வராது. எடமொடக்கு பண்ணினா நான் மனுஷனா இருக்க மாட்டேன். ஜாக்கிரதை!”

தாமசின் பேச்சை மிரட்சியோடு கேட்டுக் கொண்ட சரசு, பணத்தை எடுத்துக் கொள்ளாமல் சமையல் கட்டை நோக்கி நடந்தாள்.

அவள் அதைத் தொட மாட்டாள் என்பது தாமசுக்கும் புரிந்தது. வந்த சண்டியர்களில் ஒருவனைப் பார்த்தான். அவன் அதைப் பொறுக்கிக் கொண்டு வெளியேறினான்.

வெளியே ஜீப் திரும்பவும் கிளம்பும் சப்தம்.

‘எதற்கு?’

பதில் சில நிமிடங்களில் கிடைத்தது.

திரும்பவந்து நின்ற ஜீப்பிலிருந்து ஒரு கூடை மளிகை சாமான்களுடன் அவன் உள்ளே நுழைந்து கொண்டிருந்தான்!

★★★

காடம்மையின் குடிசை வெறிச்சோடிக் கிடந்தது. எல்லோரும் கிளம்பிப் போய்விட்டார்கள்.

கல் விக்ரக சந்நிதி முன் சரவணன் மட்டும் சங்கிலியால் கட்டப்பட்ட நிலையில் நெளிந்து கொண்டே இருந்தான்.

புணரும் போது நெளியும் நல்ல நாகத்தை விட அதிகமான நெளிசல்.

உதடுகள் இரண்டும் எச்சில் கசிய முனகிக் கொண்டேயிருந்தன. குடிசைக்குப் பின்புறத்தில் நிர்மலமான முகத்துடன் காடம்மை அமர்ந்திருந்தாள்.

எதிரே கண்மாய்க் கரையை ஒட்டிய வானமும் அதில் பறக்கும் பட்சிகளும் அவளை வசியப்படுத்தியிருந்தன. இதமான தென்றல் வேறு. அளவான குளுமையோடு குதூகலமாய் அது அந்தரம் மேய்ந்து கொண்டிருந்தது.

இந்தப் பிரபஞ்சம்தான் எத்தனை அழகானது!

புல்லின் நுனியிலிருந்து சொல்லின் ஒலி வரை அவ்வளவும் ரசனை மயமான இன்பங்கள்... இதே பிரபஞ்சத்தின் உயிர் வாழ்க்கையின் மறுபுறம் தான் எத்தனை கொடுமையாக இருக்கிறது.

கூட்டுக்குள் ஒளிந்திருக்கும் வரை உயிரின் கொடூரம் தெரிவதே இல்லை. அது விலகத் தொடங்கி விட்டால் அதன் பிறகு, அதன் சஞ்சாரந்தான் எத்தனை மர்மமாக இருக்கிறது.

காடம்மை ஞான விசாரத்தில் இருந்தாள். கண்மூடி உடனே தியானத்தாள்.

உள்ளே சரவணன் தீனமாக முனகிக் கொண்டிருந்தான். மதயானை சங்கிலிப் பிணைப்பில் படாத பாடு படுகின்ற மாதிரி...

எட்டிப் பார்த்தாள் காடம்மை. அவனது நெளிசல், அவளைச் சஞ்சலப்படுத்தியது.

எழுந்து உள்ளே சென்றாள். அவன் கால்மாட்டில் நின்று கொண்டாள். அவனையே உற்றுப்பார்க்கத் தொடங்கினாள்.

அவன் முனகலை மீறி மயக்கத்தில் வழுக்க ஆரம்பித்தான்.

ஹிப்னாடிச மெஸ்மரிசச் செயல் போல எது அவனை மயக்கியதோ...

பிறகு காடம்மை வாசற்புறம் வந்து நின்றாள்.

எதிரே அவளது நேசத்திற்குரிய அந்தச் சிறிய கிராமம் தனது பணியில் கருத்தாக இருந்தது.

கறுப்பாகத் தார்ச்சாலை. சின்னச் சின்ன மேடு பள்ளங்களோடு கம்பளிப் புழுப்போல் வளைந்து நெளிந்து மதுரையைப் பார்க்க நீண்டு கிடந்தது.

வாகனங்கள்வேறு அதில் விரைந்து கொண்டிருந்தன.

நவ நாகரிக யுகத்தின் விஞ்ஞானச் சான்றுகளாக அவைகளைப் பார்த்தவள், இந்த யுகத்திலும் கூட விடைகாண முடியாத சூன்யமாக விளங்கும் ஆவி யுகத்தையும் நினைத்துப் பார்த்தாள்.

பேரன் முத்துப்பாண்டி திடும் என்று நினைப்பில் நிமிர்ந்தான்.

'பாட்டி! நான் விளையாடிட்டு வரேன்' - சொல்லி விட்டுப் பழைய சைக்கிள் டயரை உருட்டிக் கொண்டு இதே தார்ச்சாலையில் விறுவிறு என்று ஓடியவன் தான்...!

ஓட்டமா அது...? புள்ளிமான் போல் துள்ளிக்கொண்டு...! பிறகு அவனை முக்குச் சாலையில் பிணமாகப் பார்த்த போது...

காடம்மையின் ஞான உணர்வுகளையும் மீறி, அவள் கண்களில் பாசம் கண்ணீர்த் திரை போட்டது.

ஒரு லாரி மோதியதால் ஒட்டிக் கொண்டிருந்த உயிர் பிரிந்து விட்ட கொடுமை, நெஞ்சைக் கரித்தது.

'ஒரு ஜடப்பொருளின் தாக்கத்தால் உதிர்ந்து போன உயிர், ஏன் ஒரு ஞான வேள்வியின் முயற்சியால் திரும்ப வந்து ஒட்டக்கூடாது. அது சாத்தியமென்றால் இது மட்டும் சாத்தியமில்லையா என்ன?'

மனக்கேள்வியோடு எழுந்தவள் உள்ளே நுழைந்தாள். அந்த மூங்கில் கூடை கண்களை நெருடியது. அதைத் திறந்தாள்.

மழலைப் பிஞ்சான முத்துப்பாண்டி சுண்டிச் சுருங்கி மூலிகைகளின் நெடியோடு ஒட்டி உலர்ந்த சவப் பிண்டமாகத் தெரிந்தான்.

அந்தப் பிண்டத்தை அப்படியே வாரி எடுத்தாள். மார்பு மீது போட்டுக் கொண்டாள்.

"ஆராரோ ஆரிராரோ...
என் தங்க முத்து தாலேலோ...
ஆராரோ ஆரிராரோ...
என் சிங்கமுத்து தாலேலோ..."

பொக்கை வாயை மீறிப் பாசத் தாலாட்டு கன்னத்துக் கண்ணீரோடு போட்டிபோட்டது.

திடுமென்று அவள் சேலைத் தலைப்பு யாராலோ இழுபடும் விதமாக ஒரு உணர்வு. சவப் பிண்டத்தை இறுக்கமாக அணைத்தபடி திரும்பினாள்.

அவள் இடுப்பு உயரத்துக்கு ஒரு புகை உருவைக் காட்டி முத்துப்பாண்டிதான் தென்பட்டான்!

காடம்மையிடம் பரவசம் பெருக்கெடுத்தது.

"முத்துப்பாண்டி..." - உற்சாகமாகக் குரலெடுத்தாள். அவன் சேலைத் தலைப்பை விட்டு விட்டுக் குறிமேடைப் பக்கமாகப் போய் வெண்கல மணியின் மீது தனது காற்று உடம்பைத் தாக்கி, அதைச் சப்திக்க விட்டு, ஏதோ ஒரு ஆபத்துக்கான அறிகுறியை அவளுக்குப் புலனாக்கப் பார்த்தான்.

மணி பெரிதாய் இடம் வலம் அசைந்து சப்தித்தது.

கைகளில் சூட்கேஸ் சகிதம் மாருதியில் அந்தக் குடிசை வாசலை எட்டிய பாஸ்கர், கார்த்திகாவைக் கூட அந்தச் சப்தம் எட்டிவளைத்தது?

27

'உலகிலே எந்தப் பொருளையும் குறுக்கே வைத்து ஆவிகளின் நடமாட்டத்தைத் தடுக்க முடியாது. பூட்டிய அறைகளுக்குள் மிகச் சாதாரணமாக வந்து போக அவைகளால் முடியும். நினைவின் வேகத்தில் அவற்றால் எங்கும் போய் வரமுடியும். காலமும் இடமும் அவற்றைக் கட்டுப்படுத்தாது.'

– 'வழிகாட்டும் ஆவிகள்' நூலில் புலியூர்க்கேசிகன்

காதில் மோதிக் கரைந்த மணி ஓசையைப் பற்றி நினைத்தபடியே கார்த்திகாவும் பாஸ்கரும் காரை விட்டு இறங்கினார்கள்.

காருக்குள் ஒரு நீண்ட பயணத்துக்கு அவர்கள் தயாராகிவிட்டதைப் பின்பக்கமாக அடைத்துக் கொண்டிருக்கும் சூட்கேஸ்களும், பிக்னிக் பேக் நிறைய நிரம்பி வழியும் காபி பிளாஸ்க், பிரெட், பிஸ்கெட் பாக்கெட்டுகளும் எடுத்துக்காட்டின.

"பாஸ்! இப்ப என்ன மணி சப்தம்? பாட்டி ஏதாவது பூஜை கீஜை செய்யுதா?" கேட்டபடியே குடிசையை நோக்கிக் கால் எடுத்தாள் கார்த்திகா.

"யாருக்குத் தெரியும்? போய்ப் பார்ப்போம். வா!" என்றான் பாஸ்கர்.

இருவரும் பேசியபடியே குடிசைக்குள் நுழைய, கார்த்திகாவின் பார்வை முதன் முதலாக சரவணன் மேல் போய்க் கவிழ்ந்தது.

சாதாரணமாக முன்பு எங்கே அவனைப் பார்த்தாலும் காதல் வழிய அவள் பார்ப்பதும், அதை அவன் புன்முறுவலுடன் அங்கீகரித்து, கண்டிப்பதும் சகஜமாகியிருந்த நிலையில், இப்பொழுது அதற்கெல்லாம் வழியற்றுப் போய்ச் சங்கலிகளின் கட்டுப்பாட்டில் ஒரு பைத்தியக்காரனைப் போல் படுத்துக்கிடக்கும் சரவணன் அவள் மனத்தில் துயர ஆணிகளைச் சொருகினான்.

என்ன ஒரு கம்பீரமானவன் இவன்? நீல நிற உடுப்பில் 'டக்' செய்த ஸ்டைலில், பவர் ஷூ சப்திக்க நடந்து வரும் தோரணையே இந்திர சந்திரஹாசமாக இருக்குமே...!

மார்பின் மேல் போய் மெத்தென்று விழுந்தால் வலிக்காமல் அணைத்துச் சூடேறி விடுவதில் சூரனாக இருந்தானே...!

இன்று எல்லாம் எங்கோ போய்விட்ட நிலையில் பேய்க்கு ஆட்பட்டு இப்படி நிறம் மாறி உரு மாறி...

நினைவுகளில் சோகம் அலையடிக்க அப்படியே கார்த்திகா ஸ்தம்பிக்க, பாஸ்கர் காடம்மையைப் பார்த்து ஸ்தம்பித்திருந்தான்.

அவள் முத்துப்பாண்டியின் மாய விளையாட்டில் லயித்திருந்தாள்.

தானாக இட வலமாக மணி ஆடிக்கொண்டு சப்தம் சிந்த, காடம்மையின் முந்தானை விரல் பற்றி இழுக்கப்படுவது போல் அந்தரத்தில் இழுக்கப்பட... இதை எல்லாம் பார்த்த பாஸ்கர், கண்களைப் பெரிதாகக் கசக்கிவிட்டுக் கொண்டான்.

கார்த்திகாவின் தோளைத் தொட்டு அந்த மாய நிகழ்வை அவளுக்கும் காட்டினான். அவள் பார்த்து விட்டு வாய் பிளந்தாள்.

"பாஸ்...? இதெல்லாம் என்ன?" சற்றுப் பெரிதாகவே வாய்விட்டுக் கேட்டுவிட்டாள்.

சப்தம் கேட்டுக் காடம்மை வெடுக்கென்று திரும்பினாள். இருவரையும் பார்த்து விட்டு முகத்தைச் சற்றுக் கடுமையாக்கினாள். பாஸ்கர் அதைப் புரிந்துகொண்டான்.

"மன்னிச்சுக்கோ பாட்டி, நீ இப்படி ஏதோ முக்கியமான நிலையில் இருப்பேன்னு எனக்குத் தெரியாது. நாங்க பொதிகை மலைக்குக் கிளம்பிட்டோம். உன்கிட்ட சொல்லிட்டுப் போகத்தான் வந்தோம்" என்றான்.

காடம்மை முக இறுக்கம் சற்றுத் தளர்ந்தது.

"பாட்டி! இப்ப என்ன பண்ணிக்கிட்டிருக்கே. யார் உன் சேலையைப் பிடிச்சு இழுக்கறது!"

கார்த்திகா ஆவலாகக் கேட்டாள்.

காடம்மை முகம் இளநகையால் நிரம்பியது. ஆரம்பத்திலே இருந்தே இந்தப் பெண் அவநம்பிக்கையாகவும், பயம் பரவசம் மிகுந்தவளாகவும், உலக மாயா ரகசியங்களை உடனே தெரிந்து கொண்டாக வேண்டிய ஆர்வம் உள்ளவளாகவும் இருந்தது வருவதை அவள் உணர்ந்து வைத்திருப்பதால் கார்த்திகாவின் ஆர்வம் அவளுக்குச் சற்று சிரிப்பையே உண்டு பண்ணியது.

"என்ன பாட்டி சிரிக்கறே?" – கார்த்திகா நிமிண்டினாள். காடம்மை வாய் திறந்தாள்.

"நான் உன்னைப் பார்த்துச் சிரிக்காம, என்ன பண்ணட்டும்? சின்னக் குழந்தை மாதிரி நீ சில சமயம் பேசறது எனக்குச் சிரிப்பைத் தான் தருது" என்றவள் சரவணனைப் பார்த்தாள்.

அவன் சக்தியற்றவன் போல் சரிந்து கிடந்தான். சங்கிலிகளை வெறுத்துப் போய் பார்த்து வெறித்துக் கொண்டிருந்தான்.

திடீரென்று திரும்பவும் பக்கத்து மணி, பெரிதாக சப்தமிட்டது.

மூவரும் அதைச் சற்று அதிர்ச்சியுடன் பார்த்தனர். காடம்மை இந்த முறை படுதீர்க்கமானாள்.

"முத்து... என்னடா விஷயம்? ஏன் இப்படி சுத்திச்சுத்தி வர்றே? முடிஞ்சா உன் உடம்புல நுழையப் பாரு. கரைஞ்சு போயிட்ட ரத்தம் கரைஞ்சு உடம்பு முழுக்க ஓடி உன் இதயம் துடிக்கணும். நாடிகள் எல்லாம் பட்பட்டுன்னு வேலை செய்யணும். அதுக்கு நான் உகந்த மூலிகை வெச்சிருக்கேன். உன்னால திரும்ப உள்ள நுழைஞ்சு அந்த இதயத்தை அசைக்க முடியுதா பாரு. இந்தப் பித்தளை மணியை அசைக்க முடியுது. அதை உன்னால் செய்ய முடியலையா?"

காடம்மையின் பேச்சை இருவரும் ஆச்சரியத்துடன் கேட்டனர்.

'பாட்டி யாருடன் பேசுகிறாள். பேரனுடனா?' - கார்த்திகாவின் விழிகள் அங்கே முத்துப்பாண்டியைத் துழாவின.

ஆனால், மணியோ எதற்கும் இடம் கொடுக்காத படி 'ஆபத்து ஆபத்து' என்பது போல் தொடர்ந்து சப்தம் போட்டுக் கொண்டேயிருந்தது.

காடம்மை முகம் லேசாகக் கலவரப்பட ஆரம்பித்தது.

"ஏதோ பெரிய விவகாரம் போல இருக்கு. அதான். என் பேரன் மணியை வந்து மோதறான். எலே, என்னடா விஷயம்?"

கேட்டான். கேட்டுவிட்டுத் தீவிரமாக யோசித்தவள் பாஸ்கரைப் பார்த்தாள்.

"தம்பி... என் பேரன் எதையோ சொல்ல நினைக்கிறான். ஓடிப்போய் ஒரு கரித் துண்டையும் ஒரு அலுமினிய டம்ளரையும் எடுத்து வா" என்றாள்.

வினாடிகளில் அதைச் செய்தான் பாஸ்கர்.

"தம்பி! தரையில் நான் சொல்ற மாதிரி எழுது" என்றவள் தரையைக் காட்டினாள். சாணித் தரைபரப்பில் பாஸ்கர் கரித்துண்டுடன் எழுதத் தயாரானான்.

"சரவணனுக்கு ஆபத்துன்னு எழுது" என்றாள். அவ்வாறே எழுதினான்.

"சரவணனுக்குப் பெரிய ஆபத்துன்னு எழுது" என்றாள். அவ்வாறே எழுதினான்.

"சரவணனைப் பத்திரமாகக் கவனமாகப் பாதுக்காக்கவும்'னு எழுது"

எழுதினான்.

"சரவணனைப் பிடித்த ஆவிக்குப் பலம் அதிகம். ஜாக்கிரதை."

"சரவணனை அவிழ்த்து விட்டுவிடுங்கள்."

"சரவணன் உயிர் போகப் போகிறது - ஜாக்கிரதை!"

அவள் சொன்னதைப் போலவே வரிசையாக எழுதிவிட்டு அலுமினியத் தம்ளரை அந்த வாசகங்கள் மேல் கவிழ்ந்து வைத்தான் பாஸ்கர்.

ஆள்காட்டி விரலால் தம்ளரின் பின் பரப்பை லேசாகத் தொட்டான்.

எந்த வரிகள் மேல் தம்ளர் நகர்ந்து செல்கிறதோ அதுவே முத்துப்பாண்டி சொல்ல வந்த விஷயம் என்று முடிவு கட்டத் தோதாக மூவரும் தயாராயினர்.

கார்த்திகா, காடம்மையின் புத்திசாலித் தனமான போக்கை எண்ணி வியப்பில் மூழ்கியிருந்தாள்.

"பாட்டி! இதுதான் ஆவி கூடப் பேசற முறையா? நான் எங்க தாத்தா, பாட்டி கூட இந்த முறைல பேசமுடியுமா?" - பட்டென்று கேட்டாள்.

காடம்மை பதில் பேசாமல் தம்ளர் நகர்வதைப் பார்க்க விரும்பினாள்.

தம்ளர் எந்த வாசகம் மேலும் நகராமல் வெறும் தரையில் நத்தை போல் ஊர்ந்து சென்றது.

காடம்மை, குழம்பிப் போனாள்.

"இந்த வரிகள்ல இல்லாத எதையோ ஒண்ணைச் சொல்ல விரும்பறான். ஐந்தாம் வகுப்பு வரை தான் படிச்சவன் என்

பேரன். அவனுக்கு இங்கிலீஷ் எல்லாம் தெரியாது. எப்படி அவன் கிட்ட இருந்து செய்திய வாங்கறது?"

வாய் விட்டுப் புலம்பினாள்.

"பாட்டி! அன்னிக்கு உன் பேரன் என் கூட பேசினானே இப்பவும் பேசச் சொல்லேன்?" - உற்சாகமாய்ச் சொன்னாள் கார்த்திகா.

"எல்லா நேரமும் பேச முடியாது. காற்றுல ஒலி அலைகளை உருவாக்க ஸ்தூலத் தொடர்பு வேணும். அது இல்லாத பிரேத ஆன்மாக்கள் ரொம்ப அபூர்வமா சில நேரம் மட்டும் பேசும். நிறைய விஷயம் சொல்லணும்னா இப்படித்தான் எழுதிக் கேட்டாகணும்?

படித்த நபர்களா இருந்தா நமக்குள் புகுந்து நம் கை மூலம் எழுதியே காட்டுவாங்க. ஆனால், இவனால் இவன் வயதுள்ள உடம்புல தான் எளிதாப் புகுந்து தற்காலிகமா நின்னு எழுத முடியும். உன் அண்ணன் மாதிரி அஷ்டம ஜனேந்திரியன் உடம்புல தான் நிரந்தரமாத் தங்க முடியும்" என்று அதற்கு ஒரு நீண்ட விளக்கம் தந்தாள், அவள்.

"பாட்டி, அப்ப நான் அந்த முருகங்கற பொடியனைப் போய் இழுத்து வரவா?" கேட்டான் பாஸ்கர்.

"அதுக்கு இப்ப அவகாசம் இல்லை" என்று சொன்ன காடம்மை, தன்னையே மீடியமாக்கிக் கொள்ள முன்வந்தாள்.

கையில் கரித்துண்டை எடுத்துக் கொண்டவள் முத்துப்பாண்டியை நினைத்து அவனை அழைத்தாள்.

"டேய்முத்து... இந்தப் பாட்டி உடம்புக்குள்ள வாடா... சிரமப்பட்டாவது வாடா... என்ன நினைக்கிறியோ அதை இந்தக் கரித்துண்டு மூலமா எழுதிக்காட்டு. வாடா... வாடா... உனக்கு வசதியா நான் சுவாச பந்தனம் பண்ணிக்கறேன். வா... வா..."

என்றவள் சட்டென்று மூச்சு விடுவதை நிறுத்தி மார்பை விறைப்பாகத் தூக்கி, உடம்பைச் சிலை போல், ஆக்கிக்கொண்டாள்.

சிலவினாடிகள் மவுனமாகக் கழிய அவள் வலதுகை தானாக அசையத் தொடங்கியது. அது எதையும் எழுதாமல் படம் ஒன்றை போடத் தொடங்கியது.

அந்தப் படம் ஏறத்தாழ சங்கிலிக்குறும்பன் உருவத்தை ஒத்திருந்தது.

✦ ——— ✦

28

‘சூனியக் கலையில் மலையாளிகள் வல்லவர்கள். இவர்களை ஒடியன்கள் (Odiyans) என்பர். இவர்களைப் பற்றி கோவிந்த நம்பியார் என்பவர் 1900–ஆம் ஆண்டு மே மாதம் இந்தியன் ரிவீயூவில் (Indian Review) விபரமாக எழுதியுள்ளார்.

இவர்கள் ஒரு நபரைக் கொல்ல நினைத்தால் நள்ளிரவில் அந்த நபரின் வீட்டு முன் காளைமாட்டு வடிவில் நிற்பார்களாம். உள்ளே தூங்கிக் கொண்டிருக்கும் நபரை மந்திரத்தால் விழிக்கச் செய்து வெளியே வசீகரித்து இழுத்து, கொம்பினால் முட்டிக் கொன்று விடுவார்களாம். ஊராருக்கு இது மாடு முட்டிய சாதாரண விஷயமாகி விடும்’

– ‘பில்லி சூன்யமும் ஆவிகளும்’ நூலில்
ஜெகன்மோகன்

காடம்மையின் துவண்ட கைகள் முத்துப்பாண்டியின் ஆவி மூலமாகக் கரித்துண்டால் வரைந்து காட்டிய உருவத்தைப் பார்த்ததும் கார்த்திகாவுக்கு, கால் நரம்பை நட்டுவாக்களி கவ்வியது போல் ஆயிற்று.

“பாஸ்... நாம் சரவணன் அத்தானை அந்த மயானத்தை விட்டுக் கடத்தினப்போ, உன்னை ஃபாலோ பண்ணித் துரத்தி

வந்தவன் உருவம் மாதிரி இருக்கு இந்தப் படம்!" என்று அலறினாள்.

காடம்மையின் கவனம் அதனால் சிதைந்த போதிலும் கரங்கள் செயலிழக்கவில்லை. அது குடுகுடுப்பைக்காரன் சங்கிலிக்குறும்பன் உருவத்தைப் படுதீவிரமாக அச்சடித்த சித்திரம் போல் ஆக்க முனைந்து கொண்டிருந்தது.

பாஸ்கர் அதையே வெறித்துப் பார்த்துக்கொண்டிருந்தான்.

ஒரு கட்டத்தில் அந்த உருவத்தின் கைவசம் ஒரு கறுப்புக் கயிறு தொங்கிக் கொண்டிருப்பது போல் படம் விருத்தம் பெற ஆரம்பித்தது!

படத்தில் முதுகுக்குப் பின்னால் ஒரு சுரைக் குடுக்கை வேறு இப்பொழுது முளைவிட்டது.

இத்தனைக்கும் பிறகு காடம்மையின் கை தானாகச் சட்டென்று ஒரு கட்டத்தில் அப்படியே தொங்கிப்போனது.

முத்துப்பாண்டி விலகிவிட்டிருந்தான்!

மூர்ச்சித்துப் போனவள் போல் காடம்மை சொத்தென்று தரையில் விழுந்தாள். பிறகு சுதாரித்து நிமிர்ந்தாள். தூக்கம் கலைந்து எழுந்தவளைப் போல, அகல விழி விரித்து அதிசயமான அதிசயங்களைக் கண்டு வருவதால் விதிர்விதிர்த்துப் போய்விட்டிருக்கும் பாஸ்கரையும் கார்த்திகாவையும் அவள் பார்த்தாள்.

"கார்த்தி... நான் இந்த ஆளைச் சரியாப் பார்க்கலை. சுடுகாட்டுல இவனைப் பார்த்ததாச் சொன்னியே... இவன் தானா? நல்ல பாத்தியா?"

"பார்த்தேன் பாஸ்... இவனே தான்! ஆனா, இவனை முத்துப்பாண்டி எதுக்குப் போட்டுக் காட்டறான். இவனால் நம்ப அத்தானுக்கு ஏதாவது ஆபத்தா?"

"யாருக்குத் தெரியும்? ஒரு வாரமா எந்த விஷயம்தான் அறிவுக்கு ஏற்ற மாதிரி நடந்திருக்கு? இது மட்டும் புரியவாப்போகுது?

பாட்டி தான் வழக்கம் போல வழி சொல்லணும். யார் செஞ்ச புண்ணியமோ நான் பாட்டியைப் பார்த்தேன். இல்லேன்னா...?"

பாஸ்கர் மனம் நெகிழ்ந்து பேசினான். அவன் பேச்சு. காடம்மையைக் குளிர்வித்தது. அவள் அவனைச் சந்தோஷம் பொங்கப் பார்த்துவிட்டு, அப்படியே படத்தைப் பார்த்தாள்.

வரைந்த படத்தின் நெற்றியில் கபாலப் பொட்டும், கரிக்கீறலும், நகத்துண்டும் போல் ஒருவரைவும் தெரிந்தது.

'ஜக்கம்மாவின் தீவிர சீடர்கள் தானே இப்படி திலகம் வரிப்பார்கள்?' - அவள் மனதில் வினா முளைத்தது.

வரைந்த உருவத்தை ஊன்றிப் பார்த்தாள். தலைப்பாகை அணிந்த பருத்ததலை. ஆனால், ஒட்டிப்போன கன்னம். குரூரமான கண்கள் கழுத்துவரை மூடிய மேலாடை. பின் முதுகுப் பக்கமாய்ச் சுரைக் குடுக்கை. இடது கையிலோ எமனின் பாசக்கயிறு போல கறுப்புக் கயிறு.

அடப்பாவி... இவன் ஜாபாலி உபாசகனா?

தொண்டையை எதுவோ அடைத்தது போல் ஒரு வினாடி அஞ்சாத அவள் மனமும் விக்கித்துப் போனது. வாய் விட்டுப் புலம்ப ஆரம்பித்தாள்.

"அடேய் முத்துப்பாண்டி... என் ராசா! சமயத்துக்கு வந்து, வர இருந்த ஆபத்தைச் சொன்ன என் பொண்ணு மவனே... என் கட்டித்தங்கம்!"

அவள் குரலின் பிடிபடாத மர்மம் பாஸ்கரையும் கார்த்திகாவையும் முதுகுத்தண்டைச் சிலிர்ப்பித்துத் தூக்கியது.

"பாட்டி என்ன சொல்றே நீ?"

இருவரும் ஒருசேரக் கேட்டார்கள். காடம்மை அவர்கள் பக்கம் திரும்பினாள்.

“என் கண்ணுகளா...! துக்கத்துல ஒரு சந்தோஷம்பாங்களே அந்த மாதிரி இந்த விஷயம் எவனோ ஒரு ஜாபாலி உபாசகன் உங்க அண்ணனைக் குறிவெச்சுக் கிளம்பி வந்துட்டு இருக்கான்.

எப்படியோ, அவனுக்கு உங்க அண்ணனை ஆவி ஆக்ரமிச்ச விஷயம் தெரிஞ்சிருக்கு. அவனுக்குத் தேவையும் அந்த மாதிரி ஆவி புகுந்த ஆளு தான்! அவனைத்தான் என் முத்துப்பாண்டி இங்கே வரைஞ்சு காண்பிச்சிருக்கான். நீங்க கிளம்புங்க. கவலைப்படாதீங்க. நான் பார்த்துக்கறேன்.”

“பாட்டி! என்ன பாட்டி நீ சொல்றே. ஜாபாலி உபாசகன்றது யார்? அவனுக்கு எதுக்கு என் அண்ணன்?”

“இனிமே தான் அவனை நான் யாருன்னு தெரிஞ்சுக்கணும். கவலைப்படாம நீங்க கிளம்புங்க. உங்க முயற்சி ரொம்ப வேகமா நடக்கட்டும். நாலு நாள்ள வந்து சேருங்க!

பொதிகை மலைங்கறது ஒரு பொதுவான பேர். குற்றாலத்துல செண்பகா தேவி அருவிக்கு மேலே, நீங்க பல மைல் தூரம் போய்த் தேடணும். ஒரு குறிப்பிட்ட இடம்னு அந்த விருச்சிகானந்தருக்குக் கிடையாது.

குறிப்பா நாளைக்குக் கார்த்திகை நட்சத்திர நாள். செண்பக அருவிக்கு வந்து குளிச்சிட்டுக் கந்தர் தியானம் செய்ய அந்த விருச்சிகானந்தர் அங்கு வரக்கூடும்.”

“பாட்டி அவரை எப்படி அடையாளம் கண்டுபிடிக்கறது நாங்க?”

“நீங்க அவரைத் தேட வேண்டாம். அவரே உங்களை அடையாளம் கண்டுக்குவார். அவரைப் பற்றிய நினைப்போட யார் அவரைக் கடந்து போனாலும் அவர் ஆத்ம உணர்வுக்கு அது தெரிஞ்சிடும். அவர், தானா உங்களை அழைச்சு விசாரிப்பார்.”

“பாட்டி, கண்டிப்பா அவர் விசாரிப்பாரா? எதுக்கும் அவர் பற்றின அடையாளத்தை சொல்லேன்!”

“விசாரிப்பாரம்மா...! இந்த மாதிரி விஷயம் எல்லாம் முழுக்க முழுக்க நம்பிக்கையை மைய்யமா வெச்சது. மனசு நம்பிக்கையில் நிரம்பி இருந்தா தான் உங்க ஆத்ம உணர்வு உங்களுக்கு ஒத்துழைப்பு தரும்.

நம்பினவர்க்கு நடராசன். நம்பாதவர்க்கு எமராசன்கறது பழமொழி.”

காடம்மையின் சமாதானத்தை அரைமனதாக ஒப்புக்கொண்டு, காரை நோக்கி இருவரும் கிளம்பினர்.

“பாட்டி! அண்ணன் ஜாக்கிரதை.” “பாட்டி! அத்தான் பத்திரம்”– என்று மாறிமாறி இருவரும் சொல்லிக்கொண்டு காரில் ஏறினர்.

கார் சீறிக்கொண்டு கிளம்பியது, காடம்மை பெருமூச்சோடு உள்ளே திரும்பினாள்.

முதல் காரியமாக, கரிச்சித்திரமாக இருந்த அந்த உருவத்தை ஊன்றிப் பார்த்தாள்.

‘யார் இவன்?’ - கேள்விக்குள் விடைதேடி வழுக்கிய அதேசமயம்...

★★★

விமான நிலைய வளைவில் சங்கிலிக் குறும்பன் தனி மனிதனாக வந்து கொண்டிருந்தான்.

அகலக் கால் விரித்து விரைப்பாய் மார்பை வைத்துக் கொண்டு ராணுவ வீரனைப் போல், ஆனால், வெறித்த விழியோடு...

தோளில் ஜோல்னாபை இருந்தது.

அதனுள் எதுவெல்லாமோ இருந்தன. ஆனால், குறும்பனின் வலது கையோ மாந்தரீகச் சித்தரின் வலகரத்து எலும்புத் துண்டம் மேலேயே இருந்தது.

அந்த எலும்புத் துண்டை ஒட்டி நான்கு ஜாதிக்காய்கள் கிடந்தன. அவைகளில் இரண்டைப் பற்றிக் கொண்டான்.

பாரதிநகருக்குச் செல்லும் முக்குச்சாலை வந்த இடத்தில் அந்த ஜாதிக்காய்களை எடுத்து, தார்ச்சாலையின் நடுவில் வைத்தான். எதிரே ஒரு லாரி படுவேகமாக வந்து கொண்டிருந்தது. சட்டென்று ஒதுங்கி ஒரு பாதசாரி போல் நின்றான்.

ஜாதிக்காய் இரண்டும் நடுச்சாலையில் அவன் வைத்த மாதிரியே இருந்தது. அவைகளை ஊன்றிப் பார்த்தான். முப்பது வினாடி ஊன்றிப் பார்த்த பிறகு முப்பத்தியோராவது வினாடியில் அது இரண்டும் தானாக உருண்டு முக்குச்சாலையில் இறங்கிப் பாரதி நகரை நோக்கி உருண்டு செல்லக் கண்டான்.

உற்சாகமாய் அதைப் பின்தொடர்ந்தான். அதேசமயம் அந்தச் சாலையில் ஒரு மரத்தின் அடியில் சில ஆடுமாடுகளுக்கு நடுவே ஒரு சிறுவன் அழுக்கேறிய நிலையில் ஒரு பாறை மேல் மல்லாந்திருந்தான்.

அவன் கைவசம் அசைந்தபடி ஒரு கொம்பு இருந்தது. ஏதோ ஒரு அரசமரத்தில் உடைத்து எடுத்து வந்திருந்த சிறுகிளை.

அந்தக் கழியின் நுனியில் சில அரச இலைகள் உதிராமல் தொற்றிக் கொண்டிருந்தன.

உருண்டு வரும் ஜாதிக்காய்கள், அசையும் அந்த அரச இலைக்குக் கட்டுப்பட்ட மாதிரி ஒரு இடத்தில் அப்படியே நின்றன.

பின் தொடர்ந்து வந்த குறும்பன் அதைப் பார்த்துத் திகைத்தான். நிமிர்ந்து அந்தச் சிறுவனைப் பார்த்தான். அவன் கைகளில் இருக்கும் அரச மரக்கிளைக் கொம்பு அவனுக்கு எரிச்சலை வரவழைத்தது.

கீழே குனிந்து ஜாதிக்காய் இரண்டையும் பொறுக்கி எடுத்துக்கொண்டவன், மெல்ல அந்தச் சிறுவனை நோக்கி முன்னேறினான்.

அரசுக்குத் தெய்விக வல்லமை இருப்பதும், அது ஏவல் பூதம், பைசாசங்களுக்கச் சிம்மசொப்பனம் என்பதும், எந்த

ஏவல் சக்தியும் அரசமரத்தைப் பார்த்த மாத்திரத்தில் நாய் போல் சுருண்டு, தங்கள் சக்தியை இழந்துவிடும் என்பது நிதர்சனமாய் உணர்ந்த நிலையில், படுகோபத்தோடும் தன் பயணம் தடைப்பட்ட வேகத்தோடும் அந்தச் சிறுவனை நோக்கி அதிர்வாக நடந்தான்.

அந்தச் சிறுவன் சப்தம் கேட்டு நிமிர்ந்தான். நிமிர்ந்தவன் எழுந்து நின்றுகொள்ள, அவன் நின்ற இடத்துக்குக் கீழே, ஏதோ ஒன்று அவன் கணுக்காலைக் குத்தலாக நிரடியது.

✦ ——— ✦

29

குறிக்கோளற்று அலையும் ஆன்மா, தன் பிறவியை வீணாக்கிவிட்டது தான்.

பரமாத்மாவுக்கு இரக்கம் ஏற்பட்டு இதை மடக்கி நேர்வழியில் செலுத்தும். ஆத்மா விரும்பும் அனுபவங்களை ஒரே பிறவியில் அடைய முடியாது. ஆகவே தான் தொடர்ந்து பல பிறவிகள் எடுக்கின்றன."

– 'வழிகாட்டும் ஆவிகள்' நூலில் புலியூர்க்கேசிகன்

தன் காலை நெருடிய அந்தப் பொருளை என்னவென்று அந்தச் சிறுவன் பார்ப்பதற்குள், படு அதட்டலாக அவனை எதிர்கொண்டான் சங்கலிக்குறும்பன்.

"டேய் ஆருடா நீ...? இங்க என்ன பண்ணுறே?" – இந்தக் கேள்விக்கு அந்தச் சிறுவன் பதில் சொல்லாமல் தனது அரசங்கொம்பைத் திருகியபடியே குறும்பனை வெறித்தான்.

"தூக்கிப்போடுடா அந்தச் சனியனை...!" கத்தினான் சங்கிலிக் குறும்பன். குரலில் ரவுத்திரம் கூடிப்போனது. அந்த ரவுத்ரம் தாளாமல் அந்தக் கொம்பைக் கீழே நழுவவிட்டான் அந்தச் சிறுவன்.

அது, காலை நெருடிய பொருளை மூடிய படி தரையில் விழுந்தது.

“அதை எடுத்து ஒடிச்சுத் தூக்கி எறிடா...” திரும்பவும் கத்தினான் குறும்பன். ஏனோ அந்தச் சிறுவன் இந்தமுறை, குறும்பனின் அதட்டலால் நடுங்க ஆரம்பித்துவிட்டான்.

மெள்ளப் பார்வையைச் சுற்றிச் சுழலவிட்டவன், ஒரு கட்டத்தில் அரவம் கேட்டுத் துள்ளி அகன்ற புள்ளிமான் போல் விருட்டென்று ஓட ஆரம்பித்தான்.

குறும்பன் அதை லட்சியம் செய்யாமல் அந்த அரசங்கொம்பையே பார்த்தபடி அதன் அருகில் சென்றான். வேகமாகக் குனிந்து அதைக் கையில் எடுத்து அதன் இலைகளை வேகமாக உருவி, அந்தக் கிளைக் கொம்பைச் சுக்கல் சுக்கலாக ஒடித்தான்.

காற்று பலமாக வீச ஆரம்பித்திருந்த அந்த வேளையில் அவன் ஒடித்துப் போட்ட அந்தக் கிளைச் சுக்கல்கள் காற்றில் திக்குத் திசை தெரியாமல் அடித்துச் செல்லப்பட்டன. அசந்தால் குறும்பனின் கழுத்துத் துண்டு கூட பறந்து போகும் போலத் தோன்றியது.

வானம் கரித்துண்டு போல் மேகங்களைக் கூட்டி வந்து குழுமத் தொடங்கியிருந்தது. நல்ல மழை வருவதற்கான அறிகுறிகள் தென்படத் தொடங்கின.

குறும்பனைச் சூழ்நிலை கலக்கியது.

நெற்றியிலும், இடது – வலது நெற்றிப்பொட்டிலுமாக, அவன் இட்டிருந்த ‘கபால அஞ்சனம்’ மிக லேசாக நாகரிக மங்கையர்கள் நெற்றியில் இட்டுக் கொள்ளும் ஒரு புள்ளி அளவான பொட்டுப் போல் இருந்தது.

அது பெய்யப் போகும் மழையில் கரைந்து போனால் வந்த காரியம் கைகூடாமல் வெறும் கையோடு திரும்ப வேண்டிய

துர்ப்பாக்கிய நிலை ஏற்படும் என்று எண்ணியவன், அந்த மை, மழை விழுந்தால் கரையாமல் இருக்கத் தோதாகத் துண்டை உதறித் தலை மேல் விரித்துக் கொண்டான். வேகமாக எங்காவது பதுங்கினால் தேவலை என்று மழைக்கு ஒதுங்க இடம் தேட ஆரம்பித்தான்.

ஒரு வினாடி, பத்து லட்ச ரூபாய் பணமும், அவன் முன்னே அணிவகுத்து, 'உன் வசம் நாங்கள் அகப்பட மாட்டோம்' என்று சொல்வது போல் பிரமை தட்டியது. 'அஞ்சனாப் பியாசமும் பைசாச சக்தியும் நிச்சயமாக இந்தப் பகுதியில் பணம் இருக்கும் இடத்தைச் சுட்டிக்காட்டி விடும் என்று நம்பியவன், வருகின்ற மழைக்காக முதலில் வருந்தினான்.'

மழை சற்று தாமதமாகத் தான் வரும் போல் தோன்றியது. ஆனால், இருட்டு கூடு கட்டத் தொடங்கிவிட்டது.

மின்னல் ஒன்று தனது பூர்வ பட்சக் கிளை விரல்களை வானத்து வடக்கில் அதட்டலாய்ப் பரப்பி மின்னியது. படு பயங்கரமாய் வானமளவு கண்ணடி, தரை தட்டின மாதிரி சப்தம் போட்டது.

அந்த வெளிச்சத்தில் சரவணனின் புதிய வீடு, அந்தப் பிராந்தியத்திலேயே ஒரே ஒரு வீடு, இது மட்டும் தான் என்பது போல், கட்டப்பட்ட வாழை மரம் கூட அவிழ்க்கப்படாத நிலையில், தொலைவில் குறும்பன் பார்வையில் தென்பட்டது.

ஓடிப்போய் அந்த வீட்டில் தற்காலிகமாக ஒதுங்க விரும்பினான். தோளை வளைத்துக் கிடக்கும் ஜோல்னாவைச் சுமந்தபடி மண்பாதையில் அவன் வேகிக்க அரும்பித்தான்.

அந்த ஆரம்பத்தில் அவன் பாதத்தையும், அரசங்கொம்பு மூடிய அந்தப் பொருளின் ஒரு முனை இடறத்தான் செய்தது.

'சை!' சலிப்பாகவும் எதார்த்தமாகவும் இடறுவதாக எண்ணியவன், ஒரு எகிறு எகிறி வலியோடு முகம் சுளித்தான்.

அவன் எகிறிய எகிறலில் ஜோல்னாப்பையில் அவன் வைத்திருந்த ஜாதிக்காய்கள் தானும் எகிறித் தரையில் விழுந்தன. விழுந்தவை கச்சிதமாக உருண்டு, அந்தப் பொருளை நோக்கிக் காற்றில் உருளுவது போல் உருண்டு சென்று நின்றன!

இதை எல்லாம் குறும்பன் கவனிக்கவில்லை.

சரவணனின் புதிய வீட்டை நோக்கி – அது தான் அவன் வீடு என்ற புரிபாடே இல்லாமல், நடக்க ஆரம்பித்தான். வானம் சடசடத்து ஒன்றிரண்டு தூறல் போடவும், அவன் நடை ஓட்டமானது.

★★★

கார் எழுபது கிலோமீட்டர் வேகத்தில் விரைந்து கொண்டிருந்தது?

தென்காசி நாற்பது கி.மீ. என்ற மைல் கல்லின் அறிவிப்பைப் பார்த்து ஆழமாக ஒரு பெருமூச்சு விட்டு மார்பைத் தூளியாக்கினாள், கார்த்திகா.

பாஸ்கர் காரை ஓட்டிக்கொண்டிருந்தான். பெருமூச்சு விட்ட கார்த்திகாவைப் பார்த்து லேசாகச் சிரித்தான். அவன் சிரிப்புக்குக் காரணம் தெரியவில்லை.

"என் பாஸ் சிரிக்கிறே" என்று கேட்டாள்.

"அழுதா நல்லா இருக்காது பார். அதனால தான் சிரிக்கிறேன்."என்று பொடி வைத்துப் பேசினான் அவன். வாஸ்தவம்தான் என்பது போல் மவுனம் சாதித்தாள். அவள்.

"அத்தானுக்கு நேர்ந்திருக்கிற நிலையை இப்பக் கூட என்னால் ஜீரணிக்க முடியலை. இதெல்லாம் கனவா இருக்கும்னு நெனைச்சுக் கையைக் கிள்ளிக் கூடப் பார்க்கிறேன். ஆனா கனவில்லை. நிஜம். ஆவி ஆக்ரமிப்பு, காடம்மை சந்திப்பு,

சுடுகாட்டு விசயம் இப்ப ஏதோ சுவடியைத் தேடிப் பயணம்னு – நம்ப வாழ்க்கைதான் எப்படி எப்படியெல்லாம் போய்க்கிட்டிருக்கு பார்த்தியா?"

"பெரியவங்க சொல்வது சரிதான். நம்பப் பிடியே நம்ப கையில் இல்லை தான்"

பாஸ்கர் பெரிதாகச் சலித்துக் கொண்டான்.

"ஆமா, இப்ப அந்தப் புது வீட்ல யார் இருக்கா? உங்க அப்பாவா? இல்லை, பூட்டி வெச்சிருக்கீங்களா?"

கார்த்திகாவின் கேள்விக்குப் பாஸ்கர் முகம் சுணங்கி யோசித்துவிட்டு, "அப்பா தான் இருக்கார்னு நினைக்கிறேன்." என்றான்.

"தனியாவா?"

கார்த்திகா கண்கள் அகல விரியக் கேட்டாள்.

"இல்லை அவரோடு சினேகிதர் சுவாமிநாதன்னு ஒருத்தர் அவரும் இருக்கார்."

பாஸ்கரின் பதிலைத் தொடர்ந்து சீட்டில் பின்னால் மீண்டும் ஆசுவாசத்தோடு மல்லாந்தாள் கார்த்திகா.

வளப்பான பொதிகை மலையின் புசுபுசு சரிவுகள் மெல்லக் கண்ணுக்குப் புலனாகத் தொடங்கின.

★★★

அதே சமயம்....

கதவைத் தட்டிய சங்கிலிக் குறும்பனை ஆச்சரியமாகப் பார்த்துக் கொண்டிருந்தார் சுவாமிநாதன் என்னும் அந்த நபர். சரவணன் அப்பாவின் நண்பர்!

"யார் நீ? என்ன வேணும்?" - கேட்டார்.

"வெளிய மழை வரும் போல இருக்கு. தற்காலிகமாக இங்கக் கொஞ்சம் முடங்கிக்கிறேன் சாமி..."

மிகப் பணிவாகப் பேசிக் குறுகினான் சங்கிலிக்குறும்பன்.

"சரி வா உள்ளே...!"

நுழைய கால் எடுத்தான். 'வராதே' என்பது போல் ஒரு பல்லி எகிறி அவன் நெற்றிப் பொட்டில் விழுந்து மேனி மேல் இடப்புறமாய்ச் சரசரக்க ஓடித் தரை இறங்கியது.

குறும்பன் முகம் உடனேயே இறுகியது.

30

'ப்ராணா அக்ஷரா' என்பது மந்திர சாஸ்திர நூலாகும். இதை எழுதியவர் ஒடிஷிய ரிஷி என்பவர். இவருக்குப் பத்து சீடர்கள்.

"கையாதா, வராகநூரர், நரேன், கோதகர், தன்கிணிவந்திரி, சிங்கசனாகி, வெட்டலா, பகத்காளிதாசா, காசியப்பா ஆகியோர். பின்னர் இவர்களே ஆகாயத்தில் சப்த ரிஷி மண்டலம் எனும் நட்சத்திரக் கூட்டமானார்கள்!"

'பில்லி சூனியமும் ஆவிகளும்' - நூலில் ஜெகன்மோகன்

சங்கிலிக்குறும்பனின் மேனி மேல் விழுந்து தரை இறங்கி ஓடிய அந்த மனைப் பல்லி, ஒரு கட்டத்தில் அப்படியே நின்று, கழுத்தை உயர்த்திக் குறும்பனைப் பார்த்து வெறித்தது.

சாமிநாதன் அதைப் பார்த்துச் சற்றுச் சங்கடத்துடன் முகம் சுளித்தார்.

அவர் கவனத்தைத் திருப்புவதைப் போல் இடிஇடித்தது. கர்ண கடூரமாய் மின்னல் வெட்டி மழைப் பொட்டுகளை வேக வேகமாகத் தரை இறக்கின.

சாமிநாதனையும் அந்த பெருமழையையும் பார்த்தபடி சங்கிலிக் குறும்பன் சஞ்சலத்தோடு அந்த வீட்டுக்குள் காலெடுத்து

வைத்தான். இப்பொழுது சரவணனின் அப்பா பத்மநாபன் ஒரு அறைக்கதவைத் திறந்துகொண்டு அந்த வீட்டின் ஹாலுக்குள் பிரவேசித்தவராய்ப் புதியவனான சங்கிலிக் குறும்பனைப் பார்த்தார்.

வித்தியாசமாய்த் தென்பட்டான் குறும்பன்.

சகஜ மனிதன் போலல்லால் மாறுபட்டு, முரட்டுத்தனம் முகத்தில் இழையோட...

"யாருப்பா நீ?" – பத்மநாபன் கேட்டார்.

"நான் ஒரு நாட்டு வைத்தியனுங்க! மூலிகை தேடி இந்தப் பக்கம் வந்தேன். வந்த இடத்துல மழை பிடிச்சுக்கிச்சு. அதான் இந்த வீட்டைப் பார்த்து ஒதுங்கினேன்." பொய்யைப் பொருத்தமாகச் சொன்னான், குறும்பன்.

இதற்குள் கதவைச் சாத்தித் தாழிட்டுவிட்டு சாமிநாதன் ஹாலுக்கு வந்தார். ஒரு மெழுகுவர்த்தியை எடுத்துவந்து ஏற்றிவைத்தால் தேவலை என்று தோன்றியது.

மெல்லிய இருட்டில் மூவரும் ஒருவரை ஒருவர் தடவியபடி பார்த்துக்கொண்டு நிற்க, ஒரு வழியாக சாமிநாதன் மெழுகுவர்த்தியை எடுத்துவந்தார். பத்மநாபனைப் பார்த்து, "தீப்பெட்டி இருக்கா பத்மா?" என்று கேட்கவும், அவர் சிரம் 'இல்லை' என்பது போல் இடவலமாய் ஆடியது.

"என்னடா வீடு இது... பேய் இருக்கு, பிசாசு இருக்குன்னு கூட்டிட்டு வந்துட்டு, ஒரு தீப்பெட்டிக்குக் கூட வழி இல்லாதபடி இருட்ல நிக்கவெச்சுட்டயேடா?"

பலமாய்ச் சலித்துக் கொண்டார் அவர்.

சங்கிலிக்குறும்பன் அதைக்கேட்டுச் சிலிர்த்து நிமிர்ந்தான். "ஐயா... இப்ப என்னவோ பேய்பிசாசுன்னு சொன்னீங்களே, என்னய்யா அது?"

ஆர்வமாக எதிர்க்கேள்வி கேட்டான்.

“அந்தக் கதையை நீ வேற எதுக்குப்பா கேட்டுக்கிட்டு. மொத மெழுகுவர்த்தியை ஏத்தற வழியைப் பார்ப்போம். தீப்பெட்டி இருக்கா...?”

“இல்லைய்யா. நீங்க ஏதோ பேய் பிசாசுன்னு சொன்னீங்களே”

“ஏன் பயமா இருக்கா? மழைக்கு வந்தியா? இல்லை எங்க வாயைப் பிடுங்க வந்தியா? நான் தீப்பெட்டிக்கு வழி இல்லாமப் புலம்பிக்கிட்டிருக்கேன்...!”

சாமிநாதனின் அலட்சியமான பதில் குறும்பனைக் காயப்படுத்தியது வேகமாக சோல்னா பைக்குள் கையைவிட்டான். அஞ்சனப் பாத்திரத்தை உள்ளங்கையில் தள்ளிக் கையை இறுக மூடினான்.

உடம்பில் புதிதாக ஒரு பரவசம் பிறந்தது.

நாடி நரம்புகளில் ஒரு தினவுபுதிதாகப் பிறந்து உடம்பை இறுக்கியது. நெற்றிப்பொட்டிலும், தொப்புளுக்குக் கீழிலும், பின் முதுகுக்கு மேல் கழுத்துக்கு மேல் கழுத்துக்கு கீழும் நெருப்பாய் ஒரு தகிப்பு கற்பூரச் சூடாய் உருவானது.

சில வினாடிகளில் மூளைச் செல்களில் ஒன்றிரண்டு, ‘குறும்பா, குறும்பா’ என்று அவனைப் பெயர் சொல்லி அழைத்தன.

குறும்பன் தனக்குள் கூர்மையானான்.

‘நீ போற வழி தப்பு வழி. இந்த வீட்டை விட்டு வெளியே போயிடு. குறுக்கு வழியில போய், நீ நினைக்கறதைச் சாதிக்கிற வேலையை விடு. ஜக்கம்மைக்கு அது பிடிக்காது. அவ தர்மதேவதை.’

யாரோ தனக்குள் பேசியது போல் எச்சரிக்கப்பட்டவன், ஒரு வினாடி கலவரம் அடைந்தான்.

ஜக்கம்மையின் பாத காவலாளி தான் பதவிசாக வந்து எச்சரிக்கிறான். எச்சரிகையை மீறுவது சரி அல்ல என்று உணர்ந்தவன், வீட்டை விட்டு வெளியேறக் காலெடுத்தான்.

மனதில் சபல பூதம் அவனைத் திரும்ப அழைத்தது.

'முட்டாள். இது எப்பேர் பட்ட சந்தர்ப்பம். யாருக்குடா வாய்க்கும் இந்த மாதிரி? அஷ்டம ஜனேந்திரிய ஆவி ஆதிக்கமும், பல லட்ச ரூபாய் ஐசுவரியமும் உன் கவனத்திலும் பார்வையிலும் விழுந்ததற்குக் காரணமே நீ பெரிய வல்லாளகண்டன் ஆகணுங்கறதுக்குத்தானே?'

சற்றே குழம்பிப் போனான் குறும்பன்.

"டேய் சாமிநாதா! பயமா இருக்குடா... வாட நனைஞ்சாலும் பரவாயில்லை, வீட்டை விட்டு வெளிய போய் நிப்போம்" – இடையே பத்மநாபன், சாமிநாதனை அழைப்பது குறும்பன் காதில் விழுந்தது.

கூர்மையானான் குறும்பன்.

"ஐய்யா! கொண்டாங்க அந்த மெழுகுவர்த்தியை. நான் பத்த வெச்சுத் தரேன்!" என்றான் உடனடியாக.

"தீப்பெட்டி இருக்கா?"

"இல்லேன்னா என்ன, வேற வழி இருக்கு!"

"ஆதிவாசி மாதிரி சிக்கிமுக்கிக் கல்லை ஒரசிப் பத்தவெக்கலாம்னு பாக்கறியா? ஆமா கல்லுக்கு எங்கே போக?"

"அதெல்லாம் தேவையில்லை. நீங்க மெழுகுவர்த்தியை கொண்டு வாங்க..."

மெழுகுவர்த்தி அவன் எதிரே வந்தது. குறும்பன் அதை மெல்லிய இருட்டில் முடிந்த மட்டும் தீர்க்கமாய்ப் பார்த்தான். இருவரும் குறும்பனை அதிசயமாகப் பார்த்தனர்.

"என்னய்யா... தான்சேன்ங்கிற மொகலாயக் கவிஞன் மாதிரி பாட்டுப்பாடி எரிய வெக்கபோறியா?" இறுக்கமான அந்த வேளையிலும் சாமிநாதன் 'ஜோக்' அடித்தார்.

"ஐயா, நான் ஒரு உபவாச வைத்தியன். கொஞ்சம் மந்திரஞானம் எனக்கு உண்டு. ஜென்ம ஆத்மாவை ஒருமுகப்படுத்தியும்

வெளிப்புறத்து வாயுவைப் பயன்படுத்தியும் மெழுகுத்திரி எரிய வைக்க முயற்சி செய்யறேன்" என்றவன்,

கைவிரல்களை ஒரு தினுசாகக் கோத்து உடம்பு நரம்பை ஒரு விதமாக முறுக்கிக் கொண்டு பத்மாசனமிட்டான்.

இருவரும் அதிசயமாக அவனைப் பார்த்தனர்.

கண்ணிரண்டும் மெல்ல இடுங்கிக் கறுப்புப் பாப்பா ஒரு கட்டத்தில் அவன் முகத்தில் அறவே காணாமலே போய்விட்டது. அது நாசியின் நடுவில் போய் இடுங்கிக் கொண்டதை அவர்களால் இலேசாய்க் காணமுடிந்தது.

குறும்பனின் நெற்றிப் புருவமையம் இப்பொழுது குறுகுறுத்தது. லேசாக அது உஷ்ணமானது. அதில் இருந்து கண்களுக்குப் புலனாகாத வெப்ப ஆவி ஊதுபத்திப் புகைபோல் வெளிப்பட்டுக் காற்றில் கரைந்தது.

கரையும் அது, காந்தப்புலனைத் தேடும் இரும்புத் துண்டம் போல் மெழுகுவர்த்தியினை நோக்கி அணிவகுப்பது போல்பட்டது.

சாமிநாதனும் பத்மநாபனும் வாய் பிளந்து, ஒரு கட்டத்தில் பற்றிக்கொண்டு பளீரிட்டது.

"வாரேவா..." சாமிநாதன் பெரிதாகக் கைதட்டிப் பரவசப்பட்டுப்போனார்.

"என்ன ஆச்சரியம்... ரிஷிகள் பார்வையினாலேயே நெருப்பை எரிப்பாங்கன்னு கேள்விப்பட்டிருக்கேன் பட்டினத்தார் கூட 'அன்னை இட்ட தீ அடிவயிற்றிலேன்னு' பாடி, ஒரு கூரையையே எரிச்ச வரலாற்றைப் படிச்சிருக்கிறேன் இப்ப நேர்ல உன்கிட்ட பார்க்கறேன். ஆமா! இது எப்படி சாத்தியம்? மேஜிக்கா? மந்திரமா? விஞ்ஞானமா? எது இது?"

ஆர்வமாகக் கேட்டார். பத்மநாபனுக்கு அப்படி எல்லாம் கேட்கத் தோன்றவில்லை. அந்த ஒரு செயலால் குறும்பன் அவர் மனதில் மதிப்பாகவும் பயமூட்டவும் கூடிய ஒரு வடிவத்தை எடுத்திருந்தான்.

அவருக்குக் கவலைக்குரிய சரவணன் நிலைக்கு இவன் மூலம் விடிவு வரக்கூடும் என்று உள் மனதில் ஒரு எண்ணம் தோன்றியது.

சாமிநாதனைப் போல் கேள்விகளாக அடுக்காமல் குறும்பனைத் தீவிரமாகப் பார்த்தார். குறும்பனும் அவரைப் பார்த்தான். தனது செயல் அவர்களை மாற்றிவிட்டது குறித்துக் குதூகலம் அடைந்தவனாய்,

"ஆமா! ஏதோ பேய் பிசாசுன்னு சொன்னீங்களே... கொஞ்சம் விபரமாச் சொல்ல முடியுமா?" கேட்டான்.

"சொல்றேன்பா. என் மனசைப் பிசைஞ்சுக்கிட்டிருக்கிற பிரச்னையைச் சொல்றேன். உன்னால அந்தப் பிரச்னைக்கு விடிவு சொல்ல முடிஞ்சா, எனக்கு சந்தோஷத்தான்." என்ற பத்மநாபன் சரவணன் பற்றிப் பின்னோக்க ஆரம்பித்தார்.

★★★

குற்றாலம் கொட்டிக் கொண்டிருந்தது.

ஐந்தருவியில் லேசான வெள்ளப்பெருக்கு. அவ்வளவாய் ஜனநடமாட்டம் இல்லை.

சீசன் தப்பிய காலமாக அது இருப்பதை அங்கு நுழைந்த கார்த்திகா, பாஸ்கரால் உணரமுடிந்தது.

கார்த்திகா அலுப்புத்தீரக் குளித்துக் கூந்தலை அள்ளி முடித்திருந்தாள். அருவியை ஒட்டிக் காடாக வளர்ந்திருந்த காட்டுப் பூவில் ஒன்றை எடுத்துச் செருகியிருந்தாள். பார்க்க தேவதை தோற்று ஓடும் உருவம்.

கண்களில் மட்டும் ஈரப்பளபளப்பு அவளது சோகத்தை எதிரொலித்துக் கொண்டிருந்தது.

பாஸ்கர் அருவியில் குளித்துக் கொண்டிருந்தான்.

“பாஸ் குளிச்சது போதும். நாம் கிளம்புவோமா?” – அவள் கேள்வி அவனை நோக்கிப் பாய்ந்ததும் அவன் காதுகளில் விழுந்து விடாத படி நீர்த்தாரைகள் காதை மூடியிருந்தன. ஆனால், அந்தச் சப்தம் அந்த அருவிப்பாதையில் ஓரிடத்தில் இடுப்பளவு நீரில் யாரும் பார்க்காத படி ஒற்றைக் காலில் நிற்கும் சடை விழுந்த ஒரு மனிதனை நன்றாகவே எட்டியது. அவனை செடிகளும் கொடிகளும் மறைத்துக் கொண்டிருந்தன.

கார்த்திகாவின் குரலால் கலைந்த அவன், செடிகொடிகளை விலக்கி ஐந்தருவியைப் பார்த்தான். கார்த்திகாவைப் பார்த்து அப்படியே ஸ்தம்பித்தவன் போல ஆகி அவளை வெறித்தான். அவன் கழுத்தில் ஒரு சிவலிங்கப் பதக்கம் ருத்திராட்சத்துடன் இணைந்து கிடந்தது. அதில் அந்த அருவி நீர், தனது கடைசிச் சொட்டைச் சிந்தி உலர்ந்து போய்க் கொண்டிருந்தது.

அந்தப் பதக்கத்துக்குள் ஒரு பாதரசமணி இரண்டு மாத்திரை பருமனில் இருந்தது. அது அந்த மனிதன் சகஜ வாழ்க்கையைத் துறந்து சன்யாச வாழ்க்கைக்கு வந்து, ஏதோ ஒரு பெரிய சூட்சும முயற்சிக்கு அவன் குறிவைத்திருப்பதைச் சொல்லாமல் சொன்னது.

தனது ஒற்றைக் கால் நீர்த்தவத்தின் துவக்கத்துக்கு உடனே ஒரு முற்றுப்புள்ளியிட்ட அவன், கார்த்திகாவை நெருங்கத் தொடங்கினான்.

அவன் இடுப்பில் ஒரு காவித்துண்டு மட்டுமே!

தன்னை நெருங்கிய அந்த மனிதனைக் கண்டு இலேசாக முகம் கசக்கி, ‘யார் நீ?’ என்பது போல் பார்த்தாள் கார்த்திகா.

அவள் நிழல் விழும் காலங்கண எல்லைக்குள் பிரவேசித்த உடனேயே, அவள் பெயர் கார்த்திகா என்று அவன் மனத்துக்குள் தோன்றிவிட்டது.

“உன் பெயர் கார்த்திகா தானே?!” - கேட்டான். கார்த்திகா ஆச்சரியத்துடன் அவனைப் பார்க்கவும் ‘ஜெய் விருச்சிகானந்தம்’

என்று கண்மூடி உதடு முணுமுணுக்கத் தியானித்தவன், திரும்பவும் கார்த்திகாவைப் பார்த்த போது, அவள் முகம் ஒளி விளக்காய் உருமாறியிருந்தது.

"இப்ப, நீங்க ஜெய்விருச்சிகானந்தம்னு தானே சொன்னீங்க"

சற்று வேகமாகக் கேட்டாள்.

"ஆமா..." – அசைந்து ஆமோதித்தது அந்தத் திரிசடைச் சிரம்.

31

'பாமர மக்கள் எண்ணுவது போல், அற்புதம் என்பது இயற்கையின் மாறாத நியதிகளை முறியடித்து நிகழுபவை அல்ல, அதுவும் ஓர் அரிய நியதிக்குட்பட்ட செயலே.

இயற்கையின் எல்லையற்ற சாம்ராஜ்யத்தில் கண்களுக்குத் தெரியாத சக்திகள் தான் மிகையாக இருப்பதாகத் தெரிகிறது. இந்த மர்மசக்திகளை இயக்கத் தெரிந்தவர்கள் ஆய்ந்து அறிந்த உண்மைகளே அற்புதச் சக்திகளாகும். இது இயற்கையின் மர்மங்களைக் கண்டறிந்தவர்கள் மிகச் சிலரே. இவர்கள் தேவ ரகசியமாக இவ்விதிகளைக் காத்து வருகிறார்கள். பொதுமக்கள் அறியாததனாலேயே ரகசிய விஞ்ஞானம் Occult Science என்ற அறிவுத்துறை இருப்பதையே ஏற்க மறுக்கிறார்கள்.'

– 'ஆவியுலக ஆராய்ச்சிகள்' ஹெலனாப்ளவாட்ஸ்கி

கார்த்திகாவின் விழிகள் அகலவிரிவதையும், அவள் முகத்தில், தான் 'விருச்சிகானந்தம்' என்று சொன்னதால் ஏற்பட்ட பரவசத்தையும் அந்த இளம் சன்யாசி கச்சிதமாக மனத்துக்குள் குறித்தபடி அவளை ஏறிட்டார்.

“விருச்சிகானந்தம்னு சொன்னீங்களே... உங்களுக்கு விருச்சிகாந்தரைத் தெரியுமா?” வெள்ளரியை நறுக்கிய பாங்கில் சொற்களை நறுக்கிப் பேசி கேள்வி கேட்டவளை, அந்த இளம் சன்யாசி புன்னகை ததும்பப் பார்த்தார்.

“ஆமா, என் பேர் கார்த்திகாதான்னு உங்களுக்கு எப்படித் தெரியும்?” அவள் விடாமல் கேட்டாள்.

இதற்குள் பாஸ்கர் குளித்து முடித்துத் தலை ஈரத்தை விரல்களால் தட்டி உதறிக்கொண்டிருந்தான்.

அந்தச் சமயம் பார்த்து கார்த்திகா, அந்தச் சன்யாசியிடம் பேசுவதைப் பார்த்து அவன் வேகமானான்.

சன்யாசியோ, அவள் கேள்விகளுக்குப் பதில் தரும் விதமாக வாய் திறந்தார்.

“விருச்சிகானந்தரையா தெரியுமான்னு கேட்டே? அவர் என் குரு! மத்த விஷயத்தையும் சொல்றேன் கேளு. இல்லேன்னா நீ கேள்விகளாய்க் கேட்பே... மெட்ராஸ்ல ஒரு பாக்டரியில் எஞ்ஜீனியரா இருந்தவன் இந்த அருணாசலம். விளையாட்டா குளிக்க வந்தேன் ஒருநாள் இங்க.

செண்பக அருவிச் சுனையில் நான் சிக்கிக்கிட்டேன். வெளிய இழுத்து போட்டவங்க, நான் செத்துட்டதா முடிவு பண்ணிப் போலீசைத் தேடிப்போயிட்டாங்க.

உண்மையில் அப்ப நான் இறந்தவன் தான். இப்பவும் ஞாபகம் இருக்கு. என்னை யாரோ இரண்டு பேர் வானவெளியில தரதரன்னு இழுத்துட்டுப் போறது! திடீர்னு என்ன நினைச்சாங்களோ– திரும்பவும் என்னை சுனைக்குப் பக்கமாகக் கிடந்த என் உடம்புகிட்டையே விட்டுட்டுப்போயிட்டாங்க.

நான் என் உடம்பைச் சவமாப் பார்த்து அதுக்குள்ளே நுழையறதுக்காகச் சுத்திச்சுத்தி வந்தேன். முடியலை. அப்ப தான்

இந்தச் சுனையில் குளிக்க விருச்சிகானந்தர் வந்தார். அவர் ஒரு சகலகலா ஞானி. காற்றையும் ஊடுருவிப் பார்க வல்லவர். என் ஆவியைப் பார்த்துப் பதறிப்போனார். திரும்பவும் நான் உடம்புக்குள் நுழைய அவர் தான் உதவினார். இந்த உடம்பும் ஆவியும் இப்ப அவர் போட்ட பிச்சை.

நான் தூக்கம் விழிச்சு எழுந்திருக்கிற மாதிரி எழுந்திருந்தேன். அவரைப் பார்த்து வணக்கம் சொன்னேன். இந்த உலகம், இதுல வாழற வாழ்க்கை எல்லாம் எவ்வளவு தற்காலிகமானதுங்கறது அந்தச் சில நிமிடங்கள்ல புரிஞ்சுக்கிட்டேன்.

விருச்சிகானந்தர் என் நெற்றியில் கை வச்சு, ஒரு புதிய சுகத்தை எனக்கு உணரவச்சார். உடம்பெல்லாம் இலேசான, அற்புத சுகம் அது.

எப்பவும் அந்தச் சுகம் தேவைன்னா நீ சன்யாசியாயிடு. உன் உயிர் மீளக் காரணமே அதுக்குத் தான்னு அவர் சொன்னார். எனக்கும் அது சரின்னுபட்டுது. அவர்கிட்டேயே சன்யாசம் வாங்கிக்கிட்டேன். இப்ப எனக்கு எவ்வளவோ வித்தைகள் தெரியும்."

அந்த இளம் சன்யாசியின் பேச்சு, கார்த்திகாவையும் அவளை எட்டியிருந்த பாஸ்கரையும் பிரமிக்க வைத்திருந்தது.

"ஆமா! உங்களுக்கு என்ன என்ன வித்தைகள் தெரியும்?"

பாஸ்கர் கேட்டான்.

"உங்க நிழல் வட்டத்துக்குள்ள வந்து நின்னா, உங்க நினைப்பு முழுவதையும் சொல்லிவிடுவேன். இதுக்கு இங்கிலீஷ்ல டெலிபதின்னு சொல்வாங்க. ஆனா, எங்க பாஷையில் – 'ஆகர்ஷணா'ன்னு பேரு.

உங்க நட்சத்திரமும் பிறந்த காலமும் தெரிஞ்சா, உங்க மரணம் வரை நடக்கப் போற சகலத்தையும் பிட்டுப்பிட்டு வச்சிருவேன். இதுக்கு ஜோசியம்னு பொதுவான பேர். இருந்தாலும், எங்க சன்யாச சாகரத்துல இதுக்கு ஜென்ம கர்ம பிரம்ம சூதகம்னு பேர்..."

“உங்களுக்குத் தசதேச விசால சுவடி பற்றி ஏதாவது தெரியுமா?” கார்த்திகா குறுகிட்டுக் கேட்டாள்.

“அது பற்றி எனக்குத் தெரியாது. ஆனா, நீங்க அதை நாடி என் குருவைத் தேடிவந்திருக்கிறது மட்டும் தெரியும்” என்றார் அந்த இளம்சன்யாசி.

“ஆமா, உங்க பேர் என்ன?”

“அதான் சொன்னேனே அருணாசலம் பி.இ.ன்னு. சரி, வர்றீங்களா, என் குருவைப் போய்ப் பார்க்கலாம்?” அழைத்தபடி நீர்ப்பாதையை விட்டு வெளியே சென்றார் அவர். இருவரும் ஆவலாக உடை மாற்றியபடி அவரைப் பின்தொடரத் தயாரானார்கள்.

செல்லும் போது கார்த்திகாவைப் பார்த்து மீண்டும் மர்மமாய்ச் சிரித்த அந்தச் சன்யாசி, “கும்பிடப்போன தெய்வம் குறுக்கேயே வந்த மாதிரி நான் வந்து உங்களுக்கு வழிகாட்டிக்கிட்டு இருக்கேனோ?” என்று கேட்டார்.

“ஆமா... ஆமா...” இருவரும் ஒரு சேர ஆமோதித்தனர்.

“எனக்கும் உங்களால் ஒரு காரியம் ஆகணும் செய்வீங்களா?” கேட்டான்.

“எங்கப் பிரச்சினை தீர்ந்தா, உங்களுக்கு எவ்வளவு லட்சமும் தரத் தயார் நிலையில இருக்கோம் நாங்க”

“லட்சங்கள் கோடிகள்லாம் மனிதர்களுக்கு, சராசரி மனுஷங்களுக்கு; வெந்ததைத் தின்னுட்டு வேளை வந்தா சாகற சாதாரண மனுஷங்களுக்குத்தான் தேவை. ஆனா நாங்க பிரபஞ்ச மாயாவிகள். அழியாத ஆத்ம தத்துவத்தை நம்பிவாழற தெய்விக மனிதர்கள்.”

“அப்படிப்பட்ட உங்களுக்கு இந்தச் சாதாரண மனிதர்களால் ஆகப்போறது என்ன? சொல்லுங்க!”

அடர்த்தியான வனப்பாதையில் மூவரும் நடந்தபடி இருக்க, பாஸ்கர் கேட்ட கேள்விக்கு அந்தச் சன்யாசி மந்தகாசமாகச் சிரித்தார். பின் தொடர்ந்தார்.

“ஒண்ணுமில்லே. இங்க ஒரு அம்மன் கோவில் இருக்கு. மிகமிகப் பாழடைஞ்ச கோவில். அந்தக் கோவில் சன்னித்தியம் சில துஷ்ட சக்திகளால் மிகமிக மங்கிக் கிடக்கும்.

ஒரு கோவிலோட தெய்விக வல்லமைக்கே சாட்சி, அதோட கலச கும்பமும் மூலஸ்தானமும்தான். அந்த இரண்டையும் அகற்றி, அந்தக் கோவிலையே ஒண்ணும் இல்லாமப் பண்ணிட்டாங்க சில மாந்திரீகர்கள்.”

அந்தக் கோவில் தேவதை இப்ப ஒரு கைதியைப் போலச் சக்தி இழந்து கிடக்கறா. அவ சன்னிதியில் ஒரு கன்னிப் பெண் விளக்கேற்றணும். வெளியில் துவஜஸ்தம்பம் கிட்ட “நாராயண பலின்னு சொல்லி அன்னப் பிண்டம் சமர்ப்பிச்சு, நிர்வாணமா அந்தக் கோவிலை மூணு முறை கலச நீரோட சுற்றிவரணும்...”

அந்தச் சன்யாசி சொல்லும் போதே மிரள ஆரம்பித்துவிட்டாள் கார்த்திகா.

“விளக்கேற்றுதல், நாராயண பலியிடுதல், நிர்வாணமாகக் கோவிலைச் சுற்றி வருதல்” என்று அந்தச் சன்யாசி சொன்னதை வரிசைப்படுத்திப் பார்த்தபோது அந்த மூன்றாவது விஷயம் அவளைப் படுக்காயப்படுத்தினது போல் இருந்தது.

“நான் அந்த உதவியைச் செய்யலேன்னா, உங்க விருச்சிகானந்தர் எனக்கு உதவ மாட்டாரா?” கார்த்திகா, திருப்பிக்கேட்டாள்.

“மனிதன் தான் பதிலுக்குப் பதில் சராசரியா நடந்துப்பான். நீ விரும்பினா இதைச் செய்யலாம். மிகப் பெரிய புண்ணியகாரியம். இல்லேன்னா பரவால்ல...” சன்யாசியின் பதில் முற்றுப்பெற்ற போது, அந்தப் பாழடைந்த கோவில் அவர்கள் பாதையில் தட்டுப்பட்டது.

இடிந்து சிதைந்து ஆலும் அரசும் சுவர்களில் எக்குத்தப்பாக வேர்விட்டு வளர்ந்து கிடக்க, நூலாம் படைக்குடைக்குள் உச்சந்தலையில் கலசம் இருக்குமிடத்தில் ஒரு கழுகு அமர்ந்து ஓய்வு எடுத்துக் கொண்டிருக்க, பரிதாபமாகத் தென்பட்டது அந்த ஆலயம்.

கார்த்திகா, தன்னை அறியாமல் அதைப் பார்த்துப் பரிதாபப்பட்டுக்கொண்டு, 'உச்சு, உச்சு' கொட்டினாள். அதைக் கவனித்த அந்தச் சன்னியாசி, தொடர்ந்து சொன்னார்.

"இந்தக் காரியத்தை நீ செய்தா, உன் சுமங்கலி தன்மைக்கு உறுதி சேரும். அம்மன் அருள் உனக்கு நீ கேட்கிற வரத்தை வாங்கித்தரும்" என்றார்.

அதைக் கேட்க, கார்த்திகாவின் கண்கள் பனித்துப் போயின. தனக்கு சம்மதம் என்பதைப் போல் பாஸ்கரைப் பார்த்தாள். பாஸ்கர் அவள் தோளை ஆதரவாகத் தட்டினான். வழியில் ஒரு பெரிய பள்ளம் தட்டுப்பட்டது. அதில் இறங்கி ஒரு ஒடுக்கில் திரும்பினார்கள். ஒரு பாழடைந்த கல்மண்டபம் தென்பட்டது.

அதன் மையத்தில் மான் தோல் மேல் மல்லாந்தபடி ஒரு தொண்டுக் கிழவர் படுத்திருந்தார்.

'அவர் தான் விருச்சிகானந்தரா?' பாஸ்கர் கேள்வியோடு உடம்பு சிலிர்க்கப் பார்த்தான். விருச்சிகானந்தராகக் கருதிய அவர், ஆழ்ந்த உறக்கத்தில் இருந்தார்.

★★★

பத்பநாபன் பேசி முடித்திருந்தார். பக்கத்தில் அவரின் நண்பர் செருமாந்து அமர்ந்திருக்க, சங்கலிக்குறும்பன் அப்படியே ஸ்தம்பித்துப் போயிருந்தான்.

"யாரைத் தேடி வந்தோமோ, அதே வீட்டில் அவனைப் பெற்றவர்கள் வசத்திலேயே இப்பொழுது இருக்கிறோம். பலே

ஜக்கம்மா... ஜாபாலிக்கு நன்றி. ஜெய்சந்திரசூடா" என்று மனது குதூகலிக்க உள் மொழி பேசியவன் பத்மநாபனைத் தீனமாகப் பார்த்தான்.

"உங்க மகனை ஒரு ஆவி பிடிச்ச விஷயமும், அவன் இப்ப காடம்மைங்கற கிழவிகிட்ட இருக்கறது மட்டும் தான் உங்களுக்குத் தெரியும். அதுதான் நீங்க சொன்னது. ஆனா எனக்கு அதுக்கு மேலேயும் தெரியும் – என்றான் சற்று ரவுத்ரமாக."

"அதுக்கு மேலேயும்னா?"

பத்மநாபன் ஆவலாகக் கேட்டார்.

"உங்க மகனைப் பிடிச்ச ஆவியோட சடலம் இந்த வீட்லதான் ஒரு இடத்துலே புதைக்கப்பட்டு இருக்கு. நான் என் சக்தியால் அதைக் கண்டுபிடிச்சு, சடலத்தை இழுத்து வெளியபோடவா?"

கண்களை அகட்டி விரித்துக் கேட்ட அவனை இருவரும் பயம் கலந்த பார்வையில் பார்த்துப் பிரமித்தனர்.

✦ ——— ✦

32

'மறு உலகின் கரையோர அடிச்சுவடுகள்' எனும் நூலில், ராபர்ட்டேல் ஒவன், ஓர் உண்மை நிகழ்ச்சியைக் கூறியுள்ளார். உபவாசம் (உண்ணாவிரதம்) நுண்ணுடல் இயக்கத்திற்குத் துணைபுரியும் என்பது தான் அது.

பருவுடல் உணவில்லாமல் வாடும் சமயம், சூரியக்கதிர்கள் உடலில் புகுந்து, நுண்ணுடல் சக்திகளைக் கிளர்ந்து எழச்செய்கின்றன. இந்தக் கதிரியக்கம், ஆவி வடிவ நுண்ணுடலுக்கு வலிமை தருவது. 'ஏகாதசி' போன்ற விரதங்கள், இந்த விஞ்ஞானத் தத்துவத்துக்குச் சான்று கூறுபவை.

'சரவணனை பிடித்த ஆவியின் பிணம், அந்த வீட்டில் இருப்பதாகவும் அதைத் தோண்டி, தான் எடுத்துக்காட்டவா?' என்றும் சங்கிலிக் குறும்பன் சரவணன் அப்பா பத்மநாபனையும் அவரது நண்பர் சுவாமிநாதனையும் சேர்த்துக் கேட்கவும், இருவரும் ஒரு வினாடி இடி இடித்த வானம் போல் ஆகிப் போனார்கள்.

"நீ என்னப்பா சொல்றே? நிஜமா? உனக்கெப்படி இதெல்லாம் தெரியும்?"

சுவாமிநாதன் வியப்பால் விழிவிரியக் கேள்விகளை அடுக்கினார்.

“இன்னும் எத்தனை தடவை கேப்பீங்க? நான் ஒரு மாந்திரீக வைத்யன். இந்த மாதிரி விஷயங்கள் எங்களுக்குப் பாலபாடம். உங்களைப் பார்த்தா எனக்கு பாவமா இருக்கு. உங்களுக்கு உதவ விரும்பறேன்.”

மனதுக்குள் ஒரு மர்மமான திட்டத்தோடு பேசும் அவனை, இருவரும் என்ன பதில் சொல்வது என்று தெரியாமல் பார்த்தார்கள்.

“முதல்ல இந்த வீட்டில் பிணம் எங்க இருக்கும்னு பாக்கறேன்” என்று சொல்லிவிட்டு, அவர்களுக்குத் தெரியாதபடி ஜோல்னா பைக்குள் கையை விட்டு, மாந்திரீகச் சித்தரின் வலக்கரத்து எலும்புத் துண்டையும், அஞ்சனப் பாத்திரத்தையும் ஒரு சேரப் பிடித்தான்.

மின்சாரம் பாய்ந்து கொண்டிருக்கும் வயரைத் தொட்ட மாதிரி ஆனான். உடம்பின் நடுப்பாகம் திடீரென்று ஜில்லிட்டுப் போனது.

தரையைத் தேய்த்துத் தேய்த்து அந்த வீடு முழுக்க நடக்க ஆரம்பித்தான். நடக்கும் போது கழுத்தை நூற்று முப்பது டிகிரிக்கு வளைத்துக் கொண்டு வீட்டின் புதிய கான்க்ரீட் கூரைத் தளத்தைப் பார்த்தான்.

சுவாமிநாதனும் பத்மநாபனும் அவன் செயலை அதிசயமாகப் பார்த்து நின்றனர். அவன் கை மூடி ஏற்றியிருந்த மெழுகு திகுதிகுவென வெளிச்சம் பாய்ச்சிக் கொண்டு இருந்தது.

வெளியே கூட முற்றிலுமான இருட்டுக்குள் கருகிக் கொண்டிருந்த வானம் மெல்லத் தெளிந்திருந்தது.

ஏழை வீட்டு நீராகாரம் போல் தெளிந்து, வெளிர் நீலமாய் வானம் பூமியைப் பார்த்து ‘ஹலோ’ சொல்லிக் கொண்டிருந்தது. புதிய மழை நீரின் பாய்வில் அந்தப் பாரதி நகரே குளிர்ந்து, சிலிர்த்து, குதூகலித்துக் கிடக்கும் நிர்மலமான வேளை.

சங்கிலிக் குறும்பன் ஒவ்வொரு அங்குலமாய்த் தரையைத் தேய்த்தபடி எதையோ முணுமுணுத்துக் கொண்டு அந்த வீட்டின் ஒவ்வொரு அறையையும் சுற்றிவந்தான்.

இறுதியாகச் சரியாகக் சுட்டப்பட்டிராத அந்தப் பூஜைஅறைப் பக்கம் வந்தான். அறைவாசலிலேயே அமானுஷ்யமாய் ஒரு வெப்ப அலை – அவன் மட்டும் உணரும் வண்ணம் தாக்கியது. ஒரு வினாடி தேங்கி நின்றவன். சற்றுப்பின்னடைந்து, ஹாலுக்கு வந்து எரியும் மெழுகுவர்த்தியைக் கையில் எடுத்துக்கொண்டு அந்த அறை வாசலுக்கு வந்தான்.

வந்த வினாடியே அந்தத் திரி காற்றுபட்ட மாதிரி மளுக்கென்று அணைந்து போயிற்று. உடனேயே சங்கலிக்குறும்பன் பார்வை பத்மநாபனையும் சுவாமிநாதனையும் அர்த்தம் தோய்ந்து பார்த்தது. பார்த்த பார்வையே இடத்தைக் கண்டுபிடித்து விட்டதைச் சொல்லாமல் சொன்னது.

சட்டென்று அந்த அறைக்குள் நுழைந்தவன் பத்மநாபனையும் சுவாமிநாதனையும் வெளியேயே நிறுத்திவிட்டு, அறைக்கதவை இழுத்து மூடினான்.

இருவருக்கும் அதிர்ச்சி.

உள்ளே நுழைந்த குறும்பன் சட்டென்று ஜோல்னா பைக்குள் கைகளை விட்டு, மாலை போல் ஒன்றை வெளியே எடுத்தான். பழைய தலைமுடியையும், விரல் துண்டுகளையும் தொப்புள் கொடிகளையும் கொண்டு கட்டப்பட்ட அந்த வித்தியாசமான மாலையைக் கழுத்தில் மாட்டிக்கொண்டு, மிகச் சரியாக ராஜேந்திரன் புதைக்கப்பட்ட நிலத்தின் மேல், தனது வலது பாதத்தை வைத்தான். உள் பாதம் தீப்பிடித்த மாதிரி எரிந்தது.

உடனேயே அவன் கண்ணிரண்டும் குதூகலத்தில் சிவந்தது. எதற்கோ புறப்பட்டு வந்து, எதையோ அடைந்த போதிலும் அடைந்த விஷயத்தில் தான் பெரியதாக எதிர்பார்த்து வந்ததே கிடைத்து விட்ட திருப்தி அவன் முகமெங்கும் பரவியது.

சட்டென்று கழுத்து மாலையைக் கழற்றிப் பைக்குள் வைத்துக் கொண்டவன், சித்தரின் எலும்புத் துண்டத்தால், அந்தச் சவப் பிராந்தியத்தைச் சுற்றி ஒரு கோடு போட்டு விட்டு, அந்த எலும்புத் துண்டத்தையும் பையில் வைத்து ஒளித்தான்.

பிறகு கதவைத் திறந்தான்.

கதவுக்கு வெகு தள்ளிப் பயத்தோடு இருவரும் நின்று கொண்டு இருந்தார்கள்.

கதவைத் திறக்கவும் மெல்ல நெருங்கி வந்தார்கள்.

“பிணம் இருக்கிற இடம் தெரிஞ்சு போச்சு. தரையைத் தோண்டிப் பிணத்தை எடுத்துக் காட்டவா?” கேட்டான்.

“இங்க எப்படிப் பிணம் வந்தது?” சுவாமிநாதன் கேட்டார்.

“ஆமாம்... இது என்ன சுடுகாடா? தோண்டற இடத்துல பிணம் அகப்பட? பாத்து வாங்கின பிளாட் அப்படி வாங்கின பிளாட்டுல பிணம் எப்படி வரும்?”

“எப்படி வருமா? இது கலிகாலம். குற்றங்கள் பெருகித் தர்மம் தேயற காலம். இந்தக் காலக்கட்டத்துல சுடுகாடு சாதாரண இடமாகவும், சாதாரண இடம் சுடுகாடாகவும் மாறுவது ரொம்ப சகஜம்.”

“என்னப்பா நீ தத்துவம் பேசறே?”

“முழு விபரத்தையும் சொல்றேன். அந்த அறைக்கு வாங்க...” இருவரும் பயத்துடன் அந்தப் பூஜை அறைக்குள் நுழைந்தனர். குறும்பன் சவப்பிராந்திய வட்டத்தின் மையத்தில் போய் நின்று கொண்டான்.

“நான் இப்ப மாந்திரீக வைத்தியன் இல்ல. இங்க புதைக்கப்பட்டிருக்கிற பிணத்தோட ஜீவன். ஜீவன் மொத்தம் மூணு. மூல ஜீவனுக்குத் தான் ஆவேசமும் பழைய நினைப்பும் இருக்கும். அது ஒவ்வொருவர் சரீரத்திலேயும் இடுப்புக்குக் கீழே நம்முடைய பிறவி உறுப்பின் காம உணர்வுகளுக்குத்

தூண்டுதலும், துவக்கமும், சந்ததி விருத்தியும் தர ஆதாரமா இருக்கு.

அடுத்து ஜீவன் மத்யமா. ஹ்ருதய சுவாசத்துல காற்றோடு கைகோத்து, மார்புப்பகுதி முழுக்க வியாபிச்சு கிடக்கு.

மூணாவது ஞானாட்சி! நெற்றிப் பொட்டுல நிலைப்பட்டு சகலத்தையும் புரிஞ்சுக்கிற மிகப் பெரிய ஜீவன். இதுதான் மூல ஜீவனையும் மத்யமத்தையும் கூட வெற்றி கொண்டு இறைவனோடு கூடிக்கலக்கிற உயிர்.

இந்த மூணுல, சராசரி மனுஷர்கள் கிட்ட, மூல ஜீவனுக்கு தான் சக்தி அதிகம். மத்யமம் போதையில் கிடப்பவன் மாதிரி சக்தியற்றுக் கிடக்கும். ஞானாட்சி சுத்தமா இவங்க கிட்ட இருக்காது.

இங்க புதைக்கப்பட்டிருக்கற பிணத்துக்குச் சொந்தமானவன் நிச்சயமா ஞானாட்சியை ஆட்டிப் படைக்கற ஒரு அபார மனுஷனா இருக்க வழியில்லை.

ஏன்னா, ஞானாட்சி புரியறவங்களுக்கு துர்மரணம் சம்பவிக்க, விதி கிடையாது. மூலஜீவனுக்குத்தான் இவன் தன் வாழ்நாள்ல ஆட்பட்டு இருக்கணும். அந்த மூலஜீவன் தான் ஆவியா வெளியே போய் உங்க மகன் சரவணனைப் பிடிச்சிடிச்சு.

மத்யமா இங்க தான் இருக்கு. அதை நான் தட்டி எழுப்பி உங்க சந்தேகத்துக்கெல்லாம் விடை தர்றேன்.

நீங்க இனி கேள்வி கேட்கலாம். என்னைப் பற்றி இல்ல. இந்தப் பிணம் இங்க வந்தவிதம் பற்றி இதுக்கு முன்பு வாழ்ந்த விதம் பற்றி...”

சங்கிலிக்குறும்பனின் நீண்ட விளக்கத்தில் சுவாமிநாதனும் பத்மநாபனும் சிலிர்த்துப் போயிருந்தனர்.

‘காயமே இது பொய்யடா! வெறும் காற்றடைத்த பையடா!’– என்று சித்தர்கள் அசாதாரணமாகப் பாடிய பாடலின் பின்னணியில் இவ்வளவு விஷயமா?

அவர்கள் வாய் பிளந்துவிட்ட போதிலும் மனது மர்மங்களைத் தெரிந்துகொள்ளத் தயாரானது.

'சரி கேக்கறோம்' என்றார் சுவாமிநாதன்.

சங்கிலிக்குறும்பன் உடனேயே மண்டியிட்டுப் பத்மாசனமிட்டான். கண்களை மூடித் திறக்க சில நிமிடம் எடுத்தான். கண்களைத் திறந்த போது, முன்பு கண் இரண்டும் இருந்த இடம் இப்பொழுது வெளீரிட்டது கரு நிற விழியையே காணோம்!

இருவருக்கும் தூக்கிவாரிப் போட்டது.

"உம் கேளுங்க..." அதட்டலாக குறும்பன் ஆரம்பித்து வைத்தான்.

"யார் நீ" கேட்க ஆரம்பித்தார் சுவாமிநாதன்.

"நான் ராஜேந்திரன்"

"உன் வயசு?"

"இருபத்தி நாலு"

"எப்படி இறந்தே?"

"கொலை செய்யப்பட்டு..."

"எப்படிக் கொலை செய்யப்பட்டே?"

"நாலு ரவுடிகளால..."

"விளக்கமா சொல்லு"

"நான் ரொம்ப ஏழை. பெரிய குடும்பத்தைச் சேர்ந்தவன். படிச்ச பட்டதாரி. வேலையில்லாம அவஸ்தைப்பட்டேன். அப்பதான் மலையப்பன்கற கடத்தல்காரன் பரிச்சயம் ஏற்பட்டது. கள்ளநோட்டை மாற்றித் தர, மலையப்பன் என்னைக் கன்னியாகுமரிக்கு அனுப்பினான். அதுக்கு எனக்கு கூலி பத்தாயிரம். அந்தப் பத்தாயிரம் இருந்தா, என் அக்கா கல்யாணம் ஈடேறும்ங்கற நிலை.

சரின்னு ஒப்புக்கொண்டு அதுல ஈடுபட்டேன். கன்னியாகுமரில பணத்தைக் கொடுத்து மாத்திக்கிட்டுச் சரியா பத்து லட்சத்தோடு திருவள்ளுவர் பஸ்ல வரும் போது இந்தப் பகுதி முக்கு கிட்ட பஸ் பிரேக்டவுன் ஆயிடுச்சி.

எனக்கோ சீக்கிரம் வீடு போய்ச் சேரணும்கற பதைப்பு. இறங்கி நடந்தப்போ நாலு ரவுடிகள் என்னை வளைச்சாங்க. தப்பிக்கப் போராடினேன். பணத்தைத்தான் என்னால அவங்க கிட்ட இருந்து பதுக்க முடிஞ்சுது. என் உயிரை இல்லை. என்னைச் சித்திரவதை செஞ்சு கொன்னு பாதி கட்டப்பட்ட நிலையில் இருந்த இந்த வீட்டுல போட்டுப் புதைச்சுட்டுப் போயிட்டாங்க வேற எங்க புதைச்சாலும், தூக்கி எறிஞ்சாலும் போலீஸ் சி.ஐ.டின்னு பிரச்சனை வரும்னு இப்படிப் பண்ணிட்டாங்க..."

"சரி, நீ ஏன் எங்க சரவணனைப் பிடிச்சே...?"

"என்னைக் கொன்னவங்களைப் பழி வாங்க. என் குடும்பத்தைக் காப்பாத்த, பழையபடி ஒரு உயிர் வாழ்க்கை வாழ!"

"அது சாத்தியமா!"

"சாத்தியம். உங்க மகன் எட்டாம் மாசம். எட்டாம் தேதி சனிக்கிழமைல எண் எட்டோட சகல ஆதிக்கத்துல பிறந்த அஷ்டம ஜனேந்திரியன். அதனால் அது சாத்யம்."

"அதுக்கு நாங்க மறுத்தா..."

"உங்களைப் பத்தி எனக்குக் கவலையில்லை. என்னை எதிர்க்கற எவரையும் நான் உயிரோட விடமாட்டேன். எனக்கு யானை பலம்..."

"உன்னையும் ஜெயிக்கற பலம், அந்தத் தசதேச விசால சுவடில இருக்கே?" பத்மநாபன் சொன்ன மறுவினாடி சங்கலிக்குறும்பன் உடல் அறுபட்ட பலி கோழிபோல ஒரு குலுங்கு குலுங்கியது.

அதுவரை வெளீறிட்ட பார்வையின் நிலை பழையநிலை ஆனது. சட்டென்று அமர்ந்த நிலையில் இருந்து எழுந்து நின்று அவர்களை முறைத்தான்.

“யார் இப்போ தசதேச விசால சுவடி பற்றிச் சொன்னது!” எதிர்க்கேள்விகேட்டான்.

“நான்தான்” என்று முன்வந்தார் பத்மநாபன்.

“உங்களுக்கு எப்படி அதுபற்றித் தெரியும்?”

“காடம்மா சொன்னா...”

“ஆமா, இந்தச் சுவடிக்கட்டு யாரு கிட்ட இருக்கு...”

“யார்கிட்டையா... எதுக்கு நீ இதைக் கேட்கறே?”

பத்மநாபனின் அந்தக் கேள்வி முன், குறும்பன் தலைகுனிந்தான். மனம் பதைத்தான். அந்தச் சுவடிக்கு தன்னையே ஜெயிக்கும் சக்தி இருப்பதை நினைத்தபோது அவன் மனது நடுங்கியது.

33

இரண்டு மூன்று நண்பர்களுடன் ஒரு வட்ட மேஜையைச் சுற்றி அமர்ந்து கொள்ள வேண்டும். அந்த அறையில் மங்கலான வெளிச்சம் இருப்பது நல்லது. எல்லோரும் அந்த மேஜை மேல் தங்கள் கைகளைப் பட்டும் படாமல் வைத்துக் கொள்ள வேண்டும். மேஜைக்குப் பதிலாக ஒரு பட்டுத் தொப்பியைக் கவிழ்த்து வைத்து அதை தொட்டுக் கொண்டும் இருக்கலாம்.

சில நிமிடத்தில் மேஜை (அ) தொப்பி சுழல தொடங்கும். தங்களுக்குத் தெரியாத ஒரு நுட்ப சக்தி மேஜையை இயக்குவதைக் காணலாம்.'

- Bishop Lead Beater's Silk that test

தசதேச விசால சுவடி பற்றி பத்மநாபன் சொன்ன மறுவினாடி, சங்கிலிக்குறும்பன் முகம் கடுமையாய் உருமாறியதை சுவாமிநாதன் துல்லியமாய்க் கவனித்தார்.

"என்னமோ... நீ செய்யறது, பேசறது, நடந்துக்கறது எல்லாமே அதிசயமாதான் இருக்கு, ஆமா சடலம் இங்கு இருக்குன்னு கண்டுபிடிச்சியே. அதைத் தோண்டி எடுத்து என்ன பண்ணப் போறே?"

சுவாமிநாதனின் கேள்வி முன் மவுனம் சாதித்தான் சங்கிலிக்குறும்பன். அந்த மவுனம் கலையாதபடி தரைப்பரப்பைப் பார்த்தான். சிமெண்டு பூச்சில் விரிசல் கண்டு நறநறவென்று காலை நெருடும் அந்தத் தளம், 'என்னைச் சீக்கிரம் தோண்டு' என்பது போல் வெறித்தது.

புதிய அந்த வீட்டின் ஒரு மூலையில் மண்வெட்டி, கடப்பாரை என்று தோண்டும் எல்லாச் சாதனங்களும் இருந்தன. ஓடிப்போய் இரண்டை எடுத்து வந்தான்.

"ஐயா, பிணத்தை மொதல்ல இங்க இருந்து அப்புறப்படுத்துங்கள். பிறகு பசுமாட்டுக் கோமியத்தால் வீட்டைப் புனிதப்படுத்தி, வாழற இடமா இதை மாத்தப் பாருங்க. மற்றதை நான் பிறகு சொல்றேன்."

தோண்டும் முன் அவன் பேசியதைக் கேட்டு இருவர் சிரமமும் பயத்தோடு அசைந்தது. பத்மநாபனின் காதோரமாய் ஸ்பிரே செய்த மாதிரி ஒரு சிலிர்ப்பு பரவி வியர்வை ஊற்று எடுத்தது.

மெழுகுவர்த்தியின் மங்கலான வெளிச்சத்தின் ஊடே குறும்பன் கடப்பாரையைத் தோளுக்கு உயர்த்தித் தரையில் இடிபோல் பாய்ச்ச ஆரம்பித்தான்.

மண் துண்டங்கள் கவளம் கவளமாய்ப் பெயர்ந்து குழி விழத் தொடங்கிய அதே வேளை...

'ஆ... ஆ ஆ...' காடம்மையின் குடிசையில் சங்கிலிப் பிணைப்பை மீறி எகிறித் தெறித்தது. சரவணனின் உடல். அவன் உதடுகளில் பிரிந்த அவல ஒலி அந்தப் பிராந்தியத்தையே நடுக்கியது.

ஓடிவந்தாள் காடம்மை.

சரவணனின் நெளிசலையும் அலறலையும் பார்த்து இலேசாக விக்கித்துப் போனாள்.

'என் இப்படி அலறுகிறான்?'

மனதில் வினாவோடு, மந்திரித்த விபூதியை எடுத்து அவன் மேல் தூவிப்பார்த்தாள். பலனில்லை. காஷ்மீர்க் கம்பிளியை நீரில் நனைத்துப் பிழிந்த மாதிரி உடம்பை வளைத்துக் கொண்டு காடம்மையை வெறித்தான் சரவணன்.

சங்கிலியின் ஒரு வளையம் அவனது பலமான திமிறில் தனது வலுவை இழந்து வளையத் தயாரானது.

அதைப் பார்த்து தனது குழிவிழுந்த பளபள விழிகளில் முதல்முறையாக அச்சத்தைப் பரப்பிப் பயந்தாள் காடம்மை.

ஓடினாள். தனது குடிசையின் தெய்விகக் கல் மேடைக்குப் போய் வல்லமையான தியான ராஜ்யத்தில் ஆழ் மனதை மேலெழுப்பி நடப்பவற்றை அறிந்து கொள்ளத் தயாரானாள்.

அவள் மனநினைவில் மண்கட்டிகள் பெயர்ந்து பெயர்ந்து விழுகின்றன.

சரக் சரக்! என்று மண்வெட்டி மண்ணைக் கிள்ளி, அள்ளும் சப்தம் காதுகளில் ஒலிபரப்பாகிறது. காற்றின் ஏதோ ஒரு அலை, எப்படியோ அந்தச் சப்தத்தைக் கவர்ந்து வந்து அங்கே ஒலிபரப்புகிறது.

எந்தப் புலன் அந்தச் சப்தத்தை உணர்ந்து விழிப்படைகிறது என்பதே தெரியவில்லை.

ஒரு கட்டத்தில் மண்ணில் இறங்கிய கடப்பாரை ரத்தக் கூழாய் மேலேறுகிறது. குறும்பன் அதைப் பார்த்துக் கண்களை அகட்டி விரித்துப் பத்மநாபனை வெறிக்கிறான்.

கடப்பாரையைத் தூக்கி எறிந்து விட்டு, மண்ணை வேகவேகமாய்க் கைகளால் நகர்த்திவிட்டுத் தரையை உற்றுப்பார்க்கிறான்.

மூன்று வாரகாலமாய் மண்ணுக்குள் கிடக்கும் ராஜேந்திரன் சவஉடல் இலேசாய் தோல் உரிந்து வெளிறிடப் பல்லைக் காட்டுகிறது.

நல்ல வாலிப உடல். ஐந்தரை அடிக்குப் பழுதில்லாதபடி பேண்ட் சட்டைக்குள் அகோரமாய்...

முகத்தின் மேலுள்ள மண் திப்பிகளை அகற்றிவிட்டு உற்றுப்பார்க்கிறான். சரியாகத் தெரியவில்லை.

மெழுகுவர்த்தியைக் கேட்டு வாங்கி அதை அருகில் கொண்டு சென்று பார்க்கிறான்.

துளிக் கூட களையை இழக்காதபடி 'வாழவேண்டும் அனுபவிக்க வேண்டும்' என்றெல்லாம் ஆசைப்பட்டு அது கிட்டாத விதியால் நொந்து சேர்ந்த மாதிரியில்...

குறும்பன் சடலத்தை முழுமையாகப் பார்த்துவிட்டு, "பார்த்தீங்களா. நான் சொன்ன மாதிரியே பிணம். வாலிபப் பிணம். இதுதான் ராஜேந்திரன் உடம்பு. இனிமே பாருங்க! இந்த உடம்பை வெச்சு என்ன என்ன செய்ய போறேன்னு..." என்றான் உரத்தக் குரலில்.

பத்மநாபனும் சுவாமிநாதனும் வெறித்தனமாய் அலறும் சங்கிலிக் குறும்பனைப் பார்த்து பயமிடறு விழுங்கி விதிர்த்தனர்.

சடலத்தை வேக வேகமாய் ஒற்றை ஆளாய்த் தூக்கித் தோளில் போட்டபடி அந்தக் குழியை விட்டு மேலே ஏறினான்.

காணாததைக் கண்டுவிட்ட பரவசமும் கிடைக்காதது கிடைத்துவிட்ட சந்தோஷமும் சேர்ந்து, அவன் முகத்தில் தட்டாமாலை சூடின. சுவாமிநாதன் அதைக் கண்டு பயத்துக்கு நடுவிலும் யோசிக்க ஆரம்பித்தார்.

'பயங் கலந்த இந்தச் செயலில் இவன் ஏன் இத்தனை சந்தோஷப்படுகிறான்? இவன் வித்தியாசமானவன். மர்மமானவன். எச்சரிக்கையாக இருக்க வேண்டும் இவனிடம்.'

சுவாமிநாதன் எண்ணி முடித்த மறுநிமிடம் குறும்பனின் முகம் சுவாமிநாதனைப் பார்த்து வெறித்தது.

“என்னைத் தப்பா நினைக்கறே போல இருக்கே?” கேள்வி கேட்டது. சுவாமிநாதன் ஒரு வினாடி திணறிப்போனார்.

அவர் தடுமாற்றத்தைப் பார்த்துக் குறும்பன் பெரிதாகச் சிரித்தான். தோளில் சவத்தின் பாரம் அழுக்கும் போது அப்படிக் கூட சிரிக்க முடியுமா, என்ன? சிரிப்பை நிறுத்தாமல் நடக்க ஆரம்பித்தான். வீட்டைத் தாண்டி வாசலுக்கு வந்தான். இருட்டிவிட்டது.

நட்சத்திரங்களைக் காட்டிக் கெக்கலித்துக் கொண்டிருந்தது. எங்கும் நிர்மலம் பளீரிட்டது. பூமி மேகப் பொழிசலாய்க் குளிர்ந்து போய் ஜிலுஜிலுத்துக் கிடந்தது. சலசல என்று இலேசாய் எங்கே மழை நீர் வடியும் அரவம். தவளைகள் உற்சாகமாய் இசை வகுப்பு நடத்த ஆரம்பித்திருந்தன.

பத்மநாபனும் சுவாமிநாதனும் சங்கிலிக்குறும்பன் செயல்பாட்டில் தங்களை மறந்துவிட்டு இருந்தனர்.

‘எதார்த்தமாய் மழைக்கு ஒதுங்கியவனால் எதார்த்தமில்லாதபடி எத்தனை செயல்கள்!’

திடும் என்று ஆளரவமற்ற அந்தப் பிராந்தியத்தின் ஈர மண்சாலை மேல் இட வலமாக ராஜேந்திரனின் சடலத்தைக் கிடத்தினான் குறும்பன்.

பின்னர், ஜோல்னாவில் இருந்து எலும்புத் துண்டை எடுத்து சடலத்தின் நெற்றியின் மேல் படுக்கை வாட்டில் வைத்து விட்டு, வயிற்றின் மேல் ஏறி ஒற்றைக் காலில் நிற்கத் தொடங்கினான்.

வலக்கால் சடலத்தின் வயிற்றை மிதித்து நசுக்கியபடி நிற்க, இடக்கால் வலக்காலின் தொடையில் பாதத்தை நிறுத்தி முக்கோண வடிவம் காட்டிநின்றது. அவன் உதட்டில் ஏதோ உச்சாடனங்கள். மெய்யெழுத்துக்களும் வல்லின எழுத்துக்களும் கட்டிப்புரண்டு சண்டை போடுவது போல் ஒரு சப்தம்

நேரம் நகரத் தொடங்கியது.

★★★

காடம்மையின் மனக் கண்ணில் அந்த பிராந்தியத்தின் ஒரு மூலையில் நடக்கும் குறும்பனின் செயல் துல்லிதமாய்த் தெரிய, அவள் முகம் முத்து முத்தாக வியர்த்தது.

பிரேத உபாசனைக்கு இணங்காத ஆன்மாக்கள் உலகிலேயே கிடையாது என்பது அவளுக்குத் தெரியும். அதனால் தான் பேரன் முத்துப்பாண்டியின் பிரேதத்தைப் புதைத்தோ எரித்தோ ஒழித்து விடாமல் பாடம் செய்துப் பாதுகாக்கிறாள் அவள்.

ஒரு காலகட்டத்தில், அந்தப் பிரேதத்துக்குள் உயிரைத் திணித்து விட முடியும் என்று அவள் மனம் நம்பிக்கொண்டேயிருக்கிறது.

நாயன்மார்களில் எவ்வளவோ பேர் எத்தனையோ இறந்தவர்களை உயிர்ப்பித்ததாக வரலாறு கூறுகிறதே.

நம் அளவில் மட்டும் சாத்யமாகாதா என்ன?

உபாசனையில் கொடியது பிரேத உபாசனை, குறும்பனின் உபாசனைக்கு அந்தச் சடலத்துக்குரிய ஆவி பதிலளித்தே தீர வேண்டும்.

பதிலளிக்கும் விதமாக அங்கிருந்து கிளம்ப சரவணன் தன்னைத் தயார்ப் படுத்திக் கொண்டிருந்தான். இரும்போ, கயிறோ எதுவும் என்னைக் கட்டுப்படுத்தாது என்பது போல் அவைகளை அறுத்துத் தள்ளத் துடித்துகொண்டிருந்தான்.

கட்டுப்படாத அவன் திமிறலுக்குக் காரணம் காடம்மைக்குப் புரிந்து போனது.

'ஐயோ... இவன் இங்கிருந்து கிளம்பிவிட்டால், திரும்ப இவனைப் பிடிப்பதும் ஒரு யானையைப் பிடிப்பதும் ஒன்றாயிற்றே. என் சக்திக்குக் கட்டுப்படாமல் எல்லாம் நடக்கிறதே!'

காடம்மை மாய்ந்து போய் புலம்பிய அதே வினாடி, வலது கையின் சங்கிலி பட்டென்று தெறிக்க, இடதுகை சங்கிலியை அறுக்க, வலதுகையின் உதவியும் அங்குச் செல்கிறது. அவன் உதட்டில் ராஜநாகம் மாதிரி புஸ்புஸ் மூச்சு சத்தம்.

காடம்மை கலங்கிப்போய் பேசாமல் குடிசைக்கு வெளியே போய் நின்று கொள்ள, ஒரு கட்டத்தில் சரவணன் அனைத்துக் கட்டுப்பாடுகளும் தகர்ந்த நிலையில், சங்கிலிகள் உடம்பில் அறுந்து தொங்க, தப்பி வந்த சிறைக்கைதி போல் அந்தக் குடிசைக்கு வெளியே வந்து நின்றான்.

மீண்டும் சுதந்திர உலகம் அவன் எதிரே கைகட்டி நின்றது! காடம்மை அதைப் பார்த்து ஒடிந்து விழுந்தாள். இழுத்துப் பெருமூச்சுவிட்டான் அவன். குறும்பனின் மந்திர உச்சாடனம் உடனேயே அவனைக் கவ்வியது. 'நானிருக்கும் இடம் வா' என்று கட்டளையிட்டு அவன் உடம்பினைத் தார்ச்சாலையில் செலுத்தியது.

ஓடத் தொடங்கினான், புளியமர இருட்டுக்குள் புயல் போல்!

வழவழத்த தார்ச்சாலை மேல் அம்பாய்ச் சீறும் வாகனங்களில் சென்றவர்களும் ஓடும் சரவணனை அதிசயமாய்ப் பார்த்து விதிர்க்க மண் சாலை முக்குத் திரும்புகிறது அவன் தேகம். சங்கிலிகளின் சரசர சப்தம் எங்கும் மோதுகிறது. ஈரமண்ணை மெத்தி, மண்ணைக் கொல்லி எறிந்தபடி குதிகால் பதியாமல் ஓடும் லாவகமான அவன் ஓட்டத்தை இருட்டிலும் ஓரளவில் பார்க்க முடிகிறது. நட்சத்திர ஒளி ஒத்தாசிக்கிறது.

வானத்தில் ஒரு தூரத்தில் வெள்ளரிக்கீற்று மாதிரி வளர்பிறை தெரிகிறது.

குறும்பன் திடுமென்று காதை மோதும் சங்கிலித் துண்டுகளின் சப்தம் கேட்டுச் சட்டென்று விழி மலர்த்தி, நெஞ்சு நிமிர்த்தினான். எதிரே ஓடிவரும் சரவணனைப் பார்த்துக் குதூகலித்துப் போனான்.

சுவாமிநாதனும் பத்மநாபனும் கூட சரவணனைப் பார்த்தார்கள்.

"ஐயையோ! சரவணன் தப்பி வந்துட்டான் போலத் தெரியுதே. இனி என்ன பண்ண?" பயந்து நெஞ்சு நடுங்கினார்கள்.

“கவலைப்படாதீங்க. உங்க மகனை இந்தப் பிரேத ஆவி கிட்ட இருந்து மீட்டுக் கொண்டு வந்து சேக்கறேன்” ஆனா கொஞ்ச நாள் ஆகும். இப்போதைக்கு இவனை அடக்கி நான் இழுத்துப் போகணும் அதான் முக்கியம்.”

“எங்கே?”

“எங்கேயோ? அதை நான் எதுக்குச் சொல்லணும்?”

“டேய், நீ மழைக்கு ஒதுங்கினவன். உதவுற மாதிரி பேசினவன். இப்ப நீ பேசறது நல்லா இல்லை. சரவணன் எங்க பிள்ளை. எங்கேன்னு கேட்காம அவனை வழியனுப்பியா வைப்போம்?”

பத்மநாபன் முதல் முறையாக வாய் திறந்து வெடித்தார். குறும்பன் அதை லட்சியம் செய்யாமல் பெரிதாகச் சிரித்த அதே வினாடி சக்கென்று அங்கே வந்து பெருமூச்சோடு நின்றான் சரவணன்.

“வா, ராஜேந்திரா வா. வந்துட்டியா? என் பாதுகாப்புல இருந்த உன்னை, செய்வினை மூலமா கொண்டு போனா - விட்டுடுவேனா? தெய்வம் என் பக்கம் தான். நீ சொன்ன அடையாளத்தை வெச்சு பணத்தைத் தான் நான் தேடிவந்தேன். ஆனா உன்னையே அடைய வழிகிடைச்சுடுச்சு. வா, நாம கிளம்புவோம்.”

கிளம்பத் தயாரான குறும்பன், ஞாபகமாக சடலத்தைத் தூக்கித் தோளில் போடப் போனவன் என்ன நினைத்தானோ ராஜேந்திரனை உற்றுப்பார்த்தான்.

“ராஜேந்திரா, இதோ உன் உடம்பு. இது பத்திரமா இருந்தா தான் உனக்கு எதிர்காலம். இதை அழுகவோ எரிக்கவோ விட்டுடாத படி பாதுகாக்கணும். நான் சொல்றதெல்லாம் பூத மந்திர சாஸ்திரம்கிறது உனக்குத் தெரியும். எங்கே, உன்னை நீயே தூக்கு, பார்ப்போம்.”

கட்டளையிட்ட மறுவினாடி சரவணனாகிய ராஜேந்திரன் அந்தப் பிணத்தைத் தூக்கித் தோளில் போட்டுக் கொண்டான். இருவரும் இருட்டில் நடக்கத் தொடங்கினார்கள்.

திம் திம்மென்று...

பத்மநாபன் வாய் பொத்தி மெய் பொத்தி நிற்க, அவர்கள் சிரசைக் கடந்து பறந்தது ஒரு ராட்சத வௌவ்வால், அது போட்ட சப்தத்தில் இருவரின் குலையே நடுங்கியது.

✦ ——— ✦

34

'உத்தராதித்தம் உச்சி மகேந்திரம் நைத்ரு காசிப தர்ப பிரயோகம் சித்தி விநாயகம் வித்தக மோதகம் வாயு ராஜ்ய இஷ்ட பிரசாதம்!'

- தசதேச விசால சுவடி

(**பொருள்:** 'உத்திர நட்சத்திர நாளில் உதயசூரியனையும், அன்றைய பவுர்ணமியில் சந்திரனையும் பார்த்து நைத்ரு காசிப கோத்திரத்தில் உள்ளவரால் விடப்பட்ட தர்ப்பை நீரும், சித்தி விநாயகனுக்கு வைத்து படைத்த கொழுக்கட்டையும் ஆவிகளுக்கு மிகப் பிடிக்கும்?')

அந்தக் குளம் பச்சை நிறத்தோடு மீன்கள் துள்ளித் திரிய, கார்த்திகாவின் விழிகளில் வித்யாசமாய்ப் பதிந்தது.

பழமையான குளம் என்றும், அதற்குள் ஜல பாணேஸ்வரர் எனும் லிங்க உருவம் மூழ்கிக் கிடப்பதாகவும், விருச்சிகானந்தர் சொன்னதை மனம் நம்பாமல் தடுமாறியது.

அதே சமயம் அதை வார்த்தைப் படுத்தும் தைரியமின்றித் தனது வாழைத் தண்டுக் கால்களைச் சலங்கை குலுங்க அசைத்து நீர்ப்பரப்பில் வைத்தாள். கணுக்காலை நனைத்துப் பாதத்தை மூழ்கடித்தது, முதல் படி குளத்து நீர்.

விருச்சிகானந்தர் கார்த்திகாவை உற்றுப் பார்த்துக் கொண்டிருந்தவர், சட்டென்று “இங்க நடக்கிற விஷயங்களும், நீ கேள்விப்படற விஷயங்களும், உனக்கு ஒரே புதிரா இருக்கு இல்ல?” கேட்டார்.

கார்த்திகா சலனத்தோடு அதை அங்கீகரித்தாள்.

“... சிறு வயசுல எங்க பாட்டி கதை சொல்வாங்க. அதுல தான் இந்த மாதிரி விஷயங்க வரும். அப்படி, புராண கதைங்களிலேயும் இந்த மாதிரிக் கேள்விப்பட்டிருக்கேன்.”

“உன் பகுத்தறிவுக் கேள்விகளை நான் குறை சொல்றதா நினைச்சுடாதே. வாஸ்தவத்துல இந்த மாதிரி கேள்விகளிலே தான் விடையை இழுக்கிற சக்தி உண்டு. உனக்கும் விடை கிடைக்கத்தான் போவுது. இப்போதைக்கு நீ கிளம்பு. முதல்ல உன் மாமன் மகனைக் காப்பாத்தி, அவனோட ஜோடியோ, இங்கவா.”

‘தசதேச விசால சுவடி’யோட உங்களுக்கு உதவ என் சிஷ்யன் அருணாசலம் வருவான். வெற்றி உங்களுக்குத்தான்!

“உனது வெற்றிக்குப் பிறகு இந்த வனத்துக் கோவிலுக்கு ஒரு புனர்வாழ்வு வரட்டும். அந்த வெற்றியை நீ அடையாத வரை உன் மனது முழுமனசா எதிலும் ஈடுபடாதுன்னு எனக்குத் தெரியும். நீ இப்பப் புறப்படலாம்!”

விருச்சிகானந்தர் இத்தனை விரைவில், எதிர்பார்த்து ஏங்கிய நல்ல முடிவை அறிவிப்பார் என்று கார்த்திகா எதிர்பார்க்கவே இல்லை.

“ரொம்ப நன்றி ஐயா!” என்றாள். சுவடிக் கட்டோடு ஒரு நடுத்தரக் குடும்பத்து மனிதனைப் போல் லேசாக வளர்ந்த தாடியும், இடுப்பில் வேட்டியும், மார்பை மறைத்தபடி ஒரு காவித்துண்டுமாய் தானும் கிளம்பத் தயார்” என்பது போல் எதிரே வந்தார். அருணாசலம்.

பாஸ்கர் அவரை படுவியப்போடு பார்த்தான்.

"உம். கிளம்புங்க... கிளம்புங்க..." விருச்சிகானந்தர் ஊக்கப்படுத்தினார். அருணாசலம் கிளம்பும் முன், அவர் காலில் சாஷ்டாங்கமாய் விழுந்து வணங்கினார்.

இதற்குள் கார்த்திகா, காரைக் கிளப்ப வெகுதூரம் நடந்திருந்தாள். அவள் நடையில் முயல் குட்டிகள் தோற்று ஓடின!

★★★

அந்த மண்சாலை மேல் வேகவேகமாய் நடக்கும் சங்கலிக்குறும்பனும் சரவணனும் சாலைச் சந்திப்புக்கே வந்துவிட்டிருந்தார்கள்.

குறும்பன் அப்பொழுது தான் பணத்தின் ஞாபகம் வந்தது போல் கைகளைச் சொடுக்கி "தம்பி! நீ புதைச்சு வெச்ச பணத்தை மறந்துட்டேன், பாத்தியா அதையும் இப்பவே எடுத்துடுவோமா?"என்று கேட்க, சரவணன் சிரம் 'உம்' கொட்டி அதை அங்கீகரித்தது.

"உடம்பெல்லாம் வலிக்குதா? காற்றா இருக்கும் போது இல்லாத உபத்திரவம் உடம்பைப் பிடிச்சிருக்கும் போது வரத்தான் செய்யும். அதுலையும் இரும்புச் சங்கிலிகளை அறுத்துக்கிட்டு வந்திருக்கே... சும்மாவா?" கேட்டான்.

ஊடே ஊளையிட்டபடி ஓடிக் கடந்தது ஒரு வாகனம். சரவணனுக்கு அந்தச் சப்தம் எரிச்சல் மூட்டியது. இதேபோல் ஒரு வாகனமான பஸ்ஸில் கன்னியாகுமரியிலிருந்து கிளம்பிய நினைவு உடனே மேலெழும்பியது.

இப்பொழுது நின்று கொண்டு இருக்கும் அதே இடத்தில் தான் அந்த வாகனமும் பிரேக்டவுனாகி நின்று போனது. பிறகு தானே அனைத்து விபரீதங்களும் துவங்கின. குறிப்பாக அந்த நால்வர் துரத்திய துரத்தலும் அதிலும் குறிப்பாக அடி வயிற்றில்

கத்தியைச் செருகிய பத்ராசலமும் நினைவில் பந்தடித்து உயர மேலெழும்பினார்கள்.

அந்த எண்ணக் குமுறலால் தன்னையே மறந்தவன் “பத்ராச்சலம்!” என்று உரக்கக் கத்தினான்.

“யாரு தம்பி அந்தப் பத்ராச்சலம்?” குறும்பன் ஆவலாகக் கேட்டான்.

“என்னை இந்தக் கதிக்கு ஆளாக்குனவங்கள்ல ஒருத்தன்.”

“மீதி மூணு பேர்.”

“பேர் தெரியாது ஆனா அடையாளம் தெரியும்.”

“இப்ப எதுக்கு அவங்களை நெனச்சே?”

“எப்படி அவங்களை என்னால் மறக்க முடியும்? காய்கறி மாதிரி நினைச்சு என்னை நறுக்கிப் போட்ட அவங்களை எப்படி மறக்கமுடியும்? எப்படி இருந்த உடம்பு என் உடம்பு? இப்ப இப்படி மண் அரிக்க வெளுத்து இற்றுப்போய்...”

சரவணன் நெருங்கி வந்து குறும்பனின் தோளில் இருக்கும் தனது மாஜி உடம்பைக் கைவிரலால் தொட்டுக் கொண்டு விசும்பினான்.

“கவலையை உடு. அந்த நாலு பேரை உண்டு இல்லைன்னு பண்ணிடலாம்.”

“இப்பவே பண்ணனும் எனக்கு, அவங்க இருக்காங்கன்னு சொல்றியா?”

“முதல்ல பணத்தை எடுப்போம் வா.”

“ஆமா! பணத்தை எடுக்கணும். என் வீட்டுக்குப் போய்ப் பணத்தைக் கொடுக்கணும்.”

“என்னது, உன் வீட்டுக்கா?”

“ஆமா... தவிச்சிகிட்டிருப்பாங்க என் அப்பா, அம்மா. என் அக்கா கல்யாணம் ஆகாம அலைமோதிக்கிட்டிருக்கு தெரியுமா?”

“அப்ப, உனக்கு உதவப்போற எனக்குப் பணம் கிடையாதா?”

“நீ பணத்துக்காகவா எனக்கு உதவ முன் வந்துருக்கே?”

“வேற காரணங்களும் உண்டு.”

“என்ன அது?”

“நின்னு விளக்கமாப் பேச இது நேரமில்லை தம்பி! வா. முதல்ல பணத்தை எடுப்போம். வந்து எனக்குப் புதைச்ச இடத்தைக் காட்டு. என் குறி காட்ற ஜாதிக்காய்களோட நான் வந்தப்போ, ஒரு மாட்டுக் காரனால அந்தக் காரியமே கெட்டுப் போச்சு.”

குறும்பனின் பேச்சைக் கேட்டு ஒரு வினாடி நின்று ஆழமாகக் குறும்பனை வெறித்தான், சரவணன். குறும்பனுக்கு லேசாய் தொடை நடுங்கியது.

“ஏன் தம்பி, அப்படிப் பார்க்கறே? வந்து இடத்தைக் காட்டு. உன் நல்லதுக்குத் தான் சொல்றேன், நான்.” என்று சிமிண்டினான்.

ராஜேந்திரனாகிய சரவணன் ஏதும் பேசாமல் திரும்பி வந்த வழியில் நடந்து மரக்கூட்டங்களை நோக்கி நடந்தான்.

உற்சாகமாய்ப் பின்தொடர்ந்தான் குறும்பன்.

சரியாக அந்த மாட்டுக் காரச் சிறுவன் மல்லாந்து கிடந்த பாறைக்குப் பக்கத்தில், முன்பே காலை நெருடிய ஒரு பொருள் கிடந்த இடம் வரை வந்தனர்.

அந்தப் பொருளிடம் குறும்பனின் பையிலிருந்து உருண்டு விழுந்த ஜாதிக்காய்கள் இரண்டும் நிலவொளியில் லேசாகத் தென்பட, அதை எதேச்சையாகப் பார்த்த குறும்பன் விழிகள் அகண்டு விரிந்தன.

சரியாக அந்த இடமாகப் போய் நின்று தோண்ட ஆரம்பித்தான் சரவணன். மண்ணுக்கு வெளியே லேசாகத் தலைகாட்டிய அந்தப் பொருள் புதைக்கப்பட்ட பணப் பெட்டியின் கைப்பிடியாகக் காட்சி தந்தது.

வேகவேகமாக அதை வெளியே எடுத்து மண் திப்பிகளைத் தட்டி உதிர்த்து விட்டுப் பெட்டியை ஆவலாகத் திறந்தான். ஒரு பழுதும் இல்லாமல் முள்ளங்கிப் பத்தையாகப் பல்லைக் காட்டியது, பத்து லட்சமும்!

குறும்பன் முகம் ஆயிரம் சூரிய வெளிச்சம் பட்ட மாதிரி ஜிகுஜிகுத்தது.

★★★

அலுத்துப் போயிருந்தான் தாமஸ். வெறுத்துப் போய் அந்தப் பழைய வீட்டின் உதிர்ந்த சுவர்களை உற்றுப் பார்த்து காலால் முடிந்த மட்டும் உதைத்துப் படுகோபமாய் உருமாறினான்.

அவனைப் போலவே அவன் கூட்டத்தவர்கள் மொத்தமும் சலித்துப் போயிருந்தனர்.

“தாமஸ்...! இங்க வந்து குந்திக் கிடந்து ஒரு பிரயோஜனமில்லை. ராஜேந்திரனோட சினேகிதன் எட்டிக் கூடப் பார்க்கலை. எப்படியும் இங்க வருவான்னு சொன்னே நாள் தான் நகருது. ஆளைக் காணோம். ஒருவேளை நாம இங்க இருக்கறது தெரிஞ்சு எஸ்கேப் ஆயிட்டானா?”

ஒரு மொட்டைத் தலையனின் கேள்வியைத் தாமசால் புறக்கணிக்க முடியவில்லை.

“இருக்கலாம். நல்லாவே தண்ணி காட்டுது இந்த ராஜேந்திரன் பயல் விவகாரம். முதலாளிக்கோ என்ன பதில் சொல்றதுன்னு தெரியலை. வீட்ல இருக்கற இவங்களைப் பார்க்கவும் பரிதாபமா இருக்கு” என்ற தாமஸ், ராஜேந்திரனின் தாய் தந்தையரை, நண்டும் சிண்டுமான குழந்தைகளை ஒரு பார்வை பார்த்தான்.

புழக்கடையில் சருவம் கழுவிக் கொண்டிருந்த சரசுவும் கண்ணில்பட்டாள்.

தானும், தன் கூட்டமும் நுழைந்த நாளில் இருந்து அவள் பயப்படுகின்ற அளவும், அதன் தாக்கமும் அவனுக்குள்ளும் பரிதாபத்தைப் பிடுங்கி எடுத்தது.

“தாமஸ்...! வீட்டுக்குள்ளறையே அடைஞ்சுக் கிடந்து போரடிக்குது. கொஞ்சம் நம்ப ராமக்கா கடை வரை போய் ஊறுகாயோட பட்டையடிச்சுட்டு வருவோமே... ஒரே வெறுப்பா இருக்கு” என்றான், ஒருவன்.

தாமசுக்கும் அது சரி என்றுபட்டது. எல்லோருமாய் ஒரு சேர கிளம்ப ஆயத்தமானார்கள். அப்பாடா என்று இழுத்துப் பெருமூச்சுவிட்டாள், சரசு.

அந்த ஜீப் தற்காலிகமாக அந்த வீட்டின் வாசல் படியை விட்டு வேகமாய் வெளிக்கிளம்பியது.

“போன வேகத்துல திரும்பிடுவேன். இடையில் உன் தம்பி சினேகிதன் வந்தான், நிறுத்தி வை. சொன்னபடி நடக்காமப் போனது தெரிஞ்சா உன்னை உயிரோட விடமாட்டேன்” என்று உரக்கக் கத்தியபடி ஜீப்பை நிமிண்ட, அது, ‘நான் புலி’ என்பது போல் பாய்ந்து மறைந்தது.

அந்த இரவின் பிடியில் கண்களை விட்டு மறைந்த அவர்களைப் பார்த்துப் பெருமூச்சோடு லேசானபடி வீட்டுப்படி ஏற ஆயத்தமானாள், சரசு.

துல்லியமான அந்த வினாடியில் யாரோ ஒரு குடிகாரனைத் தோளில் போட்டுத் தூக்கி வரும் பாங்கில் பிணத்தோடு சங்கிலிக்குறும்பனும், சரவணனும் வீதிக்குள் நுழைந்திருந்தனர்.

குறும்பன் எச்சரிக்கையாக ஒரு துணியால் ராஜேந்திரனின் சவ உடலை நன்கு மூடியிருந்தான்.

இரவுக்காலம் இருவருக்கும் மிக உதவியாக இருந்தது.

35

‘வாயு வடிவமுடைய உயிர் சுடுகாட்டிலே தன் சிதைக்கு பத்து முழ உயரத்தில் ஆவி வடிவில் நின்று, திரும்பவும் உடம்பில் நுழைய முடியாத படி தடுக்கும் தீப்பற்றி எரியும் தன் உடலைப் பார்த்து ஓலமிட்டு அழும், சிதையிலே தீயானது தலையை அவிக்கும் வரை அந்த சீவனுக்கு தன் உடல் மீதும், அந்த உடல் சம்பந்தமான உறவு, தொடர்பு ஆகியவற்றின் மீதும் உள்ள ஆசை அழியாது.

புதைத்த நிலையிலும் இதுவே விதியாகும். இரண்டும் காணாத பிரேதங்களின் சீவனின் நிலை பரிதாபத்திற்குரியது. ஜீவ சரீரம் பற்றிப் பிறகு கூறுகிறேன்.’

– கருட புராணம்

இரவின் உதவியோடு ராஜேந்திரனின் சடலத்தோடும், ஒரு ஜோல்னா பையோடும் ஒரு தினுசாக நடக்கும் சங்கிலிக் குறும்பனை வீதி ஒரு மாதிரியாகப் பார்த்தது. ஆனால் அதில் ஆச்சரியமோ, அதிர்ச்சியோ இல்லை.

வீதியில் நடமாடும் எவ்வளவோ பேர்களில் ஒருவனாகத்தான் குறும்பன் தெரிந்தான். ஆனால், கையில் சூட்கேசோடு

பொருத்தமில்லாத உடையில், காடம்மை அணிவித்திருந்த காவி வேட்டியோடும், முண்டா பனியனோடும் தென்பட்ட சரவணன் மட்டும் மற்றவர்களுக்குச் சற்று ஆச்சரியமளித்தான். ராஜேந்திரனாகிய சரவணன் அதைக் கண்டு கொள்ளத் தயாராக இல்லை.

மனத்தில், பெற்றவர்களைப் பார்க்கப் போகும் துடிப்பும் பணம் தந்து அவர்களைச் சந்தோஷப் படுத்தபோகும் வேகமும் குதிரைப் பாய்ச்சலிட்டுக் கொண்டிருந்தன. வீடும் நெருங்கிவிட்டது.

சட்டென்று சரவணனுக்குப் பொறிதட்டியது.

குறும்பனைப் பார்த்து வெறித்தவன், "நீ இங்கேயே இரு. உள்ள இந்த உடம்போட வராதே. உடம்பை என் தாயும் தந்தையும் பார்த்தா, நெஞ்சு வெடிச்சுச் செத்தாலும் செத்துடுவாங்க. நான் செத்த விஷயம் அவங்களுக்குத் தெரியாது. நான் போயிட்டு உடனே வந்துடறேன்" என்றான்.

குறும்பனிடம் குறுகுறுப்பு மண்புழுவாய் நெளிசலெடுத்தது. தயங்கினான்.

"என்ன தயக்கம்?"

"இல்ல... ஒரு பிணத்தோட நடந்துகிட்டே இருந்தா பிரச்னை இல்ல. ஒரு இடத்துல நான் நின்னா வீதி என்னை வெறிக்குமே" குறும்பனின் தயக்கம் வார்த்தை ஆனது.

"வெறிச்சா வெறிக்கட்டும். ஆமா, இந்த உடம்பை நீ என்ன பண்ணப் போறே, எதுக்குத் தோண்டி வெளியே எடுத்தே. என்னைச் சுண்டி இழுக்கவோ?"

"அது பெரிய கதை. நான் தேடி வந்தது பணத்தை. கிடைச்சதோ இந்த உடம்பு. எதிர்பாராத அதிர்ஷ்டம் இது தம்பி..."

"அதிர்ஷ்டமா?"

"ஆமா... அதிர்ஷ்டம் தான். ஒரு உடம்பு சகல கர்மாக்களும் முற்று பெற்ற நிலையில் எரிஞ்சு போயிடணும். இல்லை. பால் வாங்கி மண்ணோடு மண்ணாய்க் கலந்துடணும். எரியறது தான் புனிதம்.

எரிஞ்ச உடம்போட ஆன்மா அலைஞ்சாலும் யாரையும் கவ்வ முடியாது. பூவுலக ஆதாரத் தொடர்பு சாம்பலா முடிஞ்ச நிலையில் மத்திய லோக சஞ்சாரம் தான் பண்ணமுடியும். திவசமும், அமாவாசையும் வரும் சமயம் எள்ளுப் பிண்டத்துக்காக, காக்கையா வேணும்னா பூவுலகம் வந்து திரும்பலாம்.

பால் வாங்கி, வாய்க்கரிசி வாங்கி உப்போடும், முதல் பிடி உறவு மண்ணும் வாங்கிப் புதைக்கப்படற சடலத்துக்கும் இது பொருந்தும். ஆனா இதுக்கு வக்கற்றுப் போன உடம்பு, என் மாதிரி மாயாவிக்குக் கிடைக்கறதுன்னா - சும்மாவா?"

"நின்னு பேச எனக்கு இப்பப் பொறுமையில்ல. முதல்ல பணத்தைக் கொடுத்துட்டு வரேன். இங்கேயே இரு." சொல்லி விட்டு ஓடினான்.

வீட்டு வாசல்படியை ஆவலாகத் தாண்டி அரவத்தோட உள்ளே நுழைந்தான். முதலில் அவனைப் பார்த்தது சரசு தான்.

"தம்பி!" குரலில் உற்சாக வெள்ளத்தைப் பீறிடவிட்டாள்.

"அக்கா..." - ராஜேந்திரனாகிய சரவணனிடமும் அது பீறிட்டது. இருவரின் குரலையும் தொடர்ந்து வீடே அவனைப் பார்த்து ஓடிவந்தது.

"தம்பி, என்னப்பா இது? மறுநாளே வர்றதா சொன்னே? இப்ப வந்துருக்கே?" – அவன் தாய்க்காரி குரலில் கரிசனத்தோடு நெருங்கி வந்தாள்.

"தம்பி நீ இனி எப்பவும் வராதே. மலையப்ப முதலாளியோட அடியாளுங்க... அதாம்பா அன்னிக்கு வந்து உதை வாங்கிகிட்டுப் போனாங்களே தடிப்பசங்க... அவங்க இங்க டேரா போட்டுருக்காங்க."

உனக்காகவும், என் தம்பி ராஜேந்திரனுக்காகவும் அலைபாயறாங்க. சாப்பாடு, தூக்கம் எல்லாம் இங்க தான்! இப்ப தான் வெளிய கிளம்பினாங்க. உடனே வந்தாலும் வரலாம். அவங்க தொல்லை தாங்கலைப்பா எங்கே பத்து லட்சம்?

எப்பக் கிடைக்கும் அந்தப் பணம்னு புலம்பறாங்க. என்னப்பா இதெல்லாம்? ராஜேந்திரனுக்கு இதெல்லாம் தெரியுமா? அவன் அட்ரஸ் தாப்பா."

சரசு மூச்சு விடாமல் ஒப்புவித்தாள் சகலத்தையும். குரலில் பதட்டம் பல்லாங்குழி ஆடியது.

அதைக் கேட்ட அவன் முகம் உடனே உருமாறியது.

"ஆமா... உங்களுக்கு எதாவது தொல்லை கொடுத்தாங்களா?" மிக வேகமாகக் கேட்டான்.

"இல்லை. ஆனா வயசுப் பொண்ணு இருக்கிற வீட்டுல வாசல்ல ஜீப்பை நிறுத்தி விட்டு, ரவுடிப் பசங்க வீட்டுக்குள்ள குந்தி இருந்தா, வீதி என்ன பேசும்? யோசிச்சு பாருப்பா"

தாய்க்காரி திரும்பி வினா தொடுத்தாள். ஊடே அடிக்கொரு தடவை வாசப்புறம் விழியைவிட்டாள்.

சரவணன் உடனேயே ஒரு முடிவுக்கு வந்தவனாக, சூட்கேசைத் திறந்தான். கட்டுக்கட்டாகச் சில கட்டு நோட்டுகளை வெளியே எடுத்தான். அதைத் தாயின் கைகளில் திணித்தவனாக, அவளை வெறித்தான். கண்ணில் நீர் பிரவாகமெடுத்தது.

"கவலைப்படாதீங்க. இந்தப் பணம் உங்க தற்காலிகச் செலவுக்கு. இன்னும் தருவேன். யார் வந்தாலும் கவலைப்பட வேண்டாம். என் பலம் அவங்களுக்குத் தெரியாது. உதை வாங்கிச் சாகப்போறானுங்க அவங்க. வருவேன். கூடிய சீக்கிரம் நான் வருவேன். கவலை மட்டும் படாதீங்க. என்னால் அதைத் தாங்கிக்க முடியாது."

அவன் பேசியபடியே சூட்கேசை மூடி கையில் எடுத்தபடி திரும்ப வாசலை நோக்கித் திரும்பினான்.

சூட்கேசைத் திறந்து மூடிய விதம், ஏற்ற இறக்கத்தோடு பேசிய பாங்கு, திரும்பி நடந்த விதம்... இதோ இப்பொழுது நடக்கும் விதம் – அவ்வளவிலும் அச்சாக ராஜேந்திரனின் சாயல் தொனித்தது.

சரசு அதைப் பார்த்து அதிசயப்பட்டுப் போனாள்.

"அம்மா! இந்தத் தம்பி, நம்ப ராஜேந்திரன் மாதிரியே பேசுது நடக்குது பார்த்தியா?"

'ஆமா சரசு... என்னால நம்பவே முடியலை. இதுக்கு ஏன் நம்ப பேர்ல இவ்வளவு அக்கறை?' கேள்விக்குள் நுழைந்து மனதைத் தாழ்போட்டுக் கொண்டாள்.

வீதியில் சற்றுக் கலவரத்தோடு நின்று கொண்டிருந்த குறும்பன் சரவணன் திரும்பவும் சூட்கேசோடு தன்னை நோக்கி நெருங்கி வருவது கண்டு பெருமூச்சுவிட்டான். உடனேயே அங்கிருந்து அகலக்கால் எடுத்தான்.

அருகில் வந்து நின்ற சரவணனைப் பார்த்து, "நட, சீக்கிரம்" என்றபடி நடந்தான். சரவணனும் நடக்கத் தொடங்கினான். நடக்கும் போதே சற்று உக்ரமாகக் கேட்டான்.

"ஆமா! உன் வீட்டுக்கு எவ்வளவு பணம் கொடுத்தே?" சரவணன் முகம் அதைக் கேட்டுக் கடுகு தாளித்தது.

"எதுக்குக் கேக்கறே" திருப்பி உக்ரம் காட்டியது.

"அந்தப் பணத்துல பாதி என் பணம். அதை மறந்துடாதே!"

குறும்பன் பதில் சரவணன் ஆகிய ராஜேந்திரனை ஒரு உலுக்கே உலுக்கியது.

"நீ என்ன சொல்றே?"

"உனக்கு நான் செய்யப் போற உதவிகளுக்குக் கூலி அந்தப் பணம்னேன்"

"அவ்வளவா?"

"கோடி கோடி தரலாம் நீ. இது அல்பம்."

"சரி, உனக்கு என்ன உதவி வேணும். நாம் இப்ப எங்க போறோம்?"

"மயானத்துக்கு."

"சரி. இந்த உடம்பை என்ன பண்ணப் போறே?"

"பிறகு சொல்றேன். நீ முதல்ல மனச்சாந்தியடையப் பார். நடந்த துக்க நிகழ்ச்சிகளை மறக்க முயற்சி செய்."

"அது என்னாலே முடியாது. என் இந்த நிலைக்குக் காரணமானவங்களை நான் கொன்னாகணும். என்னைப் போலவே, அவங்க ஆன்மா அலையணும். எனக்காவது அபூர்வமா இந்த அஷ்டம ஜனேந்திரிய உடம்பு கிடைச்சது. அவங்க அது கூடக் கிடைக்காம அல்லாடணும். எல்லாத்துக்கும் மேலா இந்த உடம்போட நான் சகஜமா வாழணும். அதுக்கு வழி சொல்லு."

குறும்பன் சரவணனின் வெறிப் பேச்சில் சற்று தொய்ந்து போயிருந்தான். தான் நினைத்தபடி போக முடியாத மாதிரியில் சரவணன் பேசுவதில் அவனுக்கு எரிச்சல் கொப்பளித்தது. அதற்குள் மயானமும் கண்ணில் தெரியத் தொடங்கியது.

அடர்ந்த மரக் கூட்டத்துக்கு மையத்தில் அந்த ஆவி ராஜ்யம் பார்க்கக் குறும்பனுக்குத் தெம்பு வந்தது. சிதைந்த கம்பிக் கேட்டை நோக்கித் தோளில் சுமை அழுந்த வேகமாக நடந்தான்.

பிணப்பாரம் எனும் பதத்தின் பொருளில் அவன் தோள்பட்டை வாயிருந்தால் அலறும் போல் தோன்றியது. பிணவாடை வேறு குடலைப் பிடுங்கப் பார்த்தது. முற்றிய இரவுக்காலமும் சுற்றிய நிசப்தமும் அவர்களுக்கு நன்கு உதவின.

"ஆமா, இந்த உடம்பை என்ன பண்ணப் போறே... பதிலே சொல்லலையே நீ...?"

சரவணன் திரும்பவும் நிமிண்டிய நிமிண்டல் தாளாமல் வாய் திறந்தான், குறும்பன்.

"உன் ஆவியோட மத்யமம் எனக்குச் சேவை செய்யணும்! அதுக்குத்தான் இந்த உடம்பு பயன்படும். இது எரிஞ்சோ, மண்ணோட அவிஞ்சோ எப்படிப் போனாலும் மத்யமும் ஞானாட்சியும் பஞ்சபூத சொந்தமாயிடும்.

அதனால தான் இது எரிஞ்சுடாம மண்ணோட மண்ணாகிடாதபடி இருக்க மூலிகையைக் கொண்டு பதப்படுத்த விரும்பறேன். உன் மத்யமம் எப்பொழுதும் அழியாத இந்தத் தேகத்து கிட்டேயே இருக்கு. நான் நினைச்சப்போ அது வந்து நாம் கேட்டதையெல்லம் தரும்.

இன்னிக்கு நாட்டுல பல சித்தர்கள் சித்து வேலை செய்யறது, இந்த மாதிரி அலையற ஆவிகளோட மத்யமத்தைக் கொண்டு தான். உன் மூல ஜீவன் இப்ப இருக்கிறது போலவே எப்பவும் இந்த உடம்பைக் கவ்வின நிலையில் இருக்கட்டும். உன் விருப்பம் போல நீ இந்தப் பூமியில் வாழ்ந்து வா. ஆனா மத்யமத்தை மட்டும் நான் இழக்கத் தயாரில்லை."

குறும்பன் விளக்கி முடிக்கவும், மயானக் கதவு வரவும் சரியாக இருந்தது. இருண்ட அந்த வேளையிலும் அச்சமின்றி அவர்கள் அந்தக் கதவைத் தாண்டிக் குதித்தார்கள்.

ராஜேந்திரனாகிய சரவணன். குறும்பன் சுமக்கும் தன் உடலை வெறித்துப் பார்த்தான். பிறகு பெருமூச்சுவிட்டான். மயானப் பாதையில் இருவரும் நடந்தனர். திடீரென்று சரவணன் உடல் சிலுசிலுக்கத் தொடங்கியது. உடம்பு லேசாகும் போல் தோன்றியது. ஒரு அற்புத சுகத்தை உணர்ந்தான்.

"குறும்பா... நீ என்ன வேணும்னாலும் செஞ்சுக்கோ. ஆனா, நா திரும்ப இந்த உலகத்துல வாழணும். அதுக்கு எந்தத் தடையும் வரக்கூடாது. அந்தக் காடம்மா கிழவி என்னைப் பாடா படுத்திட்டா. அவளோட குடிசையில் நெருப்பு மேல படுத்திருந்த மாதிரி கிடந்தேன். இங்க வந்த உடனே உடம்பு லேசாயிடுச்சு. பொதுவுல ஊருக்கு உள்ள சகஜமா நடமாடமுடியலை. மணிசப்தமும் கோவில் கோபுரங்களும் என்னைத் தகிக்க வைக்கின்றன. ஏன் குறும்பா?"

"அருள் ராஜ்ஜியத்துக்கும் இருள் ராஜ்ஜியத்துக்கும் உள்ள மிகப் பெரிய வித்தியாசமே அதுதான். நீ இருள் ராஜ்யப் பிரதிநிதி! அப்படித்தான் நடக்கும்."

“இந்த நிலையில் நான் எப்படி என் குடும்பத்தோட வாழறது?”

“கஷ்டம் தான். வழி இருக்கான்னு பாக்கறேன். மொத எனக்குப் பணத்தைக் கொடு!”

பேச்சில் சுற்றி வளைத்துத் திரும்பவும் பணத்தருகே குறும்பன் வரவும் சரவணனுக்குள் எரிச்சல் கொப்பளித்தது.

‘இந்தச் சுயநலவாதி உண்மையிலே தனக்கு உதவுவானா? இவன் மூலம் அந்தக் காடம்மையிடம் இருந்து தப்பித்து சகஜ வாழ்வு வாழ முடியுமா? அந்த பத்ராச்சலம் கூட்டத்தை எப்படிக் கொன்று பழிதீர்ப்பது?’

மூன்று கேள்விக்குள் அவன் முட்டி மோதியது போது அவனை உரசிக் கொண்டு பறந்தது ராட்சத வௌவ்வால்.

அதன் சிறகு வீச்சில், காற்றில் வினோதமான சப்தம் பிறந்து, அவன் காதுகளைக் குடைந்தது.

எரிச்சலோடும் கோபத்தோடும் பறக்கும் அந்த வௌவ்வாலைத் தனது வெறிக்கும் விழிகளால் பார்த்தான். இருளில் சிறிதே உடல் காட்டிய அந்த ஜீவன், ஒரு பருத்த மரத்தின் உச்சிக் கிளையாகப் பார்த்து அங்கே போய்த் தலைகீழாகத் தனது இயல்புப்படி தொங்கத் தொடங்கியது.

தொங்கியபடியே நோட்டமிட்ட அதன் பார்வையில் சரவணனும் குறும்பனும் வெட்டியான் முள்ளேரி வேம்பன் குடிசைக்குள் நுழைவது தெரிந்தது. அதன் பார்வை அப்படியே நேர் எதிர்திசையில் திரும்பிய சமயம், மயான கதவுக்கு வெளியே ஒரு கார் வந்து நிற்பது தெரிந்தது.

காருக்குள் கார்த்திகா, பாஸ்கர் உட்பட புதிய துறவி அருணாசலமும் காடம்மையும் கூட இருந்தனர்!

36

'பாதாதி கேசம் பவித்ராபிஷேகம்...
பூதாதி நேசம் பூஜ்ய பாராயணம்!'

- தசதேச விசால சுவடி

(**பொருள்**: இறந்த பிரேதத்தின் உச்சி முதல் பாதம் வரை தர்ப்பைப் புல்லால் மூடி வாய்க்கரிசி இட்டு எரிக்க, அதன் ஆத்மா பூத பைசாசங்களுக்குச் சொந்தமாகாமல் சூன்யத்தில் விதிப்படிச் சென்றடையும்.)

அந்த மயானத்துக்கு வெளியே வந்து நின்ற அந்தக் காரிலிருந்து முதல் நபராய் இறங்கினார் அருணாசலம்.

துளி கூட அச்சமற்ற, தீர்க்கமான முக நிலையும் பார்வையும் அவர் ஆழ்ந்த யோசனையில் இருப்பதைச் சொன்னது. காடம்மையும் இறங்கி அந்த மயான வெளியை வெறித்தாள்.

"என்கிட்ட இருந்து தப்பி, இப்ப இங்க தான் சரண் புகுந்திருக்கான் சரவணன். அவனை என்கிட்ட இருந்து மீட்ட அந்தக் குடுகுடுப்பை மந்திரக்காரனும் இப்ப அவனோட தான் இருக்கான். இவங்களுக்கு இந்த மயான வெட்டியான் உடந்தை. இவ்வளவையும் என்

திருஷ்டியால உடனேயே பார்த்துத் தெரிஞ்சுகிட்டேன். நல்லவேளை நீங்க சுவடியோட வந்து சேர்ந்தீங்க."

"காரியம் ஒண்ணும் இப்பவும் கைமீறலை. சுவடியில் சொன்னபடி நடந்தா, சரவணனை மீட்டுடலாம். இந்தத் தம்பி ஒரு மகா புருஷன். மரணத்தை ஜெயிச்ச அசாதாரண மனுஷன். இந்தத் தம்பியால் தாராளமா முடியும்" என்று அருணாசலத்தின் மீது பேச்சோடு பேச்சாக ஊன்றியது காடம்மை முகம். அருணாசலம் அதற்காகக் கர்வப்படாமல், எந்தச் சலனமும் இன்றித் தொடர்ந்து மயான வெளியை வெறித்தார்.

அடர்த்தியான மரங்கள். சிதைந்த மதில் சுவர். அதன் மேல் வேர் விட்டுக் கிளைவிட்டிருக்கும் செடி, கொடிகள். கருமையான இருட்டுக்குள் கைகோத்து லேசாய்ச் சலசல சப்தமிட்டபடி விளையாடும் காற்று. ஊடேஊடே கோட்டானின் ஊளைச் சப்தம்.

மிக நுணுக்கமாகப் பார்க்க முடிந்த பட்சத்தில், சமாதி மேடுகளின் மேல் சில இடங்களில் லேசான வெண்புகையாய் தென்படும் ஆவி நடமாட்டம் என்று, அந்த மயானம் அருணாசலத்தையும் காடம்மையையும் தவிர, பாஸ்கரையும் கார்த்திகாவையும் நன்றாகவே மிரட்டியது.

கார்த்திகா காரை விட்டு இறங்காமல் பயத்தோடும், படபடப்போடும், சரவணன் தப்பி விட்ட கவலையோடும் ஸ்டியரிங் மேல் முகத்தைத் கவிழ்த்து விசும்பிக் கொண்டிருந்தாள்.

பக்கத்தில் கண்ணாடி வழியாக அடுத்து என்ன செய்வது என்பது புரியாமல் பாஸ்கர் மயானத்தைப் பார்த்தபடி அமர்ந்திருந்தான்.

அருணாசலம் ஒரு வினாடி திரும்பி பாஸ்கரைப் பார்த்தார்.

"பாஸ்கர்! நீங்க திரும்பிப் போங்க. நான் சரவணனை உங்க பழைய அண்ணனாக மாற்றி இன்னும் இரண்டு நாள்ல கொண்டு வந்து சேர்க்கிறேன்" என்றார். மெதுவாகப் பேசின கையோடு

பதிலே எதிர்பாராமல் அந்த மயானத்துக் கேட்டை நோக்கி நடக்கத் தொடங்கினார்.

"உள்ள போகப் போறீங்களா?" கொஞ்சம் பயத்தோடு கேட்டான் பாஸ்கர்.

"குளத்துல இறங்காம குளிக்க முடியுமா?" திரும்ப வந்தது ஒரு பதில் கேள்வி. காடம்மை அதைக் கேட்டு மந்தகாசப் புன்னகை பூத்தாள்.

"தம்பி, நீ கவலைப்படாதே. ஒரு தர்ம யுத்தம் இங்க நடக்கப் போகுது. கவலைப்படாதே. அருணாசலம் அதுல ஜெயிச்சு உன் அண்ணனோட வந்து சேரும். இதையெல்லாம் நாம் பார்க்கக் கூடாது?" என்றவாறு காருக்குள் ஏறி அமர்ந்தாள் காடம்மை.

விருட்டென்று நிமிர்ந்தாள் கார்த்திகா.

"ஏன் பார்க்கக் கூடாது." வெடுக்கென்று கேட்டாள்.

"விஷத்தை குடிக்கக் கூடாதுன்னு சொன்னா, ஏன்னு கேட்கற மாதிரி இருக்கு உன் கேள்வி."

"என்ன பாட்டி நீ, சம்பந்தமில்லாம பதில் சொல்றே? இதெல்லாம் அதிசயமான விஷயம். என்ன, ஏதுன்னு பார்த்து விஞ்ஞான பூர்வமா ஆராயணும். அப்பத்தான் உண்மையைப் புரிஞ்சுக்க முடியும்"

"உண்மையைப் புரிஞ்சுகிட்டா உன்னால பேச முடியாதும்மா."

"நான் என்ன ஊமையா, பேசமுடியாமப் போக? காலேஜ்ல பாடத்துல சில ஃபார்முலா புரியவே புரியாது. உடனே அதை மந்திரம்னு சொல்லி ஒதுக்கிடறதில்லை. நாங்க விடாம முயற்சி பண்ணிப் புரிஞ்சுக்குவோம். அந்த மாதிரி தான் இதுவும்."

"கண்டவர் விண்டிலர்... விண்டவர் கண்டிலர்ங்கறது சித்தர் மொழி. வேண்டாம் விபரீதம்! சொன்னா கேளு!"

"எதுக்கெடுத்தாலும் ஒரு பழமொழி இருக்கு நம்ப நாட்டுல. தூக்கவும் சரி, அமுக்கவும் சரி, எல்லாத்துக்கும் தோதா நூறு

பழமொழி இருக்கு. இந்தப் பிரச்சனையோட ஜீவனான கட்டம் இது. என்ன, ஏது, எப்படின்னு நான் தெரிஞ்சுக்காம வரமாட்டேன். இந்த மர்மமான விஷயங்களை வெச்சே ஒரு தீசிஸ் எழுதி, 'பிஎச்டி' வாங்கணுங்கற அளவுக்கு நான் வந்துட்டேன்."

கார்த்திகா, படபடப்பாகப் பேசும் சமயம், அருணாசலம், கம்பிக்கதவின் மூடிய இரும்புச் சங்கிலி மேல் ஏதோ ஒரு இலையை அழுந்தத் தேய்த்து அதன் சாறு அதன் மேல் பட்டு வழியும் வண்ணம் செய்து கொண்டிருந்தார்.

அந்தச்சாறு அந்த இரும்புச் சங்கிலியை ஒரு மாவைப் போல் இளக வைக்கத் தொடங்கியது. சில நிமிடங்களில் சங்கிலியைப் பிடித்து இழுக்கவும் முறுக்குத் துண்டு உடைபடுவது மாதிரி அந்தச் சங்கிலித் துண்டு உடைய கதவுக் கிறீச்சிட்டு திறந்தது.

எதிரே மயானத்தின் அதிக அகலமில்லாத மண்பாதை நீண்டு படுத்துக் கிடந்து தன் மேல் முதல் பாதம் பதித்த அருணாசலத்தைப் பார்த்துக் கறுத்துப் போய் வெறித்தது.

அருணாசலம் உள்ளே நுழைய ஆரம்பித்திருந்தார். பயம் நெஞ்சை அடைத்து போதிலும் கார்த்திகா காரைவிட்டு இறங்கி, காடம்மையின் கட்டளையை மீறி அருணாசலத்தைப் பின் தொடரத் தொடங்கினாள்.

பாஸ்கர் கத்தினான்.

"கார்த்தி, வேண்டாம். வந்துரு..."

ஊஹூம் அவள் திரும்பவில்லை.

★★★

"**வே**ம்பா, என் தோள் பைக்குள்ள இருக்கற அந்தத் தைலப் பாட்டிலை எடு."

குறும்பன், வெட்டியான் வேம்பனுக்குக் கட்டளை இட, வேம்பனும் குறும்பனின் தோள் பையிலிருந்து ஒரு

தைலப்பாட்டிலை எடுத்துத் தர, நீலநிறத் திரவம் அதில் தென்பட்டது.

“வேம்பா! இந்தச் சடலத்து மண் திப்பியை முதல்ல கழுவி உடம்பைச் சுத்தப்படுத்தணும்” என்றான் குறும்பன்.

“இப்பவேவா...?”

“ஆமா, இப்பவே! கொஞ்சமும் தாமதிக்கக்கூடாது. உடம்மைப் பதப்படுத்திக்கிட்டுச் சாதிக்க வேண்டிய காரியம் நிறைய இருக்கு” என்றவன் சரவணனைப் பார்த்தான்.

அவன் பார்வை சடலத்தின் மேலேயே வெறித்திருந்தது வழக்கம் போல் இமை இரண்டும் படபடக்காத வெறித்த பார்வை.

“என்ன தம்பி, உன் உடம்பையே உற்றுப்பார்க்கறே. உலகத்துல எவ்வளவோ அதிசயம். அதிசயத்துக்கெல்லாம் அதிசயம், தன் உடம்பைக் கண்ணாடி துணையில்லாம நேருக்கு நேரா தானே பார்க்கிறது. உனக்கு அந்தப் பாக்கியம் கிடைச்சிருக்கு.”

என்ற குறும்பன் அந்தச் சவத்தின் மண் திப்பிகளை அகற்றத் தொடங்கினான். சில இடங்களில் திப்பி, தோலைக் கழற்றி எடுத்தபடி சதையோடு வந்தது.

துர்வாடை மூக்கைப் பிளந்தது. அதிலும் குறிப்பாகக் கத்திக்குத்துப்பட்டு ரத்தம் வெளியேறியிருந்த அடி வயிற்றுப்பகுதியை மண் தின்னத் தொடங்கியிருந்த இடத்தில் வாடை வீசியது. உடனே தைலத்தை அந்தப் பரப்பில் கொட்ட, வாடை உடனேயே அடங்கியது.

“இது என்ன தைலம்?” வேம்பன் கேட்டான்.

“தேககோடாரித் தைலம்.”

“அப்படின்னா?”

“பசுக்கொழுப்பு... பச்சைக் கற்பூரம், மயில்துத்தம் மஞ்சள்காமாலையிலிருந்து தேகத்தைக் காக்கற கீழாநெல்லி... பிரேத பவித்ரிங்கற அபூர்வத் தாவர இலைகளைக் கொண்டு

உருவாக்கப்பட்ட தைலம் இது. சதையைக் காற்றோ... காற்றின் ஈரமோ... மண்ணோ, மண்ணின் கார உப்புச் சத்துக்களோ எதுவுமே தாக்கி அழிக்க முடியாதபடி காவல் காக்கற அபூர்வ தைலம் – என்றபடி அதை சதை பிய்ந்த இடங்களில் எல்லாம் கொட்டிக் கவிழ்த்தான்."

"உயிரோட இருக்கற மனிதர்கள் இதை உபயோகிக்கலாமா?"

"கூடாது. பிரேதபவித்ரி உயிரோட்டமில்லாத இடத்துல தான் தங்கி வேலை செய்யும். அது ஒரு பூத ராஜ்யப்பயிர். மயானத்துக்குப் பக்கத்துல தான் முளைவிடும். அடையாளம் கண்டு அதைப் பறிக்கிறதே ரொம்பக்கஷ்டம்..."

குறும்பன் பதில் சொல்லியபடியே அந்தப் பிரேதத்தைப் பதப்படுத்திக் கொண்டிருந்த அந்த வேளையில், சரவணன் முகம் ஏனோ சுண்டிச் சுருங்கிப் போயிருந்தது.

மனநினைப்பில், தன் சரீரத்தை உயிரற்றதாக்கிய பத்ராசலமும் அவன் சகாக்களும் குறுக்கும் நெடுக்குமாக நடந்து கொண்டிருந்தார்கள். பழிஉணர்வு பற்களை நெறிக்கவிட்டு அவனை ஆவேசச் சமுத்திரத்தில் அமிழ்த்தத் தொடங்கி இருந்தது.

"குறும்பா, நான் இப்பவே அந்தப் பத்ராசலத்தை பார்த்து அவனைக் கொன்னாகணும்" என்று அந்தச் சூழ்நிலையை வெட்டிப் பிளந்தபடி கத்தினான்.

அந்தக் கத்தல், மயான வெளியில் இருட்டில் தடவித் தடவி நடந்தபடி குடிசை வாயிலை எட்டியிருந்த அருணாசலத்தின் காதுகளிலும் விழவே, கார்த்திகா மட்டும் அரண்டு போனாள்.

"கொலையா" வாய்விட்டு அரற்றினாள், அருணாசலம் கார்த்திகாவின் வாயைப் பொத்தி மூடினார். 'நடப்பதைக் கவனி' என்பது போல் நடப்பதைக் கவனிக்கத் தயாராயினர்.

"பத்ராசலத்தைக் கொல்றது என்ன சாதாரண விஷயமா? ஆத்திரத்தில் கொலை செஞ்சாக் கம்பி எண்ணனும் தம்பி,

திட்டமிட்டுப் பக்குவமாச் செய்யணும். உனக்கு இந்தப் பூவுலகத்துல வாழணுங்கற வெறி, தலைக்குமேல இருக்கே. இந்த நிலைல கொலைவெறியை விட மாட்டேங்கிறியே...?"

குறும்பன் எதிர்க்கேள்வி கேட்ட சமயம், ராஜேந்திரனின் பிரதேசம் தைலத்தில் குளித்து வாடை நீங்கி பதப்படத் தயாராகிவிட்டிருந்தது.

"முடியாது... அது என்னால் முடியாது. மனுஷ ஆவேசத்துக்கும் என் ஆவேசத்துக்கும் மலைக்கும் மடுவுக்கும் உள்ள வித்தியாசம் குறும்பா. கொன்னாதான் என் வெறி அடங்கும்."

"நீ சொல்ற மாதிரி நடந்தா, இந்த உலகத்துல கொலைகளே நடக்காது தான். ஆனா, பிரபஞ்ச விதி புரியாமப் பேசறே. எல்லா இறந்தவங்களும் ஆவியாவந்து அஷ்டம ஜனேந்திரிய தேகமாய்ப் பிறக்க முடியுமா, என்ன?

இப்பக்கூட இந்த உடம்புக்கு, உன் குடும்பத்தவர் நீ இறந்ததுக்கான கர்மத்தைச் செய்யத் தொடங்கிட்டா, நீ உன் பலத்துல பாதிக்கு மேல இழந்தாகணும். மத்திம லோக சஞ்சாரியா மாறியாகணும். பொறுமையா இரு. நான் சொல்றதைக் கேளு... முதல்ல என் பங்குப் பணத்தை எடு."

நெடிய அந்த விளக்கத்தின் முடிவில் பணத்தின் பக்கம் அவன் வரவும், சரவணன் முகம் எள்ளும் கொள்ளும் வெடிக்க உருமாறியது.

"பணம்... பணம்...! இந்தப் பணம் என் கொலைக்கான நஷ்டஈடு. என் முதலாளி மலையப்பனுக்கு நியாயமாப் போய்ச் சேர வேண்டியது. என் அப்பா அம்மா, அக்கா, தம்பி, தங்கைகளைக் காப்பாத்த வேண்டிய பணம் இந்தப் பணம்.

மயான ராஜ்ய மந்திரக்காரன் நீ. ஜக்கம்மா சீடன். உனக்கு எதுக்குப் பணம்? பொருளாசை கொண்டவன் மந்திர உலகத்துல மேன்மை அடையமுடியாதுங்கறது தெரியாதா உனக்கு?"

சரவணனின் பேச்சில் உக்கிரம் தொனிக்க, அதனால் சங்கிலிக் குறும்பன் விதிர்விதிர்க்க, குடிசைக்கு வெளியே நின்று கொண்டிருந்த அருணாசலத்தின் முகத்தில் உடனடியாகப் பரவசம் வந்து பரவியது. கார்த்திகாவின் தோள் மேல் கைவைத்து அவளை அழைத்தபடி அங்கிருந்து பின்வாங்கத் தொடங்கினார்.

"நாம இப்ப எங்கே போறோம்?" மெலியக் கேட்டாள், கார்த்திகா.

"காந்திதெரு இடிஞ்ச வீட்டுக்கு..."

"எதுக்கு?"

"சரவணனைப் பலமிழக்க வைக்கணும் முதல்ல அதுக்கு..."

கார்த்திகா முகம் அதைக் கேட்டு மெர்க்குரி விளக்கானது.

37

‘எந்த மதமாக இருந்தாலும் சரி. மரணத்தின் மர்மத்தை அது விவாதிப்பதில்லை! விவாதிக்கக் கூடிய விஷயமில்லை அது. வாழ வேண்டிய நாட்களில் மரண மர்மம் பற்றிய விஷயங்கள் தேவையற்றவை என்ற நினைப்பே அதற்குக் காரணம்.

ஆனாலும் தெரிந்து கொள்வதில் தவறில்லை. மரணத்தை அறியப் போகும் சமயம், உடம்பைப் பற்றி அறியும் அவசியம் ஏற்படும். எதற்கும் பயன்படாதது மானுடதேகம் என்பார்கள். அது உயிருடன் உள்ள நாளில் எந்த அளவு வல்லமை மிக்கது என்பதை இது போன்ற வேளைகளில் தான் அறியலாம்.’

- எட்வின் மார்க்

அரவமின்றி அந்த மயானத்தில் திரும்பி நடக்க ஆரம்பித்தார்கள் அருணாசலமும் கார்த்திகாவும்.

“சரவணனைப் பிடிச்சிருக்கிற ராஜேந்திரன் வீட்டுக்குப் போய் என்ன பண்ணப் போறோம் நாம்?”

திரும்பி நடக்கும் போது மிக மெலிந்த சப்தத்தில் கேட்டாள் கார்த்திகா.

“ராஜேந்திரன் இறந்த விஷயத்தைச் சொல்லணும்.”

“நாம சொல்றதை அவங்க வீட்டுல நம்புவாங்களா?”

“நம்ப வைக்கணும் அவங்கள்ல யாரையாவது ஒருத்தரை அழைச்சு வந்து இந்த மயானத்துல சங்கிலிக்குறும்பன் வசம் பதமா கிடக்கற உடம்பைக் காட்டணும். ராஜேந்திரன் இறப்பை ஊர்ஜிதப்படுத்திக் கர்மம் செய்யவெச்சு, சரவணனைப் பலமிழக்கச் செய்யணும்”

“ஓஹோ, தசதேச விசால சுவடி சொல்ற ஒரு உண்மையா இது?”

“ஆமா... பல விஷயங்கள்ல இது முதல் விஷயம்.”

அறிவுபூர்வமான அவர்களின் தர்க்கங்கள் மயானம் கடந்து அவர்கள் மதுரையை எட்டும் வரை தொடர்ந்து கொண்டே இருந்தது.

பாஸ்கரும் காடம்மையும் முன்பே கிளம்பிவிட்டிருந்தார்கள். விட்டால் போதும் என்ற நிலையில் பாஸ்கர் இருந்தான்.

“நல்லா குளிச்சு தலைமுழுகிட்டு மைக்கேல் ஜாக்சன் பாட்டை வாக்மேன்ல கேட்கணும். லைட்டா கொஞ்சம் ஐட்டத்தைத் தொட்டுக்கணும். ஹோண்டாவுல சினிமனி வரை போய் நல்ல இங்கிலீஷ் படமா பார்த்துட்டு வரணும். ஐ வாண்ட் தட்! இந்தத் திராபை பிடிச்ச சுடுகாட்டு விஷயங்கள் போதும்டா சாமி!”

காடம்மையுடன் கிளம்பும் போது அவன் இப்படி முணுமுணுத்தது அவளுக்கே சிரிப்பைத் தந்தது.

ஆனால், கார்த்திகா, வற்றாத ஆர்வத்தோடு அலுப்பை சட்டை செய்யாமல் அருணாசலத்துடன் அந்த காந்தித் தெருவை ஒரு வழியாய் எட்டிப் பிடித்துவிட்டிருந்தாள்.

“இங்க, ராஜேந்திரன்கறவர் வீடு எதுங்க?” பூப்போன்ற குரலில் ஒருவரிடம் கேட்க, அவர் ராஜேந்திரன் வீட்டைக் காட்ட, அந்த வீட்டு வாசலில் பழைய படியும் தாமஸின் ஜீப்.

கார்த்திகா அருணாசலத்தைப் புருவம் வளைத்துப் பார்க்க, அருணாசலம் வீட்டுக்குள் நுழைய ஆரம்பித்தார்.

சிகரெட்டின் தலையில் தீயை வைத்து ஒரு கவளம் புகையை உள்ளிழுத்து உறிஞ்சும் சமயம் இலேசாய்த் தலையை நிமிர்த்திய தாமஸ், அருணாசலத்தையும் கார்த்திகாவையும் ஆச்சரியமாய்ப் பார்த்தான்.

“இதுதானே ராஜேந்திரன் வீடு?”

அவர் அவனைப் பார்த்து கேட்ட கேள்விக்கு உம் கொட்டியது அவன் சிரம். இதற்குள் அவனது ஆட்கள் உட்பட, அந்த வீடே வந்து நிற்கும் இருவரையும் சுற்றிக் கொண்டது.

“நீங்க யாரு? இது சரசு.”

“நான் ஒரு சன்யாசி. பேரு அருணாசலம்?”

“ராஜேந்திரனோட உறவுக்காரங்க இங்க யாரு?”-அவர் கேட்கவும்.

“நான் அவன் அக்கா... என்ன விஷயம்?”

முன் வந்தாள் சரசு.

“ராஜேந்திரனுக்கு அப்பா, அம்மா...?”

“இருக்காங்க... என்னங்க விஷயம்? என் தம்பிக்கு என்ன? அவனைப் பார்த்தீங்களா? அவன் எங்க இருக்கான்?”

சரசுவிடம் வினாப் புயல் கிளம்பியது.

கார்த்திகா, சரசுவைச் சற்றுப் பரிதாபமாகப் பார்த்தாள். ஏழ்மையிலும் களையான அவள் முகத்தில் ஒரு சாந்தமும் லட்சணமும் இழையோடும் விதம் அவளைக் கவர்ந்தது.

“ராஜேந்திரன் அப்பா அம்மா கூட நான் கொஞ்சம் பேசணும்”

அருணாசலம் அப்படிச் சொல்லவும்...

“என்ன விஷயம்? அந்தத் தடியனை உனக்குத் தெரியும் போல இருக்கே... எங்க கிட்ட சொல்லு”

முன் வந்தான் தாமஸ்.

தாமசின் குறுக்கீடு பிடிக்காமல் சரசு இடையில் நுழைந்தாள்.

"என்னங்க விஷயம்? பீடிகை போடாம நேரே விஷயத்துக்கு வாங்க. அவன் போனதுல இருந்து நாங்க படறபாடு கொஞ்ச நஞ்சமில்ல."

சரசுவின் இந்தப் பேச்சு, கார்த்திகாவை உடனேயே கிள்ளிவிட்டது.

"அப்ப அவன் இறந்துட்ட விஷயம் உங்களுக்கு முன்பே தெரியுமா?"

பட்டென்று அவசரப்பட்டு அவளிடமிருந்து அந்த ரகசியம் விடுபட்டு, அவர்கள் காதுகளில் பாய்ந்த அடுத்த வினாடி, எல்லோரும் விதிர்த்துதான் போனார்கள்.

சரசுவுக்கும் அவள் தாய் – தந்தைக்கும் அந்தச் செய்தி, வானம் இடிந்து தலையில் விழுந்தது போன்ற உணர்வை உண்டாக்கி, மூளையையே ஒரு வினாடி சிந்திக்க விடாதபடிமறித்தது.

அருணாசலம் உடனேயே முகம் கசங்கிப் போய்க் கார்த்திகாவைப் பார்த்தார்.

'பக்குவமாய்ச் சொல்ல வேண்டியதை இப்படிப் பானை உடைக்கின்ற மாதிரிப் போட்டு உடைத்து விட்டாயே' என்று கண்டிக்கிற மாதிரி பார்த்தார்.

"நீங்க என்ன சொல்றீங்க... என் தம்பி இறந்துட்டானா?"

அதிர்ச்சியிலிருந்து மீண்டும் மீளாமல் சரசு திரும்ப வாய் திறக்கவும், இருவரும் மவுனமாய், அதை அங்கீகரித்தனர்.

"பொய்... அண்ணே! பத்து லட்சத்தைப் பதுக்க அந்த ராஜேந்திரன் நல்லாவே தண்ணி காட்றான் நமக்கு."

ஊடே தாமசின் அடியாள் ஒருவன் கத்தினான்.

அருணாசலம் அவனுக்கெல்லாம் பதில் சொல்ல இஷ்டப்படாமல் மீண்டும் வாய் திறந்தார்.

“ராஜேந்திரன் இறந்துவிட்டது ஒரு அதிர்ச்சியான உண்மை. அதை விடப் பெரிய உண்மை அவன் ஆவி, சரவணன்கற ஒரு இளைஞன் உடம்பை ஆக்ரமிச்சுக்கிட்டிருக்கிறது தான். அது சம்பந்தமாப் பார்த்துப் பேசத்தான் வந்திருக்கோம்.”

“உங்க மனநிலையோடு துயரம் எங்களுக்கு நல்லாவே புரியுது. தயவுசெய்து சிரிக்காம நடந்ததைக் கேளுங்க... நான் என் அத்தானை ராஜேந்திரன் ஆவி வசம் இழந்துட்டு அல்லாடிகிட்டு இருக்கேன்” கார்த்திகா அவர்கள் சிரித்த சிரிப்பு பொறுக்காமல் பெரிதாகக் கத்தினாள்.

“யார் காதுல கண்ணு பூவைக்கப் பாக்கற? இது இருபதாம் நூற்றாண்டு மா! சந்திரனுக்கு ராக்கெட் போய் சூரியனுக்குக் குறிவைக்கற காலம். ஆவி... ஆக்ரமிப்புன்னு அள்ளிவிட்றீங்களே...!”

யாரோ ஒருவன் அப்படிச் சொல்லவும், அவன் அருகில் போய் நின்றார் அருணாசலம். அவனது நிழல் வட்டத்துக்குள் அவர் தேகம் நிற்க, அவரது உபாசனை சக்தியால் அவனைப் பற்றிய விஷயங்கள் அவருக்குள் புகத் தொடங்கின.

“உம் பேரு வஜ்ரி தானே?” கேட்டார்.

“உனக்கு மல்லிகைப் பூன்னா உசுர் தானே?”

இது அடுத்த கேள்வி. அவன் திகைத்துப் போனான்.

“உன் பாக்கெட்ல இப்போ எண்பது ரூபா நாப்பது பைசா இருக்கு. கூடவே கொஞ்சம் கஞ்சா தூளும், நாலு சிகரெட்டும் இருக்கு. கொஞ்சம் முந்தி, நீ இந்த வீட்டுல இருக்கற ஒரு பெண்ணைக் கெடுத்தா எப்படி இருக்கும்னு கூட நினைச்சுப் பார்த்தே? சரியா?”

வஜ்ரி என்னும் அவனுக்குப் பொட்டில் வியர்த்தது. நெஞ்சத்தில் நினைத்ததை... யாரும் அறியாததை... நூல் பிடித்த மாதிரி அருணாசலம் சொன்னது கேட்டு, ஆடிப்போய்விட்டான் அவன்.

“நானும் இருபதாம் நூற்றாண்டுப் பிரதிநிதிதான். பி.இ. படிச்ச இஞ்சினீயர் கூட! எந்த ஒரு விஷயத்தைப் பத்தியும் முழுமையான அறிவில்லாம விமர்ச்சிக்கக் கூடாது. எவ்வளவு வேணும்னாலும் தர்க்கம் பண்ணலாம் விவாதிக்கலாம். தப்புகிடையாது. இடக்கும் அவநம்பிக்கையும் வேண்டாம்.”

“இந்தச் சரீரத்தால் யாரா இருந்தாலும் மனசு வெச்சா ஆயிரம் சாதிக்கலாம். விஞ்ஞானப்பூர்வமாக அதை விளக்கவும் செய்யலாம். உங்கச் சரீரத்தைப் பற்றி உங்களுக்கு என்ன தெரியும்? அதுக்குள்ள எலும்பும் சதையும் இருக்குங்கறதைத் தவிர?”

அருணாசலம் உக்ரமாகப் பேசிக் கேள்வி கேட்ட தொனி, அவர்களைச் சாந்தப்படுத்தியது. தாமஸ் கொஞ்சம் இறங்கி வந்தான்.

“ஐயா... நீங்க விஷயத்துக்கு வாங்க!” என்றான்.

இதற்குள் ராஜேந்திரனின் தாய் மயங்கத் தொடங்கி விட்டிருந்தாள். அவன் தம்பி, தங்கைகள் கண்களில் கண்ணீரைத் திரட்டிக் கொண்டு கன்னத்தில் உருட்டிவிடத் தயாராகியிருந்தனர்.

“நீங்க எல்லாரும் ஒரு விஷயத்துக்கு எனக்கு ஒத்துழைக்கணும். இறந்து போன ராஜேந்திரன் உடல் இந்த ஊர்சுடு காட்டுல இருக்கு. அதை எடுத்து வந்து முறைப்படி எரிக்கணும்.”

அருணாசலம் சொன்னதைக் கேட்டு அடக்க மாட்டாமல் பாய்ந்து வந்தாள் சரசு.

“ஐயா... அவன் எப்படிச் செத்தான்? சிங்கப்பூர்ல இருக்கறதா ஒருத்தன் வந்து சொன்னானே... ஐயோ என்னால நம்பமுடியலையே...”

“நீ என் கூட மயானத்துக்குக் கிளம்பு. நான் விவரமாச் சொல்றேன்” என்றாள் கார்த்திகா.

“நானும்” என்று முன்வந்தான் தாமஸ். அவன் வருவது கூட நல்லதுக்கு என்று பட்டது அருணாசலத்துக்கு.

“ஜீப்பிலேயே போவோம்” என்றபடி ஜீப்பில் ஏறினான் அவன். அவர்கள் அனைவரும் அதை ஆமோதித்து ஜீப்பில் ஏறி அமர, அந்த நான்கு பேரோடும் புதிய வேகம் காட்டியது அந்த ஜீப். அதே நொடியில்...

★★★

பிணச் சாம்பலில் நீரைக் கலந்து ஒரு மண்சட்டியில் அதைப் பிடித்தபடி நின்று கொண்டிருந்தான் வேம்பன்.

தரையில் ஏதோ ஒரு கோலம் போலப் போட்டு, அதன் மையத்தில் அந்த நீர்ச்சட்டியை வைக்கச் சொன்னான் குறும்பன். அவர்களுக்கு அருகில் சதைக்கு அலையும் கழுகு போல் ராஜேந்திரனாகிய சரவணன்.

திடீரென்று வேம்பன் தனது தொடையைக் கத்தியால் கீற ரத்தம் கொப்பளித்தது. கொப்பளித்த ரத்தத்தில் ஒரு எருக்கம் பூவை நனைத்து அதை நீர்ச்சட்டி அருகே போட்டுவிட்டுக் கண்கள் இடுங்க அந்தக் கூரையின் மோட்டுவளையைப் பார்த்து உடம்பைக் குறுக்கினான்.

தொடையில் வழிந்த ரத்தம் தரையில் பாதைபோட்டது. அவன் உதடுகளில் ஏதோ உச்சாடனம்.

பின்னர், எழுந்திருந்து பதப்படுத்தப்பட்ட ராஜேந்திரனின் பிணத்தை எடுத்து வந்து கோலத்தின் மேல் வைத்து நீர்ச்சட்டியை உற்றுப்பார்த்தான்.

பார்த்தவன் கண்களுக்கு மட்டும் எதுவோ தட்டுப்பட்டது.

‘ஏகாண்டமாய் ஒரு ஆலமரம். அருகே ஒரு ரயில் பாதை. பாதைக்கு அப்பால் மழை நீர் தேக்கம். ஆலமர நிழலில் ஐந்தாறு ரவுடிகள் சீட்டு விளையாடிக் கொண்டு...’

தட்டுப்பட்ட அந்தக் காட்சி கூட சில வினாடிகளில் அழிபட்டுப் போனது. பழையநிலை அவனிடம் பரிணமிக்க மெல்ல நிமிர்ந்தவன்.

"பத்ராசலம், இப்ப ஒரு ரயில்வே லைன் ஓரமாக உள்ள ஆலமர நிழல்ல சீட்டாடிக்கிட்டு இருக்கான், கிளம்புவோமா?" – உக்ரமாகக் கேட்டான்.

முண்டா தட்டிக்கொண்டு நிமிர்ந்தான் சரவணன்.

"தடயமில்லாதபடி கொல்லணும். ஆயுதங்களை உபயோகிக்கக் கூடாது. அதுதான் நமக்கு நல்லது" என்றான் குறும்பன்.

பெரிதாகத் தன் பற்களைக் காட்டினான் சரவணன்.

"உன் பல்லை விட உன்னதமான ஆயுதம் என்கிட்ட இருக்கு. அதுதான் அவசியம். அவன் எண்ணத்தைக் கலைச்சு என் வசப்படுத்தி நான் சொல்றபடி அவனைச் செய்ய வைக்கிறேன்."

"எப்படி? எப்படி?"

"அந்த ரயில் பாதைல ரயில் வரும் தானே?"

"உம்... வரும்"

"வர்ற ரயில் முன்னே, தானா போய் விழுந்து தற்கொலை செஞ்சுப்பான், பாரு."

"கூடாது... அவன் துடிச்சுத் துடிச்சுச் சாகணும்"

"ரயில்ல விழுந்தா, துடிக்காமலா சாவாங்க. முட்டாள்."

"சரி, பேசினது போதும். உடனே கிளம்பு."

இருவரும் உடனேயே கிளம்ப ஆயத்தமானார்கள். குறும்பன் வேம்பனைப் பார்த்தான்.

'இந்த பிரேதத்தை ஜாக்கிரதையாப் பார்த்துக்கொள்' என்று சொல்லாமல் சொன்னான்.

"ஆமா... நான் இப்படியேவா வரட்டும்?" சரவணன்கேட்க, மறுத்தது குறும்பன் சிரம்.

"கொஞ்ச நாளைக்கு நீயும் ஒரு குடுகுடுப்பைக் காரன்" என்றவன், அதற்கான ஆயத்தத்தில் அவனை உருமாற்றி அங்கிருந்து அகல... அவர்கள் அகன்ற அடுத்த வினாடியே

அங்கே கால் வைத்தனர் அருணாசலம் உட்பட கார்த்திகா, சரசு, தாமஸ்.

38

'எல்லோராலும் ஆவிகளைப் பார்க்க முடியாது. 'பிளாட்டோசெம்' அதிகம் சுரக்கும் தேகத்தில் பாரம்பரியமாய் வந்த சில சக்திகள் (மின்சாரம், காந்தம், இரும்பு) அளவுக்கு அதிகமாய் இருக்க, அவர்கள் பார்வை நரம்புகளில் சில நுணுக்கமான செல்கள் காற்றை ஊடுருவிப் பார்க்கும் வல்லமை பெற்றிருக்கும். சிலர் இதை தவம் செய்து உடம்பைக் கட்டுப்படுத்திப் பெறுவர்.

மற்றையோர் ஆவிகளைப் பார்த்த விஷயத்தை ஒரு பயத்தோடோ (அ) கேலியோடோ தான் அணுகுவர். அனுபவமே இம்மட்டில் பெரிய உண்மையாகும்.'

- ஆவியுலக ஆராய்ச்சியாளர் வால்டர்ஸ்மித்

மயானத்தைக் கடந்து ஒரு குடுகுடுப்பைக்காரன் உருவில் சரவணனும் சங்கிலிக் குறும்பனும் வெளியேறவும் துல்லியமான அதே வேளையில் மயானவாயிலை எட்டிய அருணாசலம், தன்னுடன் வந்து நிற்கும் கார்த்திகாவையும் சரசுவையும் சற்றுப்பரிவுடன் பார்த்தார்.

'நானும் வருவேன்' என்று ஒட்டிக் கொண்டு வந்திருந்த தாமஸ் நாவில் எச்சில் வரள, மயான வெளியைப் பார்த்துச் சற்றுப் பயமூச்சுவிட்டான்.

சரசுவும் கார்த்திகாவும் ஒருவரை ஒருவர் நெருங்கி அணைத்துக் கொண்டு நின்றனர். சரசுவின் விழிகளில் அதுவரை கொட்டிய குற்றாலம் இப்பொழுது மயானத்தைப் பார்க்கவும் பயத்தால் திசைதிரும்பி வற்றிப்போயிருந்தது.

“இந்த மயானத்துக்கு இதோட நாலாவது தடவை நான் வந்துவிட்டேன். நல்லவேளை இந்தத் தடவை துணைகு நீ இருக்கிறே!” என்று சரசுவிடம் கார்த்திகா கருத்து சொன்ன போது, அருணாசலம் மயானத்துக்குள் நடக்க ஆரம்பித்தார்.

“உள்ள போய் நாம் என்ன பண்ணப்போறோம்” உள்ளே நுழையும் அருணாசலத்தைப் பின்தொடரும் வேளையில் சரசு கேட்கவும்,

“உள்ள போனாத்தானே தெரியும்!” என்ற பதில் கார்த்திகாவிடமிருந்து வந்தது.

தாமஸ் பயமூட்டத்துக்கு நடுவில் சற்று பக்தியோடு சிலுவை போட்டுக்கொண்டான். அவனைப் பார்க்க கார்த்திகாவுக்கு ஏதோ ஒன்று நெருடியது.

“அண்ணே. நீங்க யாரு?” மெல்லிய குரலில் சற்று அன்புப்பரிச்சயத்தோட, ‘அண்ணே’ போட்டு அவள் அழைக்கவும் தாமசுக்குள் அருவி நீர்பட்ட மாதிரி ஒரு சிலிர்ப்பு.

“என் பேர் தாமஸ் தங்கச்சி...” என்றான் கனிவோடு.

“நீங்க ஏன் நாங்க சொல்றதை நம்பலே? ராஜேந்திரன் பேர்ல உங்களுக்கு ஏன் அவ்வளவு வெறுப்பு?”

பக்குவமாய்க் கேட்க வேண்டியதைக் கேட்டாள் கார்த்திகா.

மயானபாதை நழுவிக் கொண்டிருந்தது. பேச்சு சூழ்நிலை, பயத்தை ஜெயிக்க உதவிசெய்தது. திடும் என்று நாற்றமெடுத்த புகை வந்து அனைவர் மூக்கையும் ஊடுருவியது. தொலைவில் ஆஸ்பெஸ்டாஸ் கூரைக்குக் கீழே ஒரு சடலம் வெந்து கொண்டிருந்தது.

அதைப் பார்த்த சரசுவின் விழிகள் காது வரை விரிவடைந்தன. கார்த்திகாவை இறுக்கிக்கொண்டாள். கார்த்திகாவின் கேள்விக்குப் பதில் சொல்ல வாயெடுத்த தாமஸ் கூட அதைப் பார்த்து ஒருமாதிரி ஆனான்.

அருணாசலம் நடையில் மட்டும் தொய்வில்லை, ஒரு அசாத்தியத் தெளிவும், பயத்தை வெற்றி கொண்டு விட்ட தைரியமும், இவ்வளவு தான் வாழ்க்கை என்பது புரிந்து விட்ட ஞானமுமாய்ச் சலனமின்றி நடக்கும் அவரை தாமஸ் சற்று அதிசயமாய்க் கவனித்தான்.

முள்ளேரி வேம்பனின் மயானக்குடிசை கண்ணில் தட்டுப்பட்டது. உள்ளே அவன் இருப்பதைக் கூரைக்கு மேல் அடுப்புப் புகை கிளம்புவதில் இருந்து ஊகிக்க முடிந்தது. அருணாசலம் ஒரு வினாடி அதைப் பார்த்து நின்றார். தாமசைப் பக்கமாய் அழைத்தார்.

“நீ ஒரு விசுவாசமான தொழிலாளிங்கறது எனக்குத் தெரியும். பணத்துக்காக நீ பலநாளா தவம் கிடக்கறே. அது பாவப் பணமா இருந்தாலும் நியாயப்படி உன் முதலாளிக்குத் தான் சேரணும். முழுப்பணம் கிடைக்க வழி இல்ல... ஆனா ஒரளவு கிடைக்கும். நான் சொல்றபடி கேட்டு நடப்பியா?”

மயானத்தின் ஓங்கலான வேங்கை மரம் ஒன்றின் கீழ் நின்றபடி தாமஸ் மனதில் நினைப்பதை அப்படியே படம் பிடித்துக் கேள்வியாகக் கேட்ட அருணாசலத்தை தாமஸ் விதிர்த்துப் போய்ப் பார்த்தான்.

அருணாசலம் அவனைப் பொருத்த மட்டில் ஒவ்வொரு கூட்டத்திலும் அவனை விழுங்கி அவனுக்குள் விசுவரூபம் எடுப்பதை அவனாலேயே தடுக்க முடியவில்லை.

“சாமி! இதெல்லாம் உங்களுக்கெப்படித் தெரியும்?” அவன் மனம் சிலிர்க்கக் கேட்கவும், அருணாசலம் முகத்தில் மந்தகாசப் புன்னகை இழையோடியது.

“நாலணா காசுக்கு காலடி கோல் பிடிச்சு உள்ளங்கை பார்த்து, உள்ளுக்குள்ள இருக்கறதை எத்தனை ஜக்கம்மா ஜோசியக்காரங்க சொல்லிடறாங்க. அந்த மாதிரி தான் இதுவும். பெரிய அதிசயமெல்லாம் கிடையாது இது. எல்லாம் மனோ சக்தி தான். பயிற்சி இருந்தா போதும். டெலிபதி பவர்னு இங்கிலீஷ்ல கூட சொல்வாங்க.”

அருணாசலத்தின் பதட்டமில்லாத பதிலில் வாய் பிளந்தாள் கார்த்திகா.

“சாமி! நான் என்ன செய்யணும்? அதை முதல்ல சொல்லுங்க...” தாமஸ் விஷயத்துக்கு வந்தான்.

“அந்தக் குடிசைக்குள் தான் ராஜேந்திரன் பிரேதம் இருக்கணும். அதை நீ வெளியே எடுத்து வரணும்...”

தாமஸ் சற்று இடறினான்.

“பயப்படாதே. உள்ளே ஒத்த சஞ்சாரம் தான் என் திருஷ்டியில் படியுது. அதாவது ஒரு மனுஷன் தான் இருக்கணும்...”

“அப்ப மத்தவங்க? குறிப்பா... சரவணன் அத்தான்? எங்கே?”

“அதை அந்த ஆளைப் பிடிச்சுத் தான் கேட்டுத் தெரிஞ்சுக்கணும். அவனை பிடிப்போமா?”

தாமஸ் தனது ‘டி’ஷர்ட்டை ஒரு மாதிரியாக இழுத்து விட்டுக்கொண்டு தயாரானான்.

கார்த்திகாவும் சரசுவும் வேங்கை மரநிழலிலேயே தேங்கி நிற்க, அருணாசலம் தாமசும் கிளம்பினர். குடிசை வாசல் அவர்களை வரவேற்றது.

ஒற்றைக் கீற்றில் இறுக்கமாக முடைந்த உறுதியில்லாத கதவை தாமசின் உறுதியான கரங்கள் விலக்கித் தள்ளின.

கரடு முரடான சப்தத்தோடு அந்தக் குடிசைக் கதவு திறந்துகொள்ள, அந்த வெட்டியான் குடிசையின் உள்புறம் அவர்கள் பார்வையில் பளீரிட்டது.

ஏகமாய்ப் பானைகள்! பிணங்களின் உடலிலிருந்து உருவிய புதுவேட்டிகள், துண்டுகள், ஒரு முறத்தில் மஞ்சள் அரிசி, குடுமியில்லாத தேங்காய்க் குவியல் என்று அந்த இடம் இருவரையும் வெறித்தது.

ஒரு ஓரமாய் வெள்ளைத் துணி ஒன்றில் ராஜேந்திரனின் சடலம் சுருட்டி மடக்கப்பட்டிருப்பது போல் தோன்றியது.

சற்று ஒடுக்கலான இடத்தில் சமையலறை போல் அமைப்பு. மண் அடுப்பில் தென்னை மட்டை எரிந்து கொண்டிருக்க, எரியும் அடுப்பின் மேல் சாதம் பானையில் கொதிபட, அதன் முன்னால் பசியோடும் சற்றுப் பயத்தோடும் முள்ளேரிவேம்பன் அமர்ந்திருந்தான்.

தாமஸ் சற்று முன்னோக்கி நகர்ந்து குடிசையின் நடுப்பகுதியில் எட்டி நிமிர்ந்தான். மட்டமான வாசனை மூக்கை நிரடியது. சற்று அந்த வாசம் பொறுக்காதபடி மூக்கைச் சீண்டினான். சப்தம் வேம்பனை எட்டவும், அவன் முகம் கலவரமடைந்தது.

“யாரு குறும்பனா?” கேள்வியோடு வெளிப்பட்டுத் தாமசைப் பார்த்துத் திடுக்கிட்டான்.

“யார் நீ?” கேட்டான்.

“நீ யார்... முதல்ல அதைச் சொல்லு...?”

தாமசின் எதிர்க்கேள்வி வேம்பனைப் பதட்டத்தில் தள்ளியது. பார்வை பக்கத்தில் வெள்ளைத் துணி மூட்டையாய்க் கிடக்கும் ராஜேந்திரன் பக்கம் தானாக ஓடியது.

அருணாசலம் வெளியே நின்றபடியே அனைத்தையும் கவனித்துக் கொண்டிருந்தார். தாமசின் கேள்வியைத் தொடர்ந்து அவரும் உள்ளே நுழைந்தார்.

அவரைப் பார்த்த மாத்திரத்தில் வேம்பன் முகம் கறுத்துப் போனது. மனதுக்குள் யாரோ ஒரு மகான் என்ற எண்ணம் அலைபோட்டது.

'இவர்கள் எதற்கு வந்திருக்கிறார்கள்?' கேள்விக்குள் வேம்பன் நுழைந்த மறுவினாடியே விடையை அவன் அடைய விடாதபடி அருணாசலம் தனது வலக்கையை அவன் முகத்துக்கு நேரே நீட்டி, அவனைக் கவ்வி இழுக்கும் பாவனை காட்டி கைவிரல்களை நெளித்து அசைத்தார்.

உடனேயே வேம்பனின் கண்கள் மனோ வசியத்தால், இடுங்கத் தொடங்கின. அவன் மனம் அவனை மீறி அவனிடமிருந்து நழுவி அருணாசலத்தின் கால்களில் மண்டியிட்டது.

"உன் பேர் என்ன?" கேட்டார் அருணாசலம்.

"முள்ளேரிவேம்பன்."

"ஒரு பிணத்தை இப்படி எரிக்காம, புதைக்காம, பதப்படுத்தி வெக்கறது பாவம் தெரியுமா?"

"நான் செய்யலையே?"

"நீயும் அதுக்கு உடந்தை தானே?"

"அதுக்கு நான் என்ன செய்யணும்?"

"இப்ப நாங்க முறைப்படி அதை எரிக்க விரும்பறோம். உன் வெட்டியத் தொழிலைச் செய்து, அந்தப் பிணச் சாம்பலையும் கபாலத்தையும் நொறுக்கி எடுத்து அஸ்தி தரணும்."

"அப்படியே செய்யறேன். இடையில் குறும்பனால் தடைவந்தா, என்னால் ஒண்ணும் பண்ண முடியாது."

"தடை வராது. நான் பார்த்துக்கறேன். வா சடலத்தைத் தூக்கு..."

"அருணாசலத்தின் கட்டளைக்கு நாய்க்குட்டி போல கட்டுப்பட்டு ராஜேந்திரனின் சடலத்தைத் தொட்டுத் தூக்கித் தோளில் ஏற்றினான் வேம்பன்."

பின்னர் மூவரும் வெளியே வந்தார்கள்.

ஒரு பிரேத மூட்டையாய் வேம்பன் தோளில் ராஜேந்திரன் கிடப்பதைப் பார்த்து சரசு ஓடி வந்தாள். துணியை விலக்கி முகத்தைப் பார்த்தாள்.

பார்த்த மறுவினாடி அரை மயக்கமாக அப்படியே கார்த்திகா மேல் சரிந்தாள்.

அருணாசலம் அதையெல்லாம் பொருட்படுத்தாமல் பிணமேடை நோக்கி நடந்தார். தாமஸ் பயத்தோடு அவரைப் பின்தொடர்ந்தான். அது ஏற்கனவே அவிந்து கொண்டிருந்த சடலத்திற்கு அருகில் ஒரு மேடை காலியாக இருந்தது. ராஜேந்திரனின் சடலத்தை அதன் மேல் எந்திரம் போல் கிடத்தினான் வேம்பன்.

இதுவரை ஜோல்னா பையைப் பிரித்திராத அருணாசலம் முதல் முறையாகப் பிரிக்க, அதனுள்ளிருந்து அவர் கைக்கு வந்தது சில ஏடுகள் மிகப் பழங்கால ஏடுகள்!

மயானத்தை விட்டு வெளியேறாமல் அங்கேயே தங்கி ஆயுள் முழுவதும் தவமிருந்து உயிரின் விலாசத்தைக் கண்டறிந்த சித்தர்களின் அபூர்வக்குறிப்புகள் உள்ள அந்த ஏடு, தசதேச விசால சுவடிக் கட்டாய் அவர் கைகளில் தவழ, அதில் குறிப்பிட்ட ஒரு சதகத்தை வாசித்துவிட்டு, ஏதோ ஒரு முடிவுக்கு வந்தவர் போல் குனிந்து சடலத்தைத் தெற்கு வடக்காய் இழுத்துக் கிடத்தினார். பின்னர் கைகள் இரண்டையும் மிகக் கஷ்டப்பட்டு முதுகுப்புறமாய் வளைத்துச் சேர்த்து உடம்பைக் கிடத்தி விட்டு தாட்சைப் பார்த்தார்.

அவன் மிரட்சியோடு பார்த்தான்.

“தாமஸ்! போய், சரசுவை அழைச்சுக்கிட்டுவா. நான் போய் தர்ப்பைப்புல் பறிச்சிக்கிட்டு வரேன்” என்றவர் வேம்பனைப் பார்த்து,

“வேம்பா, நீ போய் வாய்க்கரிசியும் கற்பூரமும் எடுத்து வா”- என்றார். வேம்பன் பதில் பேசாமல் குடிசையை நோக்கி நடந்தான்.

அடர்ந்த அந்த மயானத்தில் தர்ப்பைப்புல் எங்காவது முளைவிட்டிருக்கிறதா என்று பார்வை தேடியது. மயானவெளி எங்கும் தேடியும் தட்டுப்படாத அது மயானத்துக்கு வெளியே அவரை இழுத்துச் சென்றது.

பரபரப்பான அதே வினாடிகளில்

★★★

ஓங்கிச் செழித்து, ஏகாண்டமாய் நிழல் பரப்பி, காக்கைக் குருவி என்று பறவை ஜாதிக்கெல்லாம் வசதிமிகுந்த அடைக்கல ராஜ்ஜியமாய் விளங்கும் அந்த ஆலமர நிழல் பரப்பில் ஐந்தாறு பேர் அமர்ந்து சீட்டு விளையாடிக் கொண்டிருந்தனர்.

அதில் மொட்டைத் தலை பளபளக்க முகத் தழும்புகளோடு, ரவுடிகளுக்கே உரித்தான உக்ரத்தோடு, சீட்டை விசிறி போல் பிடித்தபடி வாயில் பீடி புகைய அமர்ந்திருந்தான் பத்ராசலம்.

பக்கமாய் அவனையே சுற்றிச்சுற்றி வரும் நாய் டிக்கி படுத்திருந்தது.

அமைதியான சூழ்நிலை. பக்கமாய் ரயில்வேலைன் நூலு பிடித்த மாதிரி விருதுநகரைப் பார்த்து நீண்டிருந்தது. அதன் மேல் வெயிலின் அனல் ஆவியடித்துக் கொண்டிருந்தது. ஆளரவமற்ற அந்தப் பிராந்தியத்தின் ரயில் வேலைனின் நடுவில், தொலைதூரத்தில் இருபுள்ளி போல் தென்பட்டவர்களாய் சங்கிலிக்குறும்பனும் சரவணனும் வந்து கொண்டு இருந்தார்கள்.

நாய் டிக்கி நாக்கை வழித்து நக்கியபடி சுற்றிலும் நோட்டமிட்டுவிட்டு, ரயில்வேலைனைப் பார்த்த போது அதன் பார்வையிலும் அவர்கள் பரிமளிக்க, ஏனோ அந்த வாயில்லா ஜீவன் காணாததைக் கண்டுவிட்ட பாவனையில் படுத்த நிலையில் இருந்து மெல்ல நிமிர்ந்தது.

அதன் வயிற்றுப்புறத்தில் இருந்து ஒரு கர்ணகடூர சப்தம் குலைப்பாய் உருக்கொள்ளத் தயாரானது.

அதன் பளபள விழிகளில் சரவணன் ஒரு புகைமூட்டமாய்த் தெரிந்து அதன் மூலையின் வெறி நரம்புகளைக் கிள்ளிவிட்டான்.

விருட்டென்று நிமிர்ந்த டிக்கி, பத்ராசலத்தை மீறி, ஒரு அம்பாய்ச் சீறித் தண்டவாளத்தில் இறங்கி ஓடியது. பத்ராசலம் ஆச்சரியத்தோடு டிக்கியைப் பார்த்து, அது வாழ்நாளில் அப்படி ஓடிப் பார்த்திராத விதத்தில் தண்டவாளத்தில் ஓடுவதைப் பார்த்தான்.

திடும் என்று அந்த மரத்துப் பறவைகள் எல்லாம் ஒரு சேர அரவத்தோடு வானம் ஏறிப் பறக்கத் தொடங்கின. மரத்திலேயே முட்டை இட்டுக் குஞ்சும் பொறித்திருந்த ஒரு கிருஷ்ணப்பருந்து மட்டும் இருந்த இடத்தை விட்டு எகிறிப் பறக்காமல் ஈனசுரத்தில் கத்தியது.

அதன் எச்சம் சிலிர்ப்பென்று பத்ராசலத்தின் தோள் மேல் பட்டு அவனை உசுப்பியது.

'பருந்து எச்சம் மேல பட்டா பரலோகத்துக்குப் போக நேரம் வந்தாச்சுன்னு அர்த்தம்.'

எப்பொழுதோ அவன் பாட்டி சொன்னது அவன் நினைப்பில் பந்தல் போட்டு, வித்தியாசமாய் அங்கு நிகழும் நடப்புகளைப் பார்த்து, அவனை பயத்தில் போட்டுப் புரட்டத் தொடங்க, மிரள ஆரம்பித்தான் பத்ராசலம்.

39

கிருஷ்ணப்பருந்துவின் எச்சத்தால் பயப்படத் தொடங்கிய பத்ராசலத்தை அவன் கூட்டாளிகள் சற்று ஆச்சரியத்தோடு பார்த்தனர். அவனை மட்டுமன்றி வேட்டுச் சப்தம் கேட்டது போல் வானம் ஏறிப் பறக்கும் பறவைகளை, அம்பாய்ச் சீறியபடி தண்டவாளத்தில் இறங்கி ஓடும் நாய் டிக்கியையும் கூட அவர்கள் அதிசயமாய்ப் பார்த்தனர்.

திடும் என்று டிக்கியின் குரைப்புச் சப்தம் அவர்களுக்கு சமீபமாகக்கேட்டது. வெறிபிடித்த நாயின் ஊளை அரவத்தோடு கூடிய குரைப்பு அது.

குரைப்பொலி வந்த இடத்தை உற்றுநோக்கிய போது, சரவணனும் சங்கிலிக்குறும்பனும் சற்று அருகாமையில் தென்பட்டார்கள். “அட, யாரோ இரண்டு குடுகுடுப்பைக் காரங்க...” வாய்விட்டு ஒருவன் சலித்த சமயம், டிக்கியைப் பார்த்துவிட்டுக் கோப ஆவேசத்துடன் மிரண்டு போனான் சரவணன்.

எகிறிப்பிடுங்குவது போல் எதிர்வந்து நின்று குரைக்கும் அந்த ஜீவனைப் பார்த்துச் சங்கிலிக் குறும்பன் கூட செயலற்றுப் போனான்.

“தம்பி... இதுக்கு உன் சுயரூபம் நல்லாத் தெரியுது. அதான் குரைக்குது. சாதாரணமா எங்களைக் கண்டாலே இது குரைக்கும்.

மந்திரராஜ்யத்துல பைரவமூர்த்தி ஒரு பொல்லாத சாமி. நாய், பைரவஅம்சம்."

வேகமாக விளக்கினான், குறும்பன்.

"விளக்க வேண்டாம். இந்தச் சனியனை ஜெயிக்க வழிசொல்லு."

"எனக்கே என்ன செய்யறதுன்னு தெரியலை."

"உன் சித்துவேலை இதுங்கிட்ட பலிக்காதா?"

இந்தக் கேள்வியை சரவணன் கேட்ட அடுத்த நொடி டிக்கி குரைத்தது போதும் என்று அவன் மேல் தாவி ஏறிகழுத்தோரமாய்ப் பல்லைப் பதிக்கப் பார்த்தது.

வெறிவயப்பட்டுப் போனான், சரவணன். அப்படியே பாய்ந்த டிக்கியை இறுகப்பற்றி அதன் கழுத்தை நெறிக்கத் தொடங்கினான்.

அதன் முன்னிரண்டு காலும், அவன் மார்பில் உதைத்துப் பிராண்ட அதன் விழிகள் விட்டுத் தெறித்தன. சங்கிலிக்குறும்பன் அதைப் பார்த்து ஒதுங்கி நிற்க, பத்ராசலம் அதைப் பார்த்துவிட்டு ஓடி வந்தான்.

"டேய்... டேய்... எவண்டா அவன்? என் டிக்கியை கொல்லப் பாக்கறது?"

கேள்வியோடு பாய்ந்து வந்தவனைப் பார்த்த சரவணாகிய ராஜேந்திரனுக்கு, டிக்கியின் மேல் இருந்த கவனம் மெல்லச் சிதைந்து அப்படியே அவன் மேல் திரும்பியது.

இதற்குள் உயிர்த்துடிப்பைக் கூடிய மட்டும் இழந்த டிக்கி, சுருண்டு ரெயில்வே கிராதியில் விழ, சரவணன் பத்ராசலத்தை வெறித்த விழிகளுடன் பார்த்தபடி முன்னேறினான்.

"அதே இமைக்காத பார்வை. உடம்பு நரம்புகளில் கொலைவெறி முறுக்கேற்ற பழைய நினைவில் பழி உணர்வு பந்தடிக்க, தணலாய்க் கண்சிவக்க, ஆவேசம் வந்து ராட்சத வேகத்தை உடம்பில் கூட்ட, நாயை நெறித்த அதே வெறி குறையாமல்

பத்ராசலத்தைப் பார்த்தபடி முன்னேறும் சரவணனைப் பார்த்த சங்கலிக்குறும்பனுக்குப் பயம் அடிவயிற்றில் பந்தாய்ச் சுருண்டது."

சட்டென்று சுதாரித்து, சரவணனின் தோளைப்பற்றி அவனைத் தன்வயப்படுத்த முயற்சித்தான்.

நாய் டிக்கி தனது இறுதி மூச்சை ஒரு வழியாய் விட்டுக் கால்கள் விறைக்க ரெயில் கிராதியில் உடல் துடிப்பை அடக்கிக் கொள்ள, பத்ராசலத்துக்கு அதைப் பார்க்கக் குமுறியது.

"அநியாயமா என் நாயைக் கொன்னுட்டியேடா பாவி... உன்னை..."

முஷ்டியை உயர்த்தியபடி சரவணனைப் பார்த்து முன்னே பாய்ந்துவந்தான், பத்ராசலம்.

இந்தமுறை ஆலமரத்து கிருஷ்ணப்பருந்து வெகுதீனமாக அலறியது. சட்டென்று அந்தச் சப்தம் கேட்டு நின்றான். ரெயில்வே கிராதியில் அவனது சக நண்பர்கள் இதை எல்லாம் பார்த்துவிட்டு ஒவ்வொருவராகவரத் தொடங்கி இருந்தனர்.

குறும்பன் சட்டென்று ஜோல்னாவில் கையை விட்டு, அஞ்சனப்பாத்திரத்தைத் தொட்டவன், அதிலிருந்து துளிமையை ஆள்காட்டி விரலில் தொட்டுத் தோய்த்தவனாய், அந்தக் கரத்தோடு பத்ராசலத்தின் தோளில் கை போட்டு, "அவசரப்படாதே தம்பி!" என்று அவனைத் தன் பக்கம் திருப்பினான்.

திருப்பிய பத்ராசலத்தின் சிரம், குறும்பனிடம் நிலைத்த வினாடியில், அவன் புருவ மையத்தில் லேசாய்க் குறுகுறுத்தது.

மனதை அதுவரை பற்றி இருந்த அவ்வளவு விஷயங்களும் நீர்ப்பட்டு அழிந்த கோலம் போல் மறைந்துபோக, மனம் போய்க் குறும்பனிடம் சங்கமித்தது.

ஆடாமல் அசையாமல் குறும்பனைப் பார்த்தபடி அப்படியே நின்று, மனஅளவில் சூன்யமாகிவிட்டவனை குறும்பன் லேசாகப் பார்த்துச் சிரித்தான்.

“நீ தானே, பத்ராசலம்?” - கேட்டான்.

“ஆமாம்.” பத்ராசலத்திடம் பதில்.

“நீ இப்ப சாகணும் பத்ராசலம்” என்றான், உடனேயே.

“உங்கள் விருப்பம்” என்று படுசாதாரணமாய்ப் பதில் வந்தது, பத்ராசலத்திடம்.

இதற்குள் அவன் நண்பர்கள் அவனை நெருங்கிவிட்டனர். வந்து நின்றவர்கள் செத்துக்கிடக்கும் நாயையும், சிலையாய் நிற்கும் பத்ராசலத்தையும், பக்கத்தில் மதயானை கணக்காய் நிற்கும் சரவணனையும் பார்த்து சில வினாடி வெறித்தனர்.

“டேய், பத்ரா... என்னடா இது! சிலையாட்டம் நின்னுக்கிட்டு என்ன பண்றே? குடுகுடுப்பை நாயுங்களா, உங்களுக்கு இந்தப் பக்கம் என்னய்யா வேலை?”

ஒருவன் உரக்கக் கத்தினான். குறும்பனுக்குச் சினம் சிரம்மாறியது. சரவணனோ அவர்களைப் பந்தாடத் துடித்து, ஒருவனை எட்டிப்பிடித்துக் கறிவேப்பிலை கொத்து போல் ஒரு உருவு உருவி உடம்பின் மொத்தசக்தியையும் பிரயோகித்து, அடி வயிற்றில் ஒரு குத்து விட, அவனது வாய் உடனேயேரத்தம் கொட்டும்பைப்பானது.

உடம்பு, சாப்பிட்டு எறிந்த தோல் போல் துவண்டுகளைத்து ரெயில் லயனில் செத்துக்கிடக்கும் நாய்க்கு அருகே போய் விழுந்தது.

மற்றவர்கள் இதைப் பார்க்க, ஆவேசமானார்கள். கொலைகளையும், வழிப்பறிகளையும் ஒரு அன்றாட விஷயமாய் நினைத்துச் செயல்படும் அவர்களின் முரட்டு ரவுடித்தனம் சங்கலிக் குறும்பனையும் சரவணனையும் சுற்றி வளைத்தது.

குறும்பன் தாமதிக்காமல் கேட்டான்.

“தம்பி... வேகப்படாதே... இதுல உன்னைக் கொன்ன வேறு எவனாவது இருக்கானா?”

இந்தக் கேள்வி சரவணனை மட்டுமல்ல, அவர்களையுமே கூட திடுக்கிட வைத்தது.

குறும்பன் மிக வேகமாய் அஞ்சனப் பாத்திரத்தில் கைவிட்டான். ஆள்காட்டி விரலில் மை வந்து ஒட்டியது. அதை, எதிர்பாராமல் கவனித்த ஒருவன், உடனேயே சுதாரிக்கத் தொடங்கிக் கத்தினான்.

“டேய் இவன் மைபோடற குறளி வித்தைக்காரன் போலத் தெரியுது. நம்ம பத்ராவுக்கு மைபோட்டு மயக்கியிருக்கான். நம்பளையும் மயக்கிடுவான் இவன். இவன் நம்பளைத் தொடக் கூடாது. எடுங்கடா கல்லை...”

எல்லோரும் அதைக்கேட்டு அதிர்ந்து போனார்கள்.

சரவணனிடம் திமிறல் மட்டுப்படவே இல்லை.

பத்ராசலமோ தண்டவாளத்தின் மையத்தில் ஒரு தபசியைப் போல் உட்கார்ந்து கொண்டான்.

பரபரப்பான அந்த வேளையில் அவர்கள் அனைவரின் காதுகளையும் ஊடுருவியது, தொலைதூரத்தில் வந்து கொண்டிருக்கும் தூத்துக்குடி எக்ஸ்பிரஸின் சைரன் சப்தம்!

குறும்பன் தாமதிக்காமல் பத்ராசலத்தைப் பார்த்தான்.

“பத்ராசலம்! நீ எழுந்து ரெயில் வர்ற பாதையில் எந்தப் பக்கமும் திரும்பாமல் நட பார்ப்போம்” என்று கட்டளையிட்டு விட்டு அவர்களைப் பார்த்தான். அவர்கள் சற்று மிரண்டு போயிருந்தார்கள். குனிந்து கல்லை எடுக்க தயாராகிவிட்டிருந்தார்கள்.

சரவணன் அவர்களைப் பார்வையில் சலித்தான். இவர்களில் இந்தப் பத்ராசலத்தோடு கூட்டு சேர்ந்து அன்று உன்னைப் போட்டுப் புரட்டியது யார்? மூளை நரம்பைக் கிள்ளிவிட்டு நினைவில் அவர்கள் உருவைத் தேடினான்.

எதிரே தெரியும் மிரண்ட முகங்களான எதுவும் “நானில்லை நானில்லை” என்பது போலப் பார்த்தன.

பத்ராசலமோ கீ கொடுக்கப்பட்ட எந்திரம் போலத் தண்டவாள மையத்தில் அணு பிசகாமல், எதிர்வரும் தூத்துக்குடி எக்ஸ்பிரஸ் எனும் எமனைப்பற்றிக் கவலைப்படாமல் நடந்துகொண்டு இருந்தான்.

அடர்ந்த தோப்பு போன்ற வளைவில் மிக அழகான சிவந்த தனது நீண்டபெட்டிகளோடு அறுபது மைல் வேகத்துக்குக் குறையின்றிச் சீற்றத்தோடு வளைந்து அந்த பிராந்தியத்தை எட்டியது தூத்துக்குடி எக்ஸ்பிரஸ்.

அதைப் பார்த்து விட்டு பத்ராசலத்தின் சிநேகிதர்கள் கத்தினார்கள்.

"பத்ரா... ரெயில் வந்துக்கிட்டு இருக்குதுடா."

காற்றில் கரைந்து வீணாய்ப் போனது அந்த எச்சரிக்கை. "டேய் ஓடுங்கடா... அவனைப் பிடிச்சு இழுங்கடா..."

ஒருவன் கத்தியபடி கால் எடுக்க, குறும்பன் குரூரமாக அவனை வெறித்தபடி மறித்தான்.

இதைப் பார்க்க ஒருவனுக்குக் கொலை வெறியே ஏற்பட, இடுப்பில் இருந்து சைக்கிள் செயினை உருவியபடி குறும்பனை நோக்கிச் சுழற்றத் தொடங்கினான்.

அந்த நபரை சரவணனின் குறுக்கீடு தடுக்கப் பார்த்தது. இயலாதபடி உடம்பில் 'வீறுவீறு' என்று செயின் பட்டு சதை சுழலத் தொடங்கி ரத்தம் பீறிட்டது. இதற்குள் தூத்துக்குடி எக்ஸ்பிரஸ் பத்ராசலத்தை நெருங்கியேவிட்டது.

"பத்ரா...!" அலறினான் ஒருவன்! பலனில்லை. யானை மீது மோதிய கோழிபோல் துண்டு துண்டாகிப் போனான் பத்ராசலம்.

அதைப் பார்த்துக் கோபத்திலும் குரூரத்திலும் சிவந்த ஒருவன், சங்கிலிக் குறும்பன் மேல் சரமாரியாகக் கற்களை எடுத்து வீசினான். குறும்பனின் பொட்டில் ஒரு கல் நல்லாவே கத்தில் வந்து மோதியது.

அவன் பிரக்ஞை நரம்பு அறுந்து விட, மயக்கம் வந்து சொத்தென்று தண்டவாளத்தில் ரத்தம் சொட்ட மரம் போல் விழுந்தான். சரவணனுக்குப் பகீரென்றது. தன் உடம்பைத் தாக்கும் சைக்கிள் செயினைப் பொருட்படுத்தாமல் குறும்பனை நோக்கி நகர்ந்தான். வேகமாக மண்டியிட்டு குறும்பனைத் தொட்டுத் தூக்கப் பார்த்தான். இரண்டுபேர் அவனைத் தடுத்துப் பின்னுக்கு இழுத்துச் சப்பாத்திக்கள்ளிப் புதர் பக்கமாகத் தள்ளிவிட்டனர்.

அவன் சுதாரித்து நிமிர்வதற்குள்...

சரியாகத் தண்டவாளத்தில் கழுத்தை வைத்தது போல் கிடந்த குறும்பனின் கழுத்தை நறுக்கென்று கிள்ளியபடி ஓடிக்கடந்தது ரயில்.

அதைப் பார்த்ததோடு மட்டும் இல்லாமல் உடம்பின் மேல் சரமாரியாக விழுந்த செயின் தாக்குதலால் முதல் முறையாக சரவணனையும் மயக்கம் எட்டிப்பிடிக்கும் போல் தோன்றியது. கண்கள் சொருகத் தரை மேல் விழுந்தான்.

அவனைத் தாக்கியவர்கள் அவன் மயங்குவதைப் பார்த்துத் தாக்குவதை நிறுத்தி விட்டுச் சற்றுப் பயத்தோடு நின்றார்கள்.

“டேய், இவனும் உசுரைவிட்டாலும் விட்ருவாண்டா” என்றான் ஒருவன்.

“இங்க கொஞ்ச நேரத்துல என்னவெல்லாமோ நடந்துடிச்சி. நின்னா நமக்கு ஆபத்து. போலீஸ் வந்தா தொலைஞ்சோம். ஏற்கனவே நம்பளைத்தேடி நாயா அலைஞ்சுக்கிட்டிருக்காங்க” என்றபடி அவர்கள் தலைதெறிக்க ஓட ஆரம்பித்தனர்.

தூத்துக்குடி எக்ஸ்பிரஸ் கூட கொஞ்ச தூரத்தில் தன்னை நிறுத்திக் கொண்டிருந்தது. அடுக்கடுக்காய் இரண்டு பேர் வம்பாய் வந்து விழுந்து செத்ததைப் பார்த்த டிரைவர், மனது பொறுக்காமல் ரெயிலை நிறுத்திவிட்டுக் கடைசிப்பெட்டியில் இருக்கும் கார்டைப் பார்த்துத் தகவல் தர, தரை இறங்கி இருந்தார்.

நிறையபேர், என்னவோ ஏதோ என்று இறங்கிக் கொள்ள, சம்பவம் நடந்த ஆலமரக் கிராதியை நோக்கித் தீவு தீவாக நகர்ந்து வரத் தொடங்கினர்.

யாருமற்ற சூன்யம் அவர்களை வரவேற்றது. எல்லோரும் ஓடிவிட்டு இருந்தார்கள். சரவணன் மட்டும் ஒரு புதர்மறைவில் கிடந்ததால் அவனை யாரும் கவனிக்கவில்லை. எல்லோர் கவனமும் தலை வேறாக, கால் வேறு, உடல் வேறாக, மூன்று துண்டாக கிடக்கும் குறும்பன் மேலும், சதைக்கூழாகிச் சற்றுதூரத்தில் கிடக்கும் பத்ராசலம் மேலுமே குவிந்தது.

“உச்சு... உச்சு...” என்று பல்லி போல் உதடு நெறிபட ஆதங்கப்பட்டுக் கொண்டார்கள்.

“இவன் சாக, வேற நல்ல இடம் கிடைக்கலியா? நாம போற ரெயில் தானா கிடைக்கணும்?”

அவர்கள் கேள்வி மேல் கேள்வி கேட்டுக் கொண்டிருந்த சமயம் புதர் அருகில் விழுந்து கிடக்கும் சரவணனுக்கு லேசாக மயக்கம் தெளியத் தொடங்கியிருந்தது.

உடம்பின் நாபிக் கமலத்தில், ஒரு வெற்றிடம் உருவாகிச்சிக்கெனப் பற்றியிருக்கும் ராஜேந்திரனின் ஆவி, அந்த வெற்றிடத்தில் சக்தி இழந்து கரைவதுபோல் ஒரு உணர்வு.

உண்மையான சரவணனின் ஆன்மா, மூளைநரம்புகளைக் கிள்ளித் தன்னை உயர்த்திப் பிடிக்க ஒரு முயற்சி எடுத்துக் கொண்டிருந்தது. மிகுந்த வலி வேதனையோடு எழுந்து அமர்ந்தவனுக்குச் சூழ்நிலை ஆச்சரியமளித்தது.

“தான் புதியதாகக் கட்டிய வீட்டில் படுத்துக் கொள்ளப்போனது வரை அவனுக்கு நினைவுக்கு வந்தது. அதன் பிறகு இங்கு எப்படி வந்து விழுந்தேன்?”

கேள்வி உள் எழும்பிய மறுவினாடி, அப்படியே ஊதுபத்திப் புகைபோல் அழிந்துபோனது.

“விட மாட்டேன்... விட மாட்டேன். இந்த உடம்பை நான் விட மாட்டேன்... யார் என்னை வெளியே இழுக்க முயற்சிப்பது? ஐயோ, வேண்டாம், நான் இந்த உடம்பை விட மாட்டேன்...” என்று உதடு ராஜேந்திரன் குரலில் முணுமுணுத்தது.

அந்த நினைப்பும் கூட உடனேயே அழிய, பழையபடி சரவணனின் உள் நினைவு மேலெழுப்பியது.

“விடிஞ்சா, கிரகப்பிரவேசம். ஏகப்பட்ட வேலை தலைக்கு மேல் இருக்கச்சே, நான் எப்படி இங்க வந்தேன். இது என்ன என் உடம்பெல்லாம் காயம்?”

தன்னைப் பார்த்து நிதர்சனமான கேள்வியோடு எழுந்து நின்றான், சரவணன்.

சைக்கிள் செயினின் சுழற்சி நன்றாகவே தாக்கியிருந்தது. என்ன நடந்தது என்பதை அனுமானிக்க முடியவில்லை. ஆனால், அந்த நிலையிலும் ரெயில்வே லைனில் நிற்கும் கூட்டத்தைக் கண்டும் காணாமல், அவனது கால்களை ஏதோ ஒரு சக்தி கவ்வி எங்கோ இழுத்தது. கட்டுப்படுத்த இயலாமல் சரவணன் நடக்கத் தொடங்கினான்.

‘ஐயோ... என்ன இது? என்னை யாரோ கவ்வின மாதிரி இருக்கே? எனக்குள்ற இன்னொருத்தன் பேசற குரல் கேட்குதே. இது எப்படி சாத்தியம்? நான் ஒருத்தன் தானா? இல்லை இரண்டு பேரா? இப்ப நான் எங்க போகிறேன்?’

கேள்விகள் அவனைச் சலித்தெடுக்க அந்தக் கூட்டத்தைக் கண்டும் எதையும் உணராதபடி நடக்கத் தொடங்கினான்.

ஆலமரத்துக் கிருஷ்ணப் பருந்து அவனைப் பார்த்துவிட்டு, ஏனோ தாழப் பறந்து வந்தது. துரத்துவது போல் வந்து, சிறகால் அவன் தலையைத் தட்டியது.

ஏனோ அதைப் பார்த்தவன், அது நெருங்குவது கண்டு அச்சத்துடன் ஓடத் தொடங்கினான்.

★★★

ராஜேந்திரனின் பதப்படுத்தப்பட்ட பிரேதம் கொழுந்து விட்டு எரிந்து கொண்டிருந்தது. தர்ப்பைப் புற்கள் சடசட என்ற சப்தத்தோடு எரிந்தபடி தேகத்தின் மேல் கிடக்கும் நெல்லி மரக்கட்டைகளைப் பற்றித் தீக்கொழுந்தைப் பெரிதாக வளர்த்துக் கொண்டிருந்தன.

வாய்க்கரிசியால் நிரம்பிக் கிடக்கும் சிரம், முதலில் சாம்பல் ஆகும் போல் தோன்றியது. அருணாசலம் மட்டும் அது எரிவதை எந்தச் சலனமும் இன்றிப் பார்த்துக் கொண்டிருந்தார்.

கால்மாட்டில் முள்ளேரி வேம்பன் வேலங்குச்சியுடன் காவல் இருந்தான்.

சரசுவும் கார்த்திகாவும் குடிசை அருகே வந்துவிட்டிருந்தார்கள். சரசு விசும்பிக் கொண்டு இருந்தாள்.

கார்த்திகாவோ மயானத்து மண்பாதையையே பார்த்துக் கொண்டிருந்தாள்.

"எங்கே இருந்தாலும் சரவணன் திரும்பிடுவான் பார். இந்த உடம்பு முழுசா எரிந்து சாம்பல் ஆகும் முன்னே, அவன் இங்கே வந்தே தீரணும். அவன் வரும் வரையில் இந்தப் பிரேத நெஞ்சு கூட வேகவே வேகாது. சரவணன் உடல்ல பலம் இழந்தும் விடாம ஆக்ரமிச்சுக்கிட்டுக் கிடக்கும் ராஜேந்திரன் ஆவியை முழுவதுமாக வெளியேற்ற ஒரே வழி தான் இருக்கு. அதைத் துளிகூடப் பயம் இல்லாம நீ செஞ்சாகணும். அந்த ஒரே வழி..."

அருணாசலம் சொன்ன அந்த ஒரே வழி, கார்த்திகா நெஞ்சை அடைத்து அவளைப் பயப்பள்ளத்தாக்கில் புரட்டிக்கொண்டு இருந்தது. இந்த அருணாசலம் முதலுக்கே மோசம் வருவது போல் யோசனை சொல்லி இருக்கிறார். வேறு வழியே கிடையாதா?

மாய்ந்து போய்ச் சரசுவை ஆதரவாகத் தாங்கியபடி மயான வாயிலைப் பார்த்தவளைத் துளி கூட ஏமாற்ற விரும்பாதவனாய் ஓடிவந்து கொண்டிருந்தான் சரவணன்.

40

வலியின் உபாதை உடல் முழுக்க இருப்பினும் காலைக் கவ்வி இழுக்கும் ஏதோ ஒரு சக்தியின் முன்னால் எதையும் பொருட்படுத்தாது நடந்து வரும் சரவணனைப் பார்த்து, கார்த்திகா விழிகளை அகட்டி விரித்தாள். அருணாசலம் சொன்னது போலவே ராஜேந்திரனின் சிதை கருகிச் சாம்பலாகும்முன் அதோ வந்து கொண்டிருக்கிறான் சரவணன்!

அவன் வந்துவிட்டதை அருணாசலத்துக்குச் சொல்ல வேண்டுமே... தேம்பலும் மயக்கமுமான சரசுவைத் தாண்டிக் கொண்டு அருணாசலத்தை நோக்கிக் காலெடுத்தாள் கார்த்திகா.

அவசியமில்லை என்பதைப் போல் சிதைமேடையை விட்டு அருணாசலமே அவன் வந்துவிட்டதை உணர்ந்ததுபோல் அவளை நோக்கி நடந்து வந்தார். அதுவரை இந்தச் செயல் எதிலும் பட்டும் படாமல் மவுன மயக்கத்தில் இருந்த தாமசும் கூட சரவணன் வருவதைப் பார்த்தான்.

சில தினங்களுக்கு முன் ராட்சத கதியில் 'கிம்' மென்று அவன் விட்ட உதை உடனேயே அவனுக்குள் ஞாபகத் துள்ளல் போட்டது. அடிவயிறு பயப்பந்தின் உருளலில் மைதானமாய் மாறியது.

“தாமஸ்! சரவணனை வளைச்சுப் பிடி. சரவணன் முன்போல பலமானவன் கிடையாது. அவனை ஆக்ரமிச்சிருக்கற ராஜேந்திரனுக்கு இப்பப் பாதிப்பலம் கூட, கிடையாது.”

“இந்த ராஜ்யத் தொடர்பு அவன் வரையில் முடிஞ்சு போயாச்சு. பத்து நாளைக்கு காற்றுடம்பா அலையத்தான் அவனுக்கு விதி உண்டு. ஒவ்வொரு நாள் பிண்டமும் அவனுக்கு அந்தக் காற்றுடம்பைக் கூட வானம் ஏத்தித் தள்ளிடும். கவலைப்படாம போய் அவனைப் பிடி...”

அருணாசலம் கட்டளையிட்டதைத் தொடர்ந்து தாமஸ் அவனை வளைத்துப் பிடிக்கத் தயாரானான்.

எதற்கும் எச்சரிக்கையாகச் சிலுவைச் சங்கிலியை ‘டி’ ஷர்ட்டுக்கு வெளியே எடுத்து விட்டுக்கொண்டான். உதட்டைக் குவித்து முத்தமிட்டு கர்த்தரைத் துணைக்கு அழைத்தவனாய் குடிசை வரையில் நெருங்கி விட்ட சரவணனை மெல்ல நெருங்கினான்.

உடல் வேதனை பிழிந்தெடுக்க, அங்கங்கே குருதித் திப்பிகள் காய்ந்து கிடக்க, கண்கலங்க நிமிர்ந்தவன், எதிரே தெரியும் தாமசைப் பார்த்து முடிந்த அளவு கோபத்தைக் காட்டினான்.

தாமசுக்குப் பின்னால் பிணமேடையில் ஆஸ்பெஸ்டாசுக்குக் கீழே எரிவது தனது உடல் என்பதை உணர முடியாமல், அதை ஒருவாறு வெறித்தவன், திடும்மென்று தான் பலமிழந்து போனதன் காரணம் புரியாமல், அந்தக் கோபத்தினூடே குழம்பிப்போனான்.

மெல்ல மண்டியிட்டு பெருமூச்சு விட்டபடி தாமசை மீண்டும் வெறிக்க, தாமஸ் அடி மேல் அடிபோட்டு நெருங்கினான். கார்த்திகா நெஞ்சைக் கைகளில் பிடித்துக் கொள்ளாத குறையாக வெறிக்க, அருணாசலம் மவுனமாய் கவனிக்க, சரசுவும் கூட கவனிக்கத் தொடங்கினாள்.

“கிட்ட வராதே... கிட்ட வராதே...” உஸ்ஸ்... உஸ்ஸ்... என்று மூச்சிறைப்புக்கு நடுவில் சரவணன் தேய்ந்த குரலில் சொன்னதை தாமஸ் காதில் வாங்கிக் கொள்ளவில்லை.

நெருங்கியே விட்டான். நெருங்கிய வேகத்தில் அவனை இறுக்கிப் பிடித்தவவன், திடும்மென்று சரவணன் வெகுதீனமாய் அலறுவதைக் கேட்டுச் சட்டென்று பிடியை விட, சரவணன் கூனிக் குறுகியவனாய் எழுந்து ஓடி ஒரு மரத்தின் பின் ஒளிந்து கொண்டான்.

தாமசின் மார்பிலாடும் சிலுவை ஏனோ அவனை என்னவோ செய்தது. தாமசும் அது புரிந்து, சிலுவைச் சங்கிலியைச் சற்றுப் பரவசத்தோடு பார்த்துக் கொண்டு அவனை மேலும் நெருங்கினான்.

அருணாசலம் மவுனமாய் அனைத்தையும் பார்த்தார்.

கார்த்திகாவும் சரசுவும் அவரை நெருங்கி நின்று கொண்டனர். பிணமேடையை விட்டுத் தற்காலிகமாக ஒதுங்கி வந்திருந்த முள்ளேரிவேம்பனும் வாய்பிளக்காத குறையாக வந்து சேர்ந்துகொண்டான்.

“தாமஸ்! பயப்படாமப் பிடி.” தாமசுக்குக் கட்டளையிட்டவர், சட்டென்று ஜோல்னா பையிலிருந்து திருவோடு போல் ஒன்றை எடுத்துப் பாதப்பகுதியில் கிடக்கும் மண்கட்டிகளை எடுத்து அதில் போட்டார்.

கார்த்திகா அரை மனத்தோடு அதை வாங்கிக் கொண்டு குடிசைக்குள் நுழைந்து திரும்பின சமயம். தாமஸ் வசம் சரவணன் பிதுங்கிக் கொண்டிருந்தான்.

மண் கரைசலை வாங்கிக் கொண்ட அருணாசலம், வேகமாய் சரவணனை நெருங்கி, அவன் தலைமுடியை இழுத்துப் பிடிக்க, அவரைப் பார்க்க முடியாமல் பார்த்தான் சரவணன். கண்கள் கூசுவது போல் முகத்தில் பாவம் காட்டினான்.

சட்டென்று மண் கரைசலை அவன் வாயைப் பிளந்து உள்ளே ஊற்றியது அருணாசலத்தின் கரங்கள்.

திமிறினான் சரவணன். உடம்பை முடிந்த மட்டும் உதறினான். தாமஸ் பிடியைத் தளர்த்தவேயில்லை. அந்தக் கரைசல் முழுவதும் தீர்ந்து போனது.

விடாமல் அடுத்த முறைக்கும் தயாரானார். கார்த்திகா அவரைக் கெஞ்சுவது போல் பார்த்தாள்.

'மூச்சுமுட்டி ஏதாவது ஆகிவிடப் போகிறது' என்பது போல் பயந்தாள். இந்த முறை மண்கரைசலில் நிறைய வெற்றிலைகளைக் கிள்ளிப் போட்டார் அருணாசலம்.

சரசுவுக்கு அங்கு நடப்பதைப் பார்க்க உடம்பே நடுங்கியது. தன் வாழ்நாளில் பார்த்திராத, நினைத்தும் இராத, கேள்விப்பட்டிராத விஷயங்களாய் அவைகள் அவளைப் போட்டுப் புரட்டின.

சரவணன் விழிதெறித்துப்போய் விட்டிருந்தான். பானை போல் வயிறு உருமாறியிருந்தது. திமிறக் கூட சக்தியற்றுச் சுருண்டு விழுந்தான். தாமசுக்கும் உடம்பு களைத்துப் போயிருந்தது.

சில வினாடிகள் சரவணனை வெறித்த அருணாசலம் வேம்பனைப் பார்த்து, நீருடன் ஒரு மண் கலசத்தை எடுத்துவரச் சொல்ல, அவனும் அவ்வாறே எடுத்துவந்தான். அந்த நீர்க்கலசத்தை எடுத்துக் கொண்டு மறைவாய் ஒரு மரத்தின் பின்னே சென்று அங்கே வைத்தவர், அந்தக் கலசத்தைச் சுற்றி வட்டம் இட்டார். வட்டமிட்டுத் திரும்பியவர் கைகளில், இந்தமுறை அதிசயமாய் ஒரு கட்டாரி மின்னியது. கட்டாரியின் பிடியில் கோலம் போல் ஏதோ போடப்பட்டிருக்க, சில புரியாத எழுத்துக்கள் அதில் தென்பட்டன.

கட்டாரியோடு சரவணனை நெருங்கியவர், அவனை சற்றுத் தாங்கிப் பிடித்தவராக, 'ராஜேந்திரா' என்றார். மெல்லக் கண்திறந்து பார்த்தான் அவன்.

"இப்ப இவனை நீ விடப்போறியா...? இல்லை, இவனையும் உன் போல் ஆக்கவா?" கேட்டுக் கொண்டே கத்தியை அவன் எதிரே காட்டினார்.

அவன் விழிகள் ஏனோ அதை நெருப்புத் துண்டமாய்ப் பார்த்துப் படபடத்தது. உதட்டை வலிந்து குவித்து மறுப்பாக அவன் எதையோ சொல்லும் முன், சரவணனின் மேல் வயிற்றில்

கத்தியை வைத்து அழுத்தவும் ரத்தம் மெல்லத் தலையைக் காட்டியது.

“வேண்டாம்... வேண்டாம்...” அவன் உதடுகள் துடித்தன. அதைப் பொருட்படுத்தாமல் உச்சித் தலைமுடியை சுருட்டிப் பிடித்தது அருணாசலத்தின் கரங்கள். பாதம் வரை உள்ள மொத்தத் தொடர்பும் அந்தத் தலைமுடியைப் பிடித்த மாத்திரத்தில் அருணாசலம் கைகளில் வந்து சிக்கியது.

குவிந்த உதட்டைத் திரும்ப அசைக்கக் கூட சக்தியற்றவனாக விடாது அவரை வெறித்தான், ராஜேந்திரனாகிய சரவணன்.

அருணாசலத்தின் முகத்தில் சாந்தம் விலகி ரவுத்திரவம் பரவியது. கத்தியைச் சற்று அதிகமாகவே அழுத்த, அதன் கூர்முனை சதையைத் தைத்தபடி மண்கரைசல் நீரால் நிரம்பிய வயிற்றைத் தொட்டுக் குடலையும் கீறும் போல் தோன்றியது.

தீனமாக ஊளையிடுவது போல் அலறினான். சரவணன். வாயை இறைக் கழுகு போல் வலி வேதனை தாங்க முடியாமல் பெரிதாகப் பிளந்தான். உதடே கிழிந்து போய் விடுவது போல் மேலும் மேலும் விரித்தவன் ஒரு கட்டத்தில் சொத்தென்று விழுந்தான்.

கார்த்திகா கண்களில் நீர்திரள் விழுந்தவனைத் தாங்கிப் பிடிக்க, உடல் சவம் போல் சில்லிடத் தொடங்கி இருந்தது. மருண்ட விழியோடு அருணாசலத்தைப் பார்த்தாள்.

அருணாசலம் அதைப் பொருட்படுத்தாமல் வேக வேகமாய் நீர்க்கலசத்தை வைத்த மரத்தை நோக்கி நடந்தார்.

அது உடைந்து நீர் தரையில் பரவியிருந்தது. அதைப் பார்க்கவும் அருணாசலம் முகத்தில் புன்னகை அரும்பத் தொடங்கியது.

உற்சாகமாய் உடனேயே திரும்பியவர், பிரக்ஞையற்றுக் கிடக்கும் சரவணனைத் தொட்டுத் தூக்கினார்.

“கவலைப்படாதே கார்த்திகா! எல்லாம் நல்லபடியா? முடிஞ்சிடுச்சு” என்றவர், உடனடியாக அவன் கைகளில் கறுப்பாய் ஒரு கயிறை எடுத்துக் காட்டினார். அவன் உச்சிமுடியைக் கத்தரித்துப் பக்கத்து மரத்தில் ஒரு சிறிய ஆணி கொண்டு அடித்தார். வேம்பன் அனைத்தையும் வெறித்துக் கொண்டே இருந்தான்.

எல்லாம் ஒருவழியாக முடிந்துவிட்டது. சரவணனின் உடலில் மட்டும் சில்லிப்பு நீங்கவில்லை. கத்தி இறங்கிய இடத்தில் ஒரு மூலிகையை வைத்துக் கட்டிய அருணாசலம் கலங்கிப் போய்ப் பார்க்கும் கார்த்திகாவைப் பார்த்தார்.

“சந்தோஷமா சிரிக்க வேண்டிய நேரத்தில் இப்படியா கலங்குவே? இனிமா கொடுத்தா எல்லா மண் கரைசலும் வெளியேறிவிடும். நீ போய்க் காரைக் கிளப்பு” என்றார், உற்சாகமாக.

வேம்பன் அருணாசலத்தைத் தொடர்ந்து வெறித்தான்.

“கவலைப்படாதே... உனக்கு ஒரு ஆபத்தும் வராது. இனி அந்த சங்கிலிக் குறும்பன் இங்க வரமாட்டான். அவனும் இந்தப் பிரபஞ்ச சூன்யத்துல கலந்துட்டான். விதை விதைச்சவன் விதை அறுப்பான்கறதுக்கு அவன் உதாரணமாயிட்டான்” என்றார்.

தாமஸ் அதைக் கேட்டு ஆச்சரியத்தோடு அவரைப் பார்த்தான்.

“சாமி உங்களுக்கு எப்படித் தெரியும்?” நாக்கின் நுனிவரை வந்துவிட்டது அந்தக் கேள்வி.

“உங்களுக்குச் சொன்னாப் புரியாது” என்றவர், வேம்பன் குடிசையைப் பார்த்தார். அதன் வாயிலில் ஒரு நாய்க்குட்டி போல் யாரோ காத்திருப்பது மெல்லிய கறுப்பாய் அவர் பார்வைக்கு மட்டும் தென்பட்டது?

“உனக்கெல்லாம் விமோசனம் இப்போது இல்லை!” என்று முணுமுணுத்தவர், “வேம்பா... எக்காரணம் கொண்டும்

செருப்பணியாம வெளியே வராதே. உடம்புல மை தரிக்காம இனி இருக்காதே" என்று எச்சரித்தார்.

அவன், 'உம்!' கொட்டினான்.

"ஆமா. பணப்பெட்டி இப்ப உள்ள தானே இருக்கு?" கேட்டார். பதில் பேசாமல் அதைப் போய் எடுத்துவந்தான் வேம்பன்.

அதை வாங்கி தாமஸ் வசம் தந்தார், அருணாசலம். தாமஸ் மிகப் பணிவாக அதைப் பெற்றுக்கொண்டான். என்ன நினைத்தானோ அந்தப் பெட்டியை அப்படியே சரசு எதிரே நீட்டினான். சரசுவோ எரிந்து அவிந்து கொண்டிருக்கும் பிண மேடையை வெறித்துக் கொண்டிருந்தாள்.

"தங்கச்சி..." அவன் குரல் அவளைக் கவ்வியது.

"இந்தா... இந்தப் பணம் உன் தம்பியோட பணம் அவன் இழப்புக்கு ஈடா எவ்வளவு தந்தாலும் ஈடாகாது. நான் இந்தப் பணம் எங்களுக்குக் கிடைக்கவே இல்லைன்னு நெனச்சுக்கிறேன். வாங்கிக்கம்மா..." கரிசனமாய்ப் பேசிய அவனை அருணாசலம் பெருமிதமாய்ப் பார்த்தார்.

சரவணனைத் தோளில் தாங்கிக் கொண்டு நடக்கத் தொடங்கினார். சரசு வாங்காமல் தேம்பினாள்.

"வாங்கிக்க... நான் மனசாரச் சொல்றேன். நடந்ததை எல்லாம் ஒரு கெட்ட கனவா நெனைச்சு மறந்துடு. நானும் உனக்கு இனி ஒரு அண்ணன் தான்."

"உலகத்துல நமக்குப் புரியாத விஷயங்கள் எவ்வளவோ இருக்கு. வாழற நாள்ள ஒழுங்கா இருந்துடணும். இல்லேன்னா மரணம் ஒரு மனுஷனை என்ன பாடு படுத்தும்கறதை இன்னிக்கு நான் புரிஞ்சிகிட்டேன். உம். பணத்தை வாங்கிக்க..." அவள் அரை மனத்தோடு வாங்கிக்கொண்டாள்.

வேம்பன் மயான வாயில் வரை வந்து அவர்களை வழி அனுப்பி வைத்தான். குறுகின பழக்கமாக இருந்தாலும் காலத்துக்கும் நினைவிருக்கும் படியான சம்பவம்.

கார்த்திகா காரை அசாத்ய வேகத்தோடு கிளப்பினாள். சரவணன் கண் விழித்து 'கார்த்தி' என்று அழைத்தால் தான் உயிர் வரும் என்பது போல் துடிதுடித்து ஆக்ஸிலேட்டரை அழுந்த மிதித்தாள். சற்றுநேரத்தில் அந்த மாபெரும் நர்சிங்ஹோம் முன்னால் அந்தக் கார் குலுங்கி நின்றது.

சரவணன் உற்சாகமாய்த் தென்பட்டான். ட்ரிப்ஸ் ஏறியிருக்கும் தெம்பில் பழைய பளபளப்பு மெல்ல உள்ளே நுழையத் தயாராக இருந்தது. காடம்மை உட்பட அவனைச் சுற்றி அவன் குடும்பமே திரண்டிருந்தது. பாஸ்கர் சரவணனை வெறித்து வெறித்துப் பார்த்தான்.

"அண்ணா...! நீ இப்ப ராஜேந்திரன் இல்லை தானே?" தயங்கித் தயங்கிக் கேட்டான். சரவணன் புரியாமல் விழித்தான்.

"யார் ராஜேந்திரன்?"

அவனை எதிர்க்கேள்வி கேட்டான்.

'அப்பாடா!' பெருமூச்சு பாஸ்கரிடம்.

"யாருப்பா அது ராஜேந்திரன்?" பத்மநாபனைப் பார்த்து கேட்டான்.

"உனக்குத் தெரியவே வேண்டாம். அவன் யாரோ..." சட்டென்று பேச்சை ஒடித்து உடனே திருநீறை நெற்றியில் பூசினார், அவர்.

"ஆமா, யாரு இந்தப் பாட்டி?" அவன் கேள்விக்கு பத்மநாபன் பதில் சொல்ல வாயெடுத்தார். காடம்மை உடனேயே தடுத்தாள்.

"தெரிஞ்சா எதுவும் முழுசும் தெரியணும். இல்லேன்னா தெரியவே கூடாது. இவனுக்கு எதுவும் தெரியாமலே இருக்கட்டும். அதுதான் நல்லது." என்று காதோரமாய்க் கிசுகிசுத்தாள். அருணாசலம் ஊடே நுழைந்தார்.

"எப்படிப்பா இருக்கு உடம்பு" என்று கேட்டார்.

எல்லோரும் நெடுநாட்களுக்குப் பிறகு குதூகலத்துக்கு மாறினார்கள்.

சரசுவும் அதில் பங்கெடுத்துக் கொள்ள அங்கு வந்திருந்தாள். கார்த்திகாவை நெருங்கி, "எப்பக் கல்யாணம்?" என்று கேட்டாள். கார்த்திகா முகத்தில் வெட்கம் வந்து முகாமிட்டது.

பயத்தில் திளைத்துத் திளைத்து லேசாய்க் கறுத்திருந்த அவள் முகம் வெட்கத்தால் சிவந்து ரோஜாவுக்குச் சவால்விட்டது.

சரவணன் அத்தனை பேருக்கு மத்தியில் அந்தப் பூமுகத்தைப் பார்த்து யாருக்கும் தெரியாதபடி ஃபிளையிங் கிஸ்விட்டான்.

நாகரிகமாய் எல்லோரும் நகர்ந்து கொள்ளத் தொடங்கினர். படிப்பதற்காகப் பத்மநாபன் அன்றையத் தினசரியை வாங்கி வந்திருந்தார்.

தலைப்புச் செய்தியே சரவணன் வயிற்றைக் கலக்கியது.

'ரயில் முன் விழுந்து இருவர் மரணம்' என்று கொட்டை எழுத்தில் மின்னியது செய்தி. ஆர்வமாய்ப் படிக்க ஆரம்பித்தான் சரவணன்.

"அடப்பாவிகளா, இவங்க சாக நாட்டுல வேற இடமே கிடைக்கலையா?" என்று அதிலிருந்து தனது சம்பந்தத்தை நூலிழை அளவு கூட உணராமல் ஒரு மூன்றாவது மனிதன் போல் மாச்சரியப்பட்டு முணுமுணுத்தான்.

அதைக் கேட்டு வெடுக்கென்று அந்தத் தினசரியைப் பிடுங்கிய கார்த்திகா, "பேப்பர் படிக்கறதா இப்ப முக்கியமா?" என்று கேட்டுவிட்டு, ஈர உதட்டை ஒரு சுழிசுழித்தாள். மிச்சம் அவனுக்குப் புரிந்து போயிற்று. அந்த உதட்டைக் கூச்சமின்றி நெருங்க ஆரம்பித்தான்.

முற்றும்

www.ingramcontent.com/pod-product-compliance
Lightning Source LLC
LaVergne TN
LVHW090303051026
849518LV00005B/1631